# നബി(സ)യുടെ ഒരു ദിവസം

# മുഹ്യിദ്ധീൻ മദനി പുളിക്കലകത്ത്

1945-ൽ പുളിക്കലകത്ത് മുഹമ്മദിന്റെയും കുന്നത്ത് ഖദീജയുടേയും അഞ്ചാമത്തെ മകനായി ജനനം. പുളിക്കൽ മദീനത്തുൽ ഉലൂം അറബിക് കോളേജിൽ നിന്നും കേരള യൂണിവേഴ്സിറ്റിയുടെ അംഗീകാരമുള്ള അഫ്സലുൽ ഉലമ പഠനം പൂർത്തിയാക്കി. തിരൂരങ്ങാടി ഓറിയന്റൽ ഹൈസ്കൂളിൽ അദ്ധ്യാപകനായി. 1967-ൽ സൗദി അറേബ്യയിലെ മദീന യൂണിവേഴ്സിറ്റിയിൽ സ്കോളർഷിപ്പോടെ ഉപരിപഠനത്തിനു ചേർന്നു. 1974-ൽ ദുബായിൽ സർക്കാർ പോസ്റ്റൽ ഡിപ്പാർട്ടുമെന്റിൽ ജീവനക്കാരനായി. മുപ്പതു വർഷത്തിനു ശേഷം 2004-ൽ സർവ്വീസിൽ നിന്നു പിരിഞ്ഞു. ശേഷം ദുബൈ സർക്കാർ ഉടമസ്ഥതയിലുള്ള ദാറുൽ ബിർറ് സൊസൈറ്റിയുടെ ഇന്ത്യൻ വകുപ്പുമായി സഹകരിച്ചു പ്രവർത്തിച്ചു. സാമൂഹ്യ സേവന രംഗത്ത് പ്രവർത്തിക്കുന്ന സോഷ്യൽ വകുപ്പാണിത്. യു.എ.ഇ ഇസ്ലാഹി സെന്റർ സ്ഥാപക പ്രസിഡണ്ടും വർഷങ്ങളോളം അതിന്റെ അമരക്കാരനുമായിരുന്നു. പിന്നീട് ഗൾഫ് ഇസ്ലാഹി സെന്റർ കോഓർഡിനേഷൻ കമ്മിറ്റി പ്രസിഡന്റുമായി. കേരള ജംഇയ്യത്തുൽ ഉലമ സംസ്ഥാന വൈസ് പ്രസിഡണ്ട്, പുളിക്കൽ മദീനത്തുൽ ഉലൂം അറബിക് കേളേജ് പ്രസിഡണ്ട്, മദീനത്തുൽ ഉലൂം ഓർഫനേജ് കമ്മിറ്റി പ്രസിഡണ്ട് എന്നീ നിലകളിൽ സാമൂഹ്യ-മത-സാംസ്കാരിക രംഗത്ത് പ്രവർത്തിക്കുന്നു. ഹജ്ജ് ഒരു ലഘു പരിചയം, നല്ല വചനങ്ങൾ എന്നീ ലഘു ഗ്രന്ഥങ്ങൾ എഴുതിയിട്ടുണ്ട്. ഇൻഡോ അറബ് കോൺഫെഡറേഷന്റെ ഇൻഡോ അറബ് എക്സലൻസി പുരസ്കാരം ലഭിച്ചിട്ടുണ്ട്.

ഭാര്യ: റുഖിയ തച്ചംപറമ്പിൽ (ബി.പി. അങ്ങാടി). മക്കൾ: നജ പുളിക്കലകത്ത്, റജ പുളിക്കലകത്ത്, നാജിഹ് പുളിക്കലകത്ത് (ഗ്യാസ്കോ എഞ്ചിനീയർ അബുദാബി.) മരുമക്കൾ: ബഷീർ മദാരി നിലമ്പൂർ (അബുദാബി ഗ്യാസ്കോ കമ്പനി എഞ്ചിനീയർ), ആഷിഖ് തൈക്കാടൻ (സൗദി അറേബ്യയിൽ എഞ്ചിനീയർ.) മരുമകൾ: നവാൽ അഹമ്മദ് (കോഴിക്കോട്) എഞ്ചിനീയർ.

# നബി(സ)യുടെ ഒരു ദിവസം

(ഇസ്‌ലാമിക ചരിത്രം)

മുഹ്‌യിദ്ധീൻ മദനി പുളിക്കലകത്ത്

ലിപി പബ്ലിക്കേഷൻസ്
കോഴിക്കോട് - 673 002
വില: ₹. 325.00

Malayalam

**NABIYUDE ORU DIVASAM**

(Islamic History)

By

**MUHIYUDHEEN MADANI PULIKKALAKATHU**

First Edition : September 2021

Second Edition : February 2023



Typeset & Layout by Jaisal Nallalam, Raveendran K.

Cover Design : Nujumudeen

Printed at Lipi Digital Prints



**Price: ₹. 325/-**

**Publishers**
**LIPI PUBLICATIONS**
Head Office
AL Ameen Building, 13/766- U 6
Rly.Stn. Link Road, Kozhikode - 673 002
Tel: 0495-2700321

**Showroom**
**LIPI BOOKS**
B-12, Vikas Building, Rly. Stn. Link Road, Kozhikode-2
Tel: 0495-2700192 Mobile: 9847262583
Email: lipipublicationsclt@gmail.com
lipiakbar@gmail.com
www.lipipublications.com

# പ്രസാധകക്കുറിപ്പ്

മുഹ്‌യിദ്ധീൻ മദനി പുളിക്കലകത്ത് രചിച്ച നബി(സ)യുടെ ഒരു ദിവസം എന്ന വിശിഷ്ട ഗ്രന്ഥം ഏറെ സന്തോഷപൂർവ്വമാണ് കേരളീയ വായനാസമൂഹത്തിന് മുന്നിൽ അവതരിപ്പിക്കുന്നത്. പരിശുദ്ധ പ്രവാചകന്റെ ജീവിതത്തിലെ ഒരു ദിവസമാണ് ഈ പുസ്തകത്തിൽ ആവിഷ്കരിക്കുന്നത്. മുഹമ്മദ് നബിയുടെ ജീവിതത്തിലെ ഓരോ നിമിഷവും മറ്റുള്ളവർക്ക് മാതൃകയാക്കത്തക്കവിധം ഈ പുസ്തകം കൃത്യമായി രേഖപ്പെടുത്തിയിരിക്കുന്നു. ലോകജനതയിൽ നബിയെപ്പോലെ ഇത്രയേറെ ആദരിക്കപ്പെടുന്ന മറ്റൊരു നേതാവും ഉണ്ടാകില്ല. അതിനാലായിരിക്കാം മാനവചരിത്രം ദർശിച്ച നൂറ് മഹാന്മാരെ ക്രമീകരിച്ചപ്പോൾ വിഖ്യാത ഗ്രന്ഥകാരൻ മൈക്കൽ എച്ച് ഹാർട്ട് പ്രവാചകന് ഒന്നാം സ്ഥാനം നൽകിയത്. വിജ്ഞാനപ്രദവും മഹത്വപൂർണ്ണവുമായ ഒരു ജീവിതം നയിക്കുന്നതിന് മാർഗ്ഗദർശകമായ ഈ പുസ്തകത്തിന്റെ പാരായണം നമ്മെ ഹൃദയശുദ്ധിയുള്ളവരാക്കും.

**എം.വി. അക്ബർ**
ലിപി പബ്ലിക്കേഷൻസ്

# ആമുഖം

ഈ പുസ്തകത്തിന്റെ പിറവിക്കു പിന്നിൽ എന്റെ ജീവിതത്തിന് ഒരു വലിയ കടപ്പാടുണ്ട്. ജീവിതത്തിലെ വലിയൊരു കാലം ഞാൻ പ്രവാസിയായിരുന്നു. സൗദിയിലും യു.എ.ഇയിലുമായി പിന്നിട്ട ആ കാലത്താണ് ഈ ഗ്രന്ഥത്തെക്കുറിച്ചുള്ള ചിന്ത ഉടലെടുത്തത്. ലോകം ഇത്രമേൽ സ്നേഹിക്കുന്ന പ്രവാചകന്റെ ഒരു ദിവസത്തെ ജീവിതം എങ്ങിനെ ആയിരുന്നു എന്ന ചിന്ത മനസ്സിൽ രൂപപ്പെട്ടു. ഒരാളുടെ ഒരു ദിവസം ഒരു പുസ്തകം എഴുതാൻ മാത്രമുണ്ടാവുമോ എന്നതായിരുന്നു ശങ്ക. ആകെ ഇരുപത്തിനാല് മണിക്കൂർ, അതിൽ എട്ടുമുതൽ പത്തുവരെ മണിക്കൂർ ഉറങ്ങിത്തീരുന്നു. ബാക്കിയുള്ള പതിനാല് മണിക്കൂർ ഒരു പുസ്തകത്തിന് മാത്രം ഉണ്ടാവുമോ. അന്വേഷണം ആരംഭിച്ചപ്പോൾ അത്ഭുതമായിരുന്നു സമ്മാനിച്ചത്. അറബ് ഗ്രന്ഥങ്ങളിലൂടെ നീണ്ട വായന ആരംഭിച്ചു. ഹദീസും ഖുർആനും പഠിച്ചു. ലഭിക്കുന്ന പുസ്തകങ്ങളിൽ നിന്ന് പ്രവാചക ദിനചര്യയുടെ നെല്ലും പതിരും ലഭിച്ചു. അവ വേർതിരിച്ചെടുക്കുക എന്നതായിരുന്നു വെല്ലുവിളി. ജനത്തിനു മുന്നിൽ ഒരു സംഭവം വിവരിക്കുമ്പോൾ അതിനു ആധികാരികത വേണം. ആ ആധികാരികത തേടിയുള്ള സഞ്ചാരമാണ് ഈ പുസ്തകത്തിന്റെ കരുത്തും കാതലും. അറബ് ലൈബ്രറികൾ വലിയ സഹായം ചെയ്തു. സുഹൃത്തുക്കളായ അറബി പണ്ഡിതർ വിഷയം പറഞ്ഞപ്പോൾ അവരുടെ നിസ്സീ

മമായ സഹകരണം വാഗ്ദാനം ചെയ്തു. എവിടെ തുടങ്ങണം എവിടെ അവസാനിപ്പിക്കണം എന്ന തീരുമാനങ്ങൾ വരാൻ പിന്നെയും കാല മെടുത്തു. വായനയുടെ അനന്തയാത്രയിൽ ഏകദേശരൂപം കൈവ ന്നു. ഒരോ ഹദീസും പരതിയാണ് പറയുന്ന കാര്യങ്ങളുടെ പവി ത്രത ഉറപ്പു വരുത്തിയത്. അത് തന്നെയായിരുന്നു വെല്ലുവിളിയും. പ്രവാചക ജീവിതത്തിലെ ഏത് വിഷയം എടുത്താലും അതിന് നിര വധി വ്യാഖ്യാനങ്ങളും നിരീക്ഷണങ്ങളും ഉണ്ടാവും. ഈ അഭിപ്രായ വ്യത്യാസങ്ങളെ അപ്പാടെ തള്ളിക്കളയുകയും സ്വീകരിക്കുകയും ചെയ്യാതെ ചരിത്ര വസ്തുതകളുടെ സഹായത്തോടെ വിശ്വസനീയ മായവ തിരഞ്ഞെടുത്ത് ചേർക്കുകയാണ് ചെയ്തത്.

മുഹമ്മദ് നബിയുടെ ജീവിതത്തിലെ ഓരോ ചലനവും സസൂ ക്ഷ്മമാണ് അനുചരന്മാർ പിൻതുടർന്നത്. കാരണം ആ ജീവിതം ലോകത്തിനുള്ള മാതൃകയായിരുന്നു. എങ്ങിനെ ഭൂമുഖത്ത് മനുഷ്യൻ ജീവിക്കണമെന്ന സന്ദേശമായിരുന്നു ആ ജീവിതം. ആ ജീവിതത്തിന്റെ പിൻതുടർച്ചയാണിന്നു ലോകം മുഴുവൻ കാണുന്ന ഇസ്ലാമിക സമൂഹം. തന്റെ നടപ്പിലും ഇരിപ്പിലും കിടപ്പിലും മാത്രമല്ല, ഓരോ നോട്ട ത്തിൽപ്പോലും സ്നേഹമസൃണമായ ലാളിത്യം പ്രവാചകൻ പുലർത്തി യിരുന്നു. വരും ലോക ജനതക്കു സൽപ്രവൃത്തിയും സത്യസരണിയും കാണിച്ചുകൊടുക്കാൻ ദൈവിക നിർദ്ദേശത്തോടെ മുന്നേ നടന്ന മഹാ ദാർശനികന്റെ ഒരു ദിവസത്തെ ജീവിതം വായനക്കാർക്കു സമർപ്പി ക്കുന്നതിൽ അതിയായ സന്തോഷമുണ്ട്. ഈ പുസ്തകത്തിന്റെ പിറ വിക്കു പിന്നിൽ ഒരുപാട് സുഹൃത്തുക്കളുടെ സ്നേഹപൂർണ്ണമായ ശ്രമങ്ങളുണ്ട്. അവതാരിക എഴുതിത്തന്ന കോഴിക്കോട് സർവ്വകലാ ശാലാ വൈസ് ചാൻസലർ ഡോ. കെ.മുഹമ്മദ് ബഷീർ, മുൻ വിദ്യാ ഭ്യാസ മന്ത്രിയും എം.എൽ.എയുമായ പി.കെ.അബ്ദുറബ്ബ്, ആറ്റക്കോയ പള്ളിക്കണ്ടി, ദുബൈയിലെ വ്യാപാര പ്രമുഖനും പണ്ഡിതനുമായ സുഹൃത്ത് ഹാമിദ് ഹാശിം ഖോരി, സുഡാനിലെ സ്വലാഹ് അബ്ബാസ്, ഡോ. ഷൈഖ് വസീയുള്ള അബ്ബാസ് (ഉമ്മുൽ ഖുറാ യൂണിവേഴ് സിറ്റി സൗദി) ഈ പുസ്തകത്തിന്റെ ആദ്യ വായനക്കാരനും മാർഗ്ഗ നിർദ്ദേശങ്ങൾ നൽകുകയും ചെയ്ത പ്രമുഖ മാധ്യമ പ്രവർത്തകൻ അമ്മാർ കിഴുപറമ്പ്, കൂടാതെ എനിക്കൊപ്പം സ്നേഹത്തോടെ നിന്ന റുഖിയ തച്ചംപറമ്പിൽ, നജ പുളിക്കലകത്ത്, റജ പുളിക്കലകത്ത്, നാജി

പുളിക്കലകത്ത്, ബഷീർ, ആഷിഖ്, നവാൽ കോഴിക്കോട്, ഫൈസൽ പുളിക്കലകത്ത് ഇവരെയല്ലാം മനസ്സിൽ വലിയ പ്രാധാന്യത്തോടെ സ്മരിക്കുന്നു. ഈ പുസ്തകം നാഥന്റെ അനുഗ്രഹത്താൽ വലിയ പുണ്യമായി പരിഗണിക്കപ്പെടട്ടെ.

**മുഹ്യിദ്ധീൻ മദനി പുളിക്കലകത്ത്, പരപ്പനങ്ങാടി**
Mail:madanipm@gmail.com
MOB: 9447261171

# അവതാരിക

**ഡോ. കെ.മുഹമ്മദ് ബഷീർ**
വൈസ് ചാൻസലർ, കോഴിക്കോട് സർവകലാശാല.

## പ്രവാചക ജീവിതം മഹത്തായ പാഠപുസ്തകം

മുഹമ്മദ് നബിയുടെ ജീവിതത്തിലെ ഓരോ നിമിഷവും മറ്റുള്ളവർക്ക് മാതൃകയാക്കത്തക്കവിധം ഈ പുസ്തകം കൃത്യമായി രേഖപ്പെടുത്തിയിട്ടുണ്ട്. അധ്യാപകർക്കും വിദ്യാർത്ഥികൾക്കും, മുതലാളിക്കും തൊഴിലാളിക്കും, ഭാര്യക്കും ഭർത്താവിനും, വൃദ്ധനും യുവാവിനും, ആണിനും പെണ്ണിനും, വിശ്വാസിക്കും അവിശ്വാസിക്കും, ഭരണാധികാരിക്കും ഭരണീയനും എന്നുവേണ്ട ഈ ലോകത്തിലെ ഓരോരുത്തർക്കും പ്രവാചക ജീവിതത്തിൽ മഹിത മാതൃകയുണ്ട്. ഓരോരുത്തർക്കും മുന്നിൽ തുറന്നുവെക്കപ്പെട്ട വലിയൊരു പാഠപുസ്തകമാണ് പ്രവാചക ജീവിതം. വ്യക്തിത്വ രൂപീകരണത്തിന് മാതൃകയാക്കാവുന്ന ഇത്രയും മഹാനായ മറ്റൊരു മനുഷ്യനും ലോകത്ത് കഴിഞ്ഞു പോയിട്ടില്ല. അതുകൊണ്ടാണല്ലോ മൈക്കൽ എച്ച് ഹാർട്ട് മാനവചരിത്രം ദർശിച്ച നൂറ് മഹാന്മാരെ ക്രമീകരിച്ചപ്പോൾ പ്രവാചകൻ മുഹമ്മദ്(സ)നെ ഒന്നാമനായി എണ്ണിയത്. അന്ത്യപ്രവാചകൻ മുഹമ്മദ് നബി(സ)യുടെ ജീവിത സന്ദേശങ്ങളുമായി ബന്ധപ്പെട്ട അനേകം ഗ്രന്ഥങ്ങൾ മലയാളത്തിൽ ഇന്ന് ലഭ്യമാണ്. കേവല പഠനങ്ങൾക്കും ചരിത്രാഖ്യാനങ്ങൾക്കും അപ്പുറം കഥകളായും പാട്ടുകളായും എല്ലാം പ്രവാചകനെ മലയാളത്തിൽ ആവിഷ്കരിച്ചിട്ടുണ്ട്. അതിനാൽ തന്നെ പ്രിയ സുഹൃത്ത് മുഹ്‌യിദ്ധീൻ മദനി പുളിക്കലക

ത്തിന്റെ 'നബി(സ)യുടെ ഒരു ദിവസം' എന്ന ഗ്രന്ഥത്തെക്കുറിച്ച് ആദ്യം അറിഞ്ഞപ്പോൾ അനേകം പുസ്തകങ്ങളുടെ കൂട്ടത്തിൽ ഒന്ന് എന്ന മുൻധാരണയാണ് ഉണ്ടായിരുന്നത്. എന്നാൽ പുസ്തകം ഒന്ന് ഓടിച്ചു വായിച്ച് നോക്കിയപ്പോൾ തീർത്തും വ്യത്യസ്തമായ ഒരു ഉദ്യമമാണ് ഇതെന്ന് തിരിച്ചറിഞ്ഞു. വിജ്ഞാനപ്രദവും വായനാ ലാളിത്യവും നിറഞ്ഞ നല്ലൊരു പുസ്തകമായിട്ടാണ് അനുഭവപ്പെട്ടത്. കേവലം ഉപരിപ്ലവമായ ഒരു ജീവിതാഖ്യാനം എന്നതിലുപരി ഗഹനമായ ഗവേഷണപഠനത്തിലൂടെ കണ്ടെത്തിയ പ്രവാചക സംബന്ധിയായ അനേകം സംഭവങ്ങളെയും ജീവിത സന്ദർഭങ്ങളെയും ഒരു ദിവസത്തിന്റെ വൃത്തപരിധിയിലേക്ക് ക്രമാനുഗതമായി കോർത്തിണക്കാനുള്ള അത്യപൂർവ്വമായ ഒരു ശ്രമമാണ് ഈ ഗ്രന്ഥം.

പുസ്തകത്തിന്റെ തലക്കെട്ട് സൂചിപ്പിക്കുന്നത് പോലെ പ്രവാചക ജീവിതത്തിലെ ഒരു ദിവസം രേഖപ്പെടുത്തുകയല്ല, ഈ പുസ്തകത്തിൽ. പകരം മാതൃകയാക്കാവുന്ന പ്രവാചകന്റെ ജീവിതത്തിലെ ഓരോ ഭാഗങ്ങളെയും അവതരിപ്പിക്കുകയാണ് ഈ ഗ്രന്ഥത്തിൽ ചെയ്യുന്നത്.

ഏറെ നാളത്തെ ഗവേഷണ പഠനങ്ങൾക്കു ശേഷമാണ് സഹോദരൻ മുഹ്‌യിദ്ധീൻ മദനി ഈ ഗ്രന്ഥരചന പൂർത്തിയാക്കിയത്. പ്രവാചക ജീവിതത്തിലെ ഓരോ സന്ദർഭങ്ങളിലും എന്ത് നടന്നു എന്നറിയാൻ വിശാലമായ അന്വേഷണം ആവശ്യമാണ്. ഈ പുസ്തകത്തിന്റെ അവസാന ഭാഗത്തിൽ പ്രവാചകനെയും അദ്ദേഹത്തിന്റെ ഭാര്യാസന്താനങ്ങളെയും കുറിച്ചു കൊടുത്ത കൃത്യമായ വിവരങ്ങൾ മലയാളത്തിൽ ഇത്രയും വിശദമായി മറ്റൊരു ഗ്രന്ഥത്തിലും കണ്ടതായി ഓർക്കുന്നില്ല. പ്രവാചക ജീവിതത്തെ ഇത്രയും മനോഹരമായി അവതരിപ്പിച്ച ഈ ഉദ്യമത്തിന് സർവ്വശക്തൻ തക്കതായ പ്രതിഫലം നൽകുമാറാകട്ടെ...

**11.01.2019** **ഡോ. കെ.മുഹമ്മദ് ബഷീർ**

# ഉള്ളടക്കം

# പ്രഭാത കിരണങ്ങൾ

**രാ**ത്രിയുടെ അന്ധകാര നിബിഢത പ്രഭാത കിരണങ്ങൾക്ക് വഴിമാറിക്കൊടുത്തു. അപ്പോൾ ഈത്തപ്പനകളുടെ പട്ടണം എന്നറിയപ്പെടുന്ന മദീനാനഗരി ഹസ്രത്ത് ബിലാലിന്റെ സാന്ദ്ര മധുരമായ ബാങ്കിന്റെ അലയൊലികൾകൊണ്ട് മുഖരിതമായി.

നന്നെ പ്രഭാതത്തിലുള്ള സുബ്ഹി നമസ്കാരത്തിന് നാടും ജനങ്ങളും ഉണർന്നു. പ്രവാചക മസ്ജിദിലേക്ക് അവർ പ്രയാണം തുടങ്ങി. അർദ്ധരാത്രിയിലെ നമസ്കാരത്തിന് ശേഷം മയക്കത്തിലായിരുന്ന പ്രവാചകൻ നിദ്രാലസ്യത്തിൽ നിന്നുണർന്ന് ദന്തശുദ്ധി വരുത്തിയശേഷം ഇങ്ങിനെ പ്രാർത്ഥിക്കുന്നു. ഞങ്ങളെ മരിപ്പിച്ചശേഷം ജീവിപ്പിച്ച അല്ലാഹുവിന്നാകുന്നു സർവ്വ സ്തുതിയും. അവന്റെ അടുത്തേക്കാകുന്നു നാം ഒരുമിച്ച് കൂട്ടപ്പെടുന്നതും (ബുഖാരി-മുസ്ലിം).

പിന്നീട് ബിലാൽ(റ) ഉച്ചത്തിൽ വിളിക്കുന്ന ബാങ്കിന് അനുസൃതമായി ചിലതിന് ചില ഭേദഗതിയോടെ അതേ പ്രകാരം ഉച്ചരിക്കുന്നു.

ബാങ്ക് വിളി കഴിഞ്ഞാൽ തിരുമേനി ഇപ്രകാരം പറയുന്നു. ഈ പൂർണ്ണമായ ആഹ്വാനത്തിന്റെയും നിലനിൽക്കുന്ന നമസ്കാരത്തിന്റെയും നാഥനായ അല്ലാഹുവേ മുഹമ്മദ് നബി(സ)ക്ക് വസീലത്തും ഫദീലത്തും നീ നൽകേണമേ. അദ്ദേഹത്തിന് നീ വാഗ്ദാനം ചെയ്തിരിക്കുന്ന സർവ്വരാലും പ്രശംസിക്കപ്പെടുന്നതുമായ മഹത്തായ സ്ഥാനത്ത് അദ്ദേഹത്തെ നീ നിയോഗിക്കേണമേ (ബുഖാ

രി, തുർമുദി, നസാഈ, ഇബ്നു മാജ:)

പിന്നീട് കുളിക്കേണ്ട കാര്യമുണ്ടെങ്കിൽ നബി കുളിക്കും, വുദു (അംഗസ്നാനം) എടുക്കേണ്ടതുണ്ടെങ്കിൽ അതെടുത്ത് സുബ്ഹിക്ക് മുമ്പുള്ള രണ്ട് റകഅത്ത് ഐച്ഛിക നമസ്കാരം നിർവ്വഹിക്കും. ഇവ രണ്ടും മറ്റ് ഐച്ഛിക നമസ്കാരങ്ങളെപ്പോലെ ദീർഘിപ്പിക്കുകയില്ല. വളരെ ലഘുവാക്കുമായിരുന്നു.

നിർബന്ധമായി ചൊല്ലേണ്ട ഖുർആനിലെ പ്രാരംഭ അധ്യായമായ ഫാത്തിഹ തന്നെ അദ്ദേഹം ഓതിയോ എന്ന് സംശയിക്കുമാറ് വേഗതയിൽ (ബുഖാരി, മുസ്ലിം.)

ആ നമസ്കാരത്തിലെ ഒന്നാമത്തെ റകഅത്തിൽ വിശുദ്ധ ഖുർആനിലെ നൂറ്റിഒമ്പതാമത്തെ അധ്യായം മനഃപാഠമായി ചൊല്ലുന്നു. രണ്ടാമത്തെ റകഅത്തിൽ ഖുർആനിലെ തന്നെ 112-ാമത്തെ സൂറ (അധ്യായം) ഓതുന്നു. എന്നാൽ ചില സന്ദർഭങ്ങളിൽ ഇവയിൽ തന്നെ പരിശുദ്ധ ഖുർആനിലെ 2-ാം അദ്ധ്യായത്തിലെ 136-ാമത്തെ ആയത്തും ഖുർആനിലെ 3-ാം അദ്ധ്യായത്തിലെ 64-ാമത്തെ ആയത്തും ചിലപ്പോൾ അതിൽ തന്നെ 52-ാമത്തെതും ഓതിയിരുന്നതായി പ്രസ്താവിക്കപ്പെടുന്നു. ഈ ഐച്ഛിക നമസ്കാരത്തെ സംബന്ധിച്ച് വളരെ ബദ്ധശ്രദ്ധനായിരുന്നു പ്രവാചകൻ. അദ്ദേഹം പറയാറുണ്ട് - അവ രണ്ടും ഭൂലോകവും അവയിലുള്ള എല്ലാത്തിനേക്കാളും എനിക്കിഷ്ടപ്പെട്ടതാണെന്ന് (മുസ്ലിം).

ആ നമസ്കാരത്തിൽ നിന്ന് വിരമിക്കുമ്പോൾ സഹധർമിണി ഉണർന്നിട്ടുണ്ടെങ്കിൽ അവരുമായി സ്നേഹവും പരസ്പര സൗഹാർദ്ദവും പങ്ക് വെയ്ക്കും.

ഭാര്യ നിദ്രയിലാണെങ്കിൽ സുബ്ഹ് നമസ്കാര അറിയിപ്പ് വരെ തിരുമേനി വലത് ഭാഗം ചെരിഞ്ഞു കിടക്കും (ബുഖാരി, മുസ്ലിം). നമസ്കാരത്തിനായി പ്രവാചക പള്ളിയിൽ ജനങ്ങൾ എത്തിച്ചേർന്നെന്ന് ഹസ്രത്ത് ബിലാൽ കണ്ടാൽ അദ്ദേഹം തിരുമേനിയുടെ അടുത്തു വന്ന് പ്രവാചകരെ നമസ്കാരത്തിന് സമയമായിരിക്കുന്നു എന്ന് പറയും. പ്രവാചകൻ അപ്പോൾ തന്നെ പള്ളി

യിലേക്ക് പുറപ്പെടുന്നു. പള്ളിയും നബിയുടെ വീടും തമ്മിലുള്ള വേർതിരിവ് ഒരു ചുമർ മാത്രമാണ്. ആകാശത്തേക്ക് ദൃഷ്ടികൾ ഊന്നി പ്രവാചകൻ ഇങ്ങനെ പറയുന്നു. അല്ലാഹുവിന്റെ നാമത്തിൽ ഞാനിതാ പുറപ്പെടുന്നു. എന്റെ എല്ലാ കാര്യങ്ങളും അല്ലാഹുവിൽ ഭാരമേൽപ്പിക്കുന്നു. അല്ലാഹുവേ ഞാൻ പിഴച്ചുപോകുന്നതിൽ നിന്നും പിഴപ്പിക്കപ്പെടുന്നതിൽ നിന്നും, വഴുതിപ്പോകുന്നതിൽ നിന്നും, വഴുതിക്കപ്പെടുന്നതിൽ നിന്നും, അക്രമിക്കുന്നതിൽ നിന്നും ആക്രമത്തിനിരയാകുന്നതിൽ നിന്നും അവിവേകം പ്രവർത്തിക്കുന്നതിൽ നിന്നും എന്നോട് അവിവേകം പ്രവർത്തിക്കപ്പെട്ടതിൽ നിന്നും ഞാൻ നിന്നോട് അഭയം തേടുന്നു. പള്ളിയിൽ പ്രവേശിക്കുമ്പോൾ ഇപ്രകാരമാണ് തേടുന്നത്. -അല്ലാഹുവിന്റെ നാമത്തിൽ ഞാൻ ആരംഭിക്കുന്നു. അല്ലാഹുവിന്റെ ദൂതർക്ക് അല്ലാഹുവിന്റെ അനുഗ്രഹവും സമാധാനവുമുണ്ടാവട്ടെ, അല്ലാഹുവേ എന്റെ പാപങ്ങൾ നീ പൊറുത്തുതരേണമേ, നിന്റെ കാരുണ്യത്തിന്റെ കവാടങ്ങൾ എനിക്ക് നീ തുറന്ന് തരേണമേ. മഹാനായ അല്ലാഹുവോട് അവന്റെ ആദരണീയമായ സന്നിധിയിൽ അവന്റെ അനാദിയായ ആധിപത്യത്തിൽ ശപിക്കപ്പെട്ട പിശാചിൽ നിന്നും ഞാൻ ശരണം പ്രാപിക്കുന്നു. (അഹ്മദ്, അബൂദാവൂദ് തുർമുദി, ഇബ്നു മാജാ:)

പ്രവാചക തിരുമേനി പള്ളിയിൽ പ്രവേശിച്ചുവെന്ന് ബിലാൽ (റ)കണ്ടാൽ, ഇഖാമത്ത് (നമസ്ക്കാരം തുടങ്ങുന്നതിനുള്ള അറിയിപ്പ്) വിളിക്കും. ഒപ്പം തിരുമേനിയുടെ അനുചരന്മാരും എഴുന്നേറ്റ് അണിയണിയായി നിന്ന് നമസ്കാരത്തിന് വേണ്ടി തയ്യാറാവുന്നു. ഒരിക്കൽ അണികളെല്ലാം ശരിയാക്കി ജനങ്ങളെല്ലാവരും നമസ്കാരത്തിനൊരുങ്ങുകയും, തിരുമേനി നേതൃസ്ഥാനത്ത് നിലയുറപ്പിക്കുകയും ചെയ്ത ശേഷമാണ് താൻ വലിയ അശുദ്ധിയുള്ളവനാണെന്ന് നബിക്ക് ഓർമ്മവന്നത്. അപ്പോൾ തന്നെ നബി(സ) വീട്ടിലേക്ക് പുറപ്പെടുകയും, പോകുന്നതിന് മുമ്പ് എല്ലാവരും താന്താങ്ങളുടെ സ്ഥാനത്ത് നിലയുറപ്പിക്കണമെന്ന് നിർദ്ദേശിക്കുകയും ചെയ്തു. വീട്ടിൽ പോയി കുളിച്ചുവരുമ്പോൾ വെള്ളത്തിന്റെ തുള്ളികൾ തലയിലൂടെ ഇറ്റിറ്റുവീഴുകയും

ചെയ്തിരുന്നു. (ബുഖാരി. മുസ്ലിം).

ഇതൊക്കെ രഹസ്യമാക്കി, ആരാധനക്ക് വിഘ്നം വരുത്തുകയല്ല നബി(സ) ചെയ്തത്. മാനുഷികമായ എല്ലാ സ്വഭാവത്തിനും താനും വിധേയനാണെന്ന് ജനങ്ങളെ ബോധ്യപ്പെടുത്തുകയായിരുന്നു. റസൂലിന്റെ ജീവിതസ്മൃതിയിലൂടെ തങ്ങളുടെ ജീവിതത്തിനും ഒരു മാർഗ്ഗദീപം സംവിധാനിക്കാൻ അനുചരന്മാർക്കും കഴിഞ്ഞു. നമസ്കാരത്തിന് വേണ്ടി നിൽക്കുമ്പോൾ കാൽപാദങ്ങൾ ശരിയാക്കി നിൽക്കുവാൻ പ്രവാചകൻ ആവശ്യപ്പെടുന്നു. അദ്ദേഹം പറയുന്നു: (സ്വഫ്ഫുകൾ) അണികൾ ചൊവ്വാക്കി നിൽക്കുക, പരസ്പരം ചേർന്ന് നിൽക്കുകയും ചെയ്യുക, തോളോട് തോൾ ചേർന്നും പാദങ്ങൾ അടുത്തടുത്തായും അണികളുടെ ചൊവ്വായ നിൽപ്പ് നമസ്കാരത്തിന്റെ പൂർണ്ണതയിൽപ്പെട്ടതാകുന്നു. (ബുഖാരി, മുസ്ലിം.

പിന്നീട് പ്രവാചകൻ നമസ്കാരത്തിൽ പ്രവേശിക്കുന്നു. രണ്ട് തോളിനു നേരെയും ഇരുകരങ്ങളും ഉയർത്തിയ ശേഷം വലത് കൈ ഇടത് കൈയിന്റെ മുകളിൽ വെയ്ക്കുന്നു. (ബുഖാരി മുസ്ലിം).

താഴെ പറയുന്ന പ്രാർത്ഥന പതുക്കെ ചൊല്ലുന്ന സമയമത്രയും നിശബ്ദത പാലിക്കും. പ്രവാചകൻ പതുക്കെ പറഞ്ഞിരുന്ന പ്രാർത്ഥന ഇതാണ്. *അല്ലാഹുവേ, എനിക്കും എന്റെ പാപങ്ങൾക്കുമിടയിൽ ഉദയാസ്തമന സ്ഥലങ്ങൾക്കിടയിലെന്നപോലെ നീ അകറ്റേണമേ!. വെള്ള വസ്ത്രം അഴുക്കിൽ നിന്ന് വൃത്തിയാക്കുന്നത് പോലെ അല്ലാഹുവേ, നീ എന്നെ വൃത്തിയാക്കേണമേ... അല്ലാഹുവേ ഹിമം കൊണ്ടും, വെള്ളം കൊണ്ടും, ആലിപ്പഴം കൊണ്ടും നീ എന്നെ പാപങ്ങളിൽ നിന്ന് കഴുകി ശുദ്ധിവരുത്തേണമേ.* (ബുഖാരി; മുസ്ലിം).

പിന്നെ ഖുർആനിലെ പ്രാരംഭ അധ്യായം ഫാത്തിഹ ഉച്ചത്തിൽ ഓതും. സ്വസ്ഥതയോടും സുവ്യക്തമായും ഓരോ ആയത്തും മുറിച്ച്, മുറിച്ചായിരിക്കും പാരായണം ചെയ്യുക! അതുകഴിഞ്ഞ് സുദീർഘമായ ഖുർആൻ പാരായണം.

ഒന്നാമത്തെ റകഅത്തിലെ പാരായണം രണ്ടാമത്തെ റക

അത്തിനേക്കാൾ ദീർഘമായിട്ടായിരിക്കും. അറുപത് മുതൽ നൂറു വരെ ആയത്തുകൾ ആയിരിക്കും പാരായണം ചെയ്യുക.

എന്നാൽ വെള്ളിയാഴ്ചത്തെ പ്രഭാത നമസ്കാരങ്ങളിൽ പതിവായി ചില വ്യത്യാസങ്ങളുണ്ട്. അതിൽ ഒന്നാം റകഅത്തിൽ വിശുദ്ധ ഖുർആനിലെ *സജദ* അധ്യായവും രണ്ടാമത്തേതിൽ മനുഷ്യൻ എന്നർത്ഥമുള്ള *അൽ ഇൻസാൻ* അധ്യായവുമാണ് ഓതാറ്. ഈ രംഗം പശ്ചാത്തലമാക്കിക്കൊണ്ട് പ്രവാചക അനുയായികളിലുണ്ടായിരുന്ന കവി അബദുല്ലാഹിബിനു റവാഹ തന്റെ കവിതയിൽ പറയുന്നത് ഇപ്രകാരമാണ്. *ഞങ്ങളിൽ ഒരു ദൈവദൂതനുണ്ട്, പ്രഭാതം പൊട്ടിവിടരുമ്പോൾ അദ്ദേഹം അല്ലാഹുവിന്റെ ഗ്രന്ഥം പാരായണം ചെയ്യുന്നു.*

നമസ്കാരത്തിൽ നിന്ന് വിരമിച്ച് കഴിഞ്ഞാൽ (സലാം പറഞ്ഞാൽ) അപ്പോൾ തന്നെ ഖിബ്ല (മക്കായിലെ കഅബാലയം)ക്ക് അഭിമുഖമായി ഇരുന്നുകൊണ്ട് *ഞാൻ അല്ലാഹുവിനോട് പാപ മോചനത്തിന്നപേക്ഷിക്കുന്നു* എന്ന് മൂന്ന് തവണ പറഞ്ഞ ശേഷം *അല്ലാഹുവേ നീ ശാന്തിയാണ്. നിന്നിൽ നിന്നാകുന്നു ശാന്തിയും, മഹത്വവും, ബഹുമതിയും, ഉടയവനെ. നീ എത്രയും പരിശുദ്ധ നാകുന്നു.* എന്ന് പ്രാർത്ഥിച്ച ശേഷം പ്രവാചകൻ തന്റെ വലതു ഭാഗത്തേക്ക് തിരിഞ്ഞിരിക്കുന്നു ചിലപ്പോൾ ഇടത് ഭാഗത്തേക്കും തിരിഞ്ഞിരിക്കുന്നു.

സഹാബികൾക്കഭിമുഖമായിരിക്കുമ്പോൾ തിരുമേനിയിൽ നിന്ന് അവർ ആദ്യമായി കേൾക്കുന്നത് ഇപ്രകാരമായിരുന്നു. *എന്റെ നാഥാ, നിന്റെ ദാസൻമാരെ പുനരുജ്ജീവിപ്പിക്കുമ്പോൾ നിന്റെ ശിക്ഷയിൽ നിന്ന് എന്നെ കാത്ത് രക്ഷിക്കേണമേ.* (ബുഖാരി മുസ്ലീം)

പിന്നെ അദ്ദേഹം പറയുന്നതിങ്ങനെയാണ്. *അല്ലാഹുവല്ലാതെ ഒരാരാധ്യനുമില്ല. അവൻ ഏകനാകുന്നു. അവന് പങ്കുകാരില്ല. ആധിപത്യം അവന്റേതാണ്. സർവ്വസ്തുതിയും അവനുതന്നെ, അവൻ എല്ലാറ്റിനും കഴിവുള്ളവനാണ്. അല്ലാഹുവിനെ കൊണ്ടല്ലാതെ ശക്തിയും മുക്തിയുമില്ല. അല്ലാഹുവല്ലാതെ ഒരാരാധ്യനുമില്ല. ഞങ്ങൾ അവനെയല്ലാതെ ആരാധിക്കുകയില്ല. അവന്റേതാണ്*

അനുഗ്രഹം. അവന്റേതാണ് ഔദാര്യം. നല്ലതായ പ്രശംസയും അവനുതന്നെ. അല്ലാഹുവല്ലാതെ ഒരാരാധ്യനുമില്ല. സത്യനിഷേധികൾ വെറുത്താലും ഞങ്ങൾ അവന് മാത്രം കീഴ്പ്പെടുന്നു. അല്ലാഹുവേ നീ നൽകിയത് തടയാൻ ആരുമില്ല. നീ തടഞ്ഞത് നൽകുവാൻ ആർക്കും കഴിയില്ല. മഹത്വമുള്ളവന് ആ മഹത്വം നിന്റെ അടുത്ത് യാതൊരു ഫലവും ചെയ്യുകയില്ല.

പിന്നെ. അല്ലാഹു ഏറ്റവും മഹാൻ, സർവ്വസ്തുതിയും അല്ലാഹുവിന്, അല്ലാഹു പരിശുദ്ധൻ എന്നിങ്ങനെ വചനങ്ങൾ ഉരുവിട്ട ശേഷം വിവിധതരം പ്രാർത്ഥനകളും പ്രകീർത്തനങ്ങളും മനഃസാന്നിദ്ധ്യത്തോടെ, ശാന്ത നിശബ്ദമായി അർപ്പിക്കുന്നു. അവയിൽ ചിലത് പഠിപ്പിച്ചത് ഇപ്രകാരമാണ്. ഞങ്ങൾക്ക് പ്രഭാതമായി, അധികാരം അല്ലാഹുവിനാണ്. സർവ്വസ്തുതിയും അല്ലാഹുവിനാകുന്നു. അല്ലാഹുവല്ലാതെ ആരാധ്യനില്ല. അവൻ ഏകനാണ്. അവന്ന് പങ്കുകാരില്ല. അവന്നാണ് ആധിപത്യവും സർവ്വ സ്തുതിയും. എല്ലാത്തിനും കഴിവുള്ളവനാണവൻ. എന്റെ രക്ഷിതാവേ, ഈ പകലിന്റെയും അതിന്റെ ശേഷമുള്ളതിന്റെയും നന്മ നിന്നോട് ഞാൻ ചോദിക്കുന്നു. ഈ പകലിലുള്ളതിന്റെയും അതിന്ന് ശേഷമുള്ളതിന്റെയും തിന്മയിൽനിന്ന് ഞാൻ നിന്നോട് രക്ഷതേടുന്നു. എന്റെ നാഥാ അലസതയിൽ നിന്നും വാർധക്യത്തിന്റെ കെടുതികളിൽ നിന്നും നിന്നോട് ഞാൻ ശരണം പ്രാപിക്കുന്നു. എന്റെ നാഥാ നരക ശിക്ഷയിൽ നിന്നും ഖബറിലെ (കുഴിമാടം) ശിക്ഷയിൽ നിന്നും ഞാൻ നിന്നോട് കാവൽ തേടുന്നു. (മുസ്ലിം. അഹമ്മദ്. അബൂദാവൂദ്).

വൈകീട്ടും ഇതേ പ്രാർത്ഥന തന്നെ പ്രഭാതം എന്നേടത്തു പ്രദോഷം എന്നാക്കി മാറ്റി പ്രാർത്ഥിക്കാറുണ്ട്. മറ്റൊരു പ്രാർത്ഥന ഇപ്രകാരംമാണ്; അല്ലാഹുവേ, തീർച്ചയായും ഇഹത്തിലെയും പരത്തിലെയും സുഖം ഞാൻ നിന്നോട് ചോദിക്കുന്നു. അല്ലാഹുവേ എന്റെ മതത്തിലും ഭൂലോകത്തും കുടുംബത്തിലും സമ്പത്തിലും സുഖവും, മാപ്പും നിന്നോട് ഞാൻ ചോദിക്കുന്നു. അല്ലാഹുവേ എന്നിൽ മറച്ചുവെക്കേണ്ടവ നീ മറച്ചുവെക്കേണമേ. എന്റെ

*ഭയങ്ങളിൽ നീ സുരക്ഷിതത്വം നല്കേണമേ, എന്റെ മുന്നിൽ നിന്നും പിന്നിൽ നിന്നും വലത്തുനിന്നും ഇടത്തുനിന്നും മുകളിൽ നിന്നും എന്നെ രക്ഷിക്കേണമേ, എന്റെ താഴ്ഭാഗത്തുകൂടി എന്നെ നശിപ്പിക്കുന്നതിൽനിന്ന് ഞാൻ നിന്റെ മഹത്വംകൊണ്ട് രക്ഷതേടുന്നു".* (ബുഖാരി, അദബുൽ മുഫ്റദ് അഹമദ് അബൂദാവൂദ് ഇബ്നുമജ)

പ്രവാചകൻ ചെയ്തിരുന്നതും സഖാക്കൾക്ക് പഠിപ്പിച്ചിരുന്നതുമായ മറ്റൊരു പ്രാർത്ഥന നിത്യേന രാവിലെയും വൈകുന്നേരവും മൂന്ന് പ്രാവശ്യം പ്രവാചകൻ അവ പ്രാർത്ഥിച്ചിരുന്നു. *അല്ലാഹുവേ, എനിക്ക് എന്റെ ശരീരത്തിന് സുഖം നൽകേണമേ, അല്ലാഹുവേ എനിക്ക് എന്റെ കാഴ്ചക്ക് നീ സുഖം നൽകേണമേ, നീയല്ലാതെ ഒരാരാധ്യനുമില്ല. അല്ലാഹുവേ, സത്യനിഷേധത്തിൽ നിന്നും ദാരിദ്ര്യത്തിൽ നിന്നും ഖബറിലെ ശിക്ഷയിൽനിന്നും ഞാൻ നിന്നോട് ശരണം പ്രാപിക്കുന്നു. നീയല്ലാതെ ഒരാരാധ്യനുമില്ല.* (ബുഖാരി, അദബുൽ മുഫ്റദ്, അഹമ്മദ്, അബൂ ദാവൂദ്, നസാഇ)

## സന്ദർശകർ

അപ്പോഴേക്കും മദീനയിലെ ചില പരിചാരകർ ജലപാത്രങ്ങളുമായി തിരുമേനിയുടെ അടുക്കൽ വന്നുചേരുന്നു. തിരുമേനിയുടെ കരം ആ ജലപാത്രങ്ങളിൽ മുക്കുവാനും നബിയുടെ അനുഗ്രഹത്തിനും ആശിർവാദത്തിനുമായി. (മുസ്ലിം അഹമ്മദ്)

മദീനയിലെ ചില രക്ഷിതാക്കളും തങ്ങളുടെ കൈകുഞ്ഞുങ്ങളുമായി തിരുമേനിയുടെ പ്രത്യേകമായ പ്രാർത്ഥനകൾക്കും ആശിർവാദങ്ങൾക്കുമായി എത്തുന്നതും ഈ സമയത്ത് തന്നെ. പ്രകാശത്തിന്റെ നിറകുടമായ റസൂലിന്റെ മുഖകമലം ആവോളം ആസ്വദിച്ചും തിരുമേനിയുടെ കരസ്പർശത്തിലും സ്നേഹവായ്പിലും സായൂജ്യമടഞ്ഞും തങ്ങളുടെ ശിശുക്കളുമായി അവർ മദീനയിലെ വിവിധ ഭാഗങ്ങളിലേക്ക് തിരിച്ച് യാത്രയാവുന്നു. നബി

യുടെ സാമീപ്യം അത്രമേൽ ഹൃദ്യമായിരുന്നു അവർക്ക് എന്നതാണ് ഈ സമാഗമം തെളിയിക്കുന്നത്. പ്രഭാതത്തിന്റെ തുടക്കത്തിൽ ഇത്തരം സംഘം നബിയെ കാണാൻ പതിവായി എത്തുന്നു.

# തിരുമേനിയുടെ പ്രഭാതം

പ്രവാചകന്റെ മുഖം അപ്പോഴും തനിക്ക് ചുറ്റും തടിച്ചു കൂടിയ സഹാബികളിലും അനുചരന്മാരിലുമാണ്. നന്നെ പ്രഭാത ത്തിലുള്ള സുബഹി നമസ്കാരത്തിനുശേഷമുള്ള പള്ളിയിലെ ഇരുത്തമാണത്. പ്രഭാതത്തിലെ ഉദയകിരണങ്ങളേറ്റ് അതിസുന്ദര നായ നബിയുടെ ദേഹമാസകലം പ്രകാശപൂരിത മാണപ്പോൾ. അദ്ദേഹത്തിന്റെ നിഷ്കപടമായ സ്നേഹത്തിന്റെയും വിജ്ഞാന ത്തിന്റെയും മുത്തുമണികൾ അവർ ആവോളം പെറുക്കിയെടു ക്കുന്നു.

ആത്മാർത്ഥതയുടേയും സത്യസന്ധതയുടേയും കാരുണ്യ ത്തിന്റെയും ആർദ്രമായ മനസ്സിന്റെയും ഉടമയായിരുന്ന പ്രവാചക ശിരോമണി.

ജൂതനേതാവും പണ്ഡിതനുമായ അബ്ദുല്ലാ ബിൻ സലാം സത്യവിശ്വാസം സ്വീകരിച്ചുകൊണ്ട് പറഞ്ഞതിങ്ങനെ. *മുഹമ്മദ് നബിയുടെ മുഖം ദർശിച്ചപ്പോൾതന്നെ അതൊരു വ്യാജന്റെ മുഖ മായി എനിക്കനുഭവപ്പെട്ടില്ല.* (അഹമ്മദ്, തുർമുദി, ഇബ്നുമാജ, ത്വബ്റാനി)

നബിയുടെ ശിഷ്യൻ ഹസ്രത്ത് ഇർബാദ് ബിൻ സരിയ്യ(റ) പറയുന്നു. *ഒരു ദിവസം പ്രഭാത നമസ്കാരത്തിനുശേഷം സാര ഗർഭമായ ഒരുപദേശം നബി(സ) നൽകി. അതുകേട്ട് കണ്ണീർ ഒഴു ക്കുകയും എല്ലാവരുടേയും ഹൃദയങ്ങൾ കിടുകിടാ വിറക്കുകയും ചെയ്തു. സദസ്സിലൊരാൾ പറഞ്ഞു. ഇതൊരു വിടവാങ്ങൽ വസി യത്ത് പോലുണ്ടല്ലോ. ഞങ്ങൾക്ക് നൽകാനുള്ള ആജ്ഞാ സന്ദേശം*

*എന്താണ് റസൂലേ.*

റസൂൽ പറയുകയാണ്. *മഹാനും പ്രതാപവാനുമായ അല്ലാഹുവോട് 'ഭയഭക്തിബഹുമാനം (തഖ്‌വ) പുലർത്തുക. നിങ്ങളുടെ നേതാവായി വരുന്നത് ഒരടിമ തന്നെയായാലും അയാളെ നിങ്ങൾ കേൾക്കുകയും അനുസരിക്കുകയും ചെയ്യുക. നിങ്ങളിൽ നിന്ന് ജീവിച്ചിരിക്കുന്നവർക്ക് ധാരാളം അഭിപ്രായ വ്യത്യാസങ്ങൾ കാണാനിടയാകും. അപ്പോൾ നിങ്ങൾ എന്റെ ചര്യ മുറുകെ പിടിക്കുക. സന്മാർഗികളും മാതൃകാ യോഗ്യരുമായ ഖലീഫമാരുടെയും. അവയെ നിങ്ങൾ അണപ്പല്ലുകൊണ്ട് കടിച്ചുപിടിക്കുക. മതത്തിൽ പുതുതായി പടച്ചുണ്ടാക്കപ്പെടുന്ന കാര്യങ്ങൾ നിങ്ങൾ സൂക്ഷിക്കണം. 'മതത്തിലില്ലാതെ' നിശ്ചയമായും പുതുതായി ഉണ്ടാക്കപ്പെടുന്നവയെല്ലാം നൂതനരീതികൾ സ്വീകരിക്കലാണ്. എല്ലാ നൂതന രീതികളും ദുർമാർഗമത്രെ!* (അഹമ്മദ്, അബൂദാവൂദ്, തുർമുദി, ഇബ്നുമാജ)

തിരുമേനിയുടെ ജീവിതം തന്നെയാണ് മാതൃക. ലോകത്തിനുള്ള മാതൃകയായി ജീവിക്കുകയായിരുന്നു പ്രവാചകൻ. തന്റെ ചുറ്റിലുമുള്ള അനുയായികൾക്കും സഹാബിമാർക്കും ഓരോ വിഷയവും ബോദ്ധ്യപ്പെടുത്താൻ വേണ്ടി അദ്ദേഹത്തിന്റെ ജീവിതം കണിശമായി ചിട്ടപ്പെടുത്തുകയായിരുന്നു. പ്രവർത്തിച്ച് കാണിക്കുകയായിരുന്നു റസൂൽ. നടത്തത്തിലും ഇരുത്തത്തിലുമെല്ലാം മാതൃകയായൊരു ജീവിതം. എപ്പോഴും ഉപദേശ സംസാരങ്ങൾ കൊണ്ടും പ്രഭാഷണങ്ങൾ കൊണ്ടും അനുയായികളെ ബുദ്ധിമുട്ടിക്കയോ, മടുപ്പിക്കുകയോ ചെയ്യാറില്ല. നബിയുടെ വിശിഷ്ട സഹാബി-ഹസ്രത്ത് ഇബ്നു മസ്ഊദ് (റ) പറയുന്നു. *ഞങ്ങൾക്ക് മടുക്കുമെന്ന് കരുതി സ്ഥലവും സന്ദർഭവും വീക്ഷിച്ച് ചില ദിവസങ്ങളിൽ മാത്രമായിരുന്നു തിരുമേനി ഉപദേശം നല്കിയിരുന്നത്.* (ബുഖാരി, മുസ്ലിം).

# അനുചരന്മാരോടുള്ള പെരുമാറ്റം

**എ**പ്പോഴും കണ്ടുകൊണ്ടിരുന്ന ഏതെങ്കിലും അനുയായിയെ കാണാതിരിക്കുമ്പോൾ അവരെ സംബന്ധിച്ച് നബി അന്വേഷിക്കും.

പ്രവാചക പള്ളി തൂത്തുവാരിയിരുന്ന ഒരു കറുത്ത സ്ത്രീയുണ്ടായിരുന്നു. കുറച്ച് ദിവസങ്ങളായി ആ സ്ത്രീയെ കാണാതിരുന്നപ്പോൾ തിരുമേനി അവരെ തിരക്കി, ആ സ്ത്രീ മരിച്ചുപോയല്ലോ റസൂലേ എന്ന് സഹാബികൾ അറിയിച്ചപ്പോൾ *എന്തുകൊണ്ടെന്നെ ആ വിവരമറിയിച്ചില്ലായെന്ന് നബി ചോദിച്ചു.* അവരുടെ മരണം സംഭവിച്ചത് രാത്രിയിലാണെന്നും ആ രാത്രിയിൽതന്നെ മറമാടിയെന്നും അവർ മറുപടി പറഞ്ഞു. എങ്കിൽ അവരുടെ ഖബറിടം ഒന്ന് കാണിച്ച് തരൂ എന്ന് നബി ആവശ്യപ്പെട്ടു. തിരുമേനി അപ്പോൾ അവരുടെ ഖബറിടം സന്ദർശിച്ചു. അവർക്ക് വേണ്ടി നമസ്കരിക്കുകയും പ്രാർത്ഥിക്കുകയും ചെയ്തു. (ബുഖാരി മുസ്ലിം).

തന്റെ അനുചരന്മാരിൽപ്പെട്ട സാബിത് ബിൻ ഖൈസ് ബിൻ ശമ്മാസിനെ കുറച്ച് ദിവസം കാണാതിരുന്നപ്പോഴും നബി(സ) ആ കൂട്ടായ്മയിൽ അന്വേഷിച്ചു. എന്തുപറ്റി? സാബിത് ബിൻ ഖൈസിന് വല്ല അസുഖവും ബാധിച്ചുവോ? അപ്പോൾ ആ കൂട്ടായ്മയിലുണ്ടായിരുന്ന സഅദ്ബിൻ മുആദ് പറഞ്ഞു. സാബിദ് എന്റെ അയൽവാസിയാണ്. അദ്ദേഹത്തിന് അസുഖമുള്ളതായി ഞാനറിഞ്ഞിട്ടില്ല. അന്വേഷിക്കാം റസൂലെ. അദ്ദേഹം ഉടൻ തന്നെ സാബിതിന്റെ

വീട്ടിലെത്തി. സാബിതുണ്ട് വീട്ടിനുള്ളിൽ കിടന്ന് വാതിലടച്ച് കരയുന്നു. സഅദ് കാര്യം തിരക്കി, എന്താണുണ്ടായതെന്ന് പറയൂ.!! സംഗതി വളരെ മോശമായിപ്പോയി. ഇത് കണ്ടില്ലേ. വിശുദ്ധ ഖുർആനിലെ (ഹുജ്റാത്ത് അധ്യായത്തിലെ രണ്ടാമത്തെ ആയത്ത്) (*സത്യവിശ്വാസികളെ, നിങ്ങളുടെ ശബ്ദങ്ങൾ പ്രവാചക ശബ്ദത്തിന്റെ മീതെ നിങ്ങൾ ഉയർത്തരുത്. അദ്ദേഹത്തോട് സംസാരിക്കുമ്പോൾ നിങ്ങൾ അന്യോന്യം ഒച്ചയിടുകയും ചെയ്യരുത്. നിങ്ങളറിയാതെ തന്നെ നിങ്ങളുടെ കർമ്മങ്ങൾ നിഷ്ഫലമായി പോകാതിരിക്കാൻ വേണ്ടി*) ഞാൻ ശബ്ദം കൂടുതലുള്ള ഒരാളാണല്ലോ. അതുകൊണ്ട് തന്നെ എന്റെ കർമ്മങ്ങളൊക്കെ പാഴായതായി ഞാൻ കരുതുകയും നരകാവകാശികളിൽ ഞാനുൾപ്പെട്ടതായി മനസ്സിലാക്കുകയും ചെയ്യുന്നു. (ഇതായിരുന്നു കരച്ചിലിന്റെ കാരണം. ഇതറിഞ്ഞ പ്രവാചക ശിരോമണി അദ്ദേഹത്തെ സമാശ്വസിപ്പിച്ചുകൊണ്ട് പറയുന്നു. *താങ്കൾ അവരിലൊന്നും പെട്ടവനല്ല. നല്ലവനായി താങ്കൾ ജീവിക്കുകയും സുകൃതവാനായി തന്നെ താങ്കൾ മരണം പൂകുകയും ചെയ്യും. താങ്കൾ സ്വർഗ്ഗസ്ഥരുടെ കൂടെയാണുണ്ടാവുക.* (ബുഖാരി, മുസ്ലിം)

നബിയുടെ ശ്രദ്ധയിൽനിന്ന് മറഞ്ഞുപോകുന്ന ഒരനുയായിയും ശിഷ്യനും നബിക്കില്ല. ആ സന്നിധിയിൽ കുബേരനും കുചേലനുമില്ല. എല്ലാവരും തന്റെ അനുചരവൃന്ദം. സ്നേഹവും നിഷ്കളങ്കതയും സമത്വവും നൽകി ബഹുമാനവും ആത്മാർത്ഥതയും ഉറപ്പാക്കിയ നീതിമാനായ നേതാവാണ് പ്രവാചകൻ.

ഒരിക്കൽ പ്രഭാതവേളയിലെ കൂട്ടായ്മകളൊന്നിൽ വെച്ച് സഖാബികളോട് അദ്ദേഹം ചോദിക്കയാണ്. ആരാണ് ഇന്നലെ രാത്രി സ്വപ്നം കണ്ടതെന്ന് പറയൂ. ഞാനതിന്റെ വ്യാഖ്യാനം പറഞ്ഞു തരാം. ശിഷ്യരായ അനുചരന്മാർ ഓരോരുത്തരായി കണ്ടതായ സ്വപ്നങ്ങൾ അപ്പോൾ തന്നെ പറയുകയും നബി അതിന് അപ്പോൾ തന്നെ വ്യാഖ്യാനം നല്കുകയും ചെയ്തു. ചിലതിന് അല്ലാഹു ഉദ്ദേശിച്ചത് എന്നർത്ഥത്തിൽ *മാശാ അല്ലാഹ്*

എന്ന് പറയും.

ജൂത പണ്ഡിതനും അവരുടെ നേതാവുമായിരുന്ന അബ്ദുല്ലാ ബിൻ സലാം(റ) ഇസ്ലാം ആശ്ലേഷിച്ച് തിരുമേനിയുടെ ഉറ്റവനായി മാറി. ആയിടെ കണ്ട ഒരു സ്വപ്നം സദസ്സിൽ വെച്ച് അദ്ദേഹം വെളിവാക്കുന്നു. ആ സ്വപ്ന വ്യാഖ്യാനം അർത്ഥവത്തും പ്രവാചകത്വത്തിന്റെ സത്യസന്ധതക്കും സാക്ഷിത്വത്തിനും മതി യായ തെളിവുമായിരുന്നു. അദ്ദേഹം പറയുന്നു. നബിയുടെ കാല ത്ത് ഞാനൊരു സ്വപ്നം കണ്ടു. നബിയോടത് ഞാൻ വിവരിച്ചു കൊടുത്തു. അതിപ്രകാരമായിരുന്നു. ഞാനൊരു പൂന്തോപ്പിൽ അതിന്റെ വിശാലതയും ഹരിത ഭംഗിയും ആസ്വദിച്ചു ഇരിക്കുന്നതാ യിട്ടാണ് സ്വപ്നം കണ്ടത്. അതിന്റെ മധ്യത്തിൽ ഒരു ഇരുമ്പ് സ്തംഭം ഉണ്ട്. അതിന്റെ താഴ്ഭാഗം ഭൂമിയിലും മുകൾഭാഗം ആകാശത്തു മാണ്. മുകൾ ഭാഗത്ത് ഒരു പാശവും ഉണ്ട്. ആരോ എന്നോട് പറ ഞ്ഞു. അതിന്മേൽ കയറുക. ഞാൻ പറഞ്ഞു കഴിയുകയില്ല. അങ്ങ നെയിരിക്കെ എനിക്ക് സമീപം ഒരു ഭൃത്യൻ വന്നു. അയാൾ എന്റെ പിന്നിൽ നിന്ന് എന്റെ വസ്ത്രം പിടിച്ചുയർത്തി. അപ്പോൾ ഞാൻ കയറി മുകളിലെത്തി. പാശത്തിൽ പിടിച്ചു. എന്നോട് ആരോ പറ ഞ്ഞു. ബലമായി പിടിച്ചുകൊള്ളുക. അപ്പോൾ ഞാൻ ഉണർന്നു. ആ പാശം എന്റെ കയ്യിൽ തന്നെ ഉണ്ടായിരുന്നു. ഇത് നബിയോട് ഞാൻ വിവരിച്ച് കൊടുത്തപ്പോൾ അദ്ദേഹം പറഞ്ഞു. ആ പൂന്തോപ്പ് ഇസ്ലാമാണ്. ആ സ്തംഭം ഇസ്ലാമിന്റെ സ്തംഭമാണ്. ആ പാശം ബലിഷ്ട പാശമാണ്. (ഈമാനും ഇസ്ലാമും) താങ്കൾ മരണം വരെ ഇസ്ലാമിലായിരിക്കും. (ബുഖാരി. മുസ്ലിം)

മറ്റൊരിക്കൽ ഒരാൾ കണ്ട സ്വപ്നം തിരുമേനിയോട് തന്നെ അറിയിച്ചത് ഇപ്രകാരമാണ്. ഇക്കഴിഞ്ഞ രാത്രിയിൽ നെയ്യും തേ നും വർഷിച്ച് കൊണ്ടിരിക്കുന്ന കാർമേഘത്തെ ഞാൻ സ്വപ്നം കണ്ടു. ജനങ്ങൾ അത് വാരിയെടുത്തുകൊണ്ടിരിക്കുന്നു. അവരിൽ ധാരാളം കിട്ടിയവരും അല്പം ലഭിച്ചവരുമുണ്ട്. അപ്പോഴതാ ഭൂമിയിൽ നിന്നും ആകാശത്തേക്ക് എത്തുന്ന ഒരു കയർ. താങ്കൾ ആ കയറിൽ പിടിച്ച് മേലോട്ട് കയറിപ്പോകുന്നത് ഞാൻ കണ്ടു.

പിന്നീട് മറ്റൊരാൾ അതിൽ പിടിച്ച് മേൽപോട്ട് കയറി. തുടർന്ന് മറ്റൊരാളും അതിലൂടെ കയറി പിന്നീട് വേറൊരാൾ അതിന്മേൽ പിടിച്ചു. അപ്പോൾ കയററ്റു. കയർ വീണ്ടും ബന്ധിപ്പിച്ചു. അപ്പോൾ ഹസ്രത്ത് അബൂബക്കർ പറഞ്ഞു. റസൂലെ അല്ലാഹുവാണെ സത്യം അങ്ങ് എന്നെ അനുവദിക്കുകയാണെങ്കിൽ ഇതിന്റെ വ്യാഖ്യാനം ഞാൻ പറയാം. നബി(സ) പറഞ്ഞു വ്യാഖ്യാനം പറഞ്ഞോളൂ. ഹസ്രത്ത് അബൂബക്കർ പറയുകയാണ്, കാർമേഘം എന്നത് ഇസ്ലാമാണ്. തേനും, നെയ്യും, ഖുർആൻ ആണ്. അതിന്റെ മാധുര്യമാണ് വർഷിക്കുന്നത്.

ഖുർആനിൽ നിന്ന് കൂടുതൽ ഗ്രഹിച്ചവരും അല്പം മാത്രം ഗ്രഹിക്കാൻ സാധിച്ചവരുമുണ്ട്. ആകാശം ഭൂമിയുമായി ബന്ധിപ്പിക്കുന്ന കയർ താങ്കൾ മുറുകെ പിടിച്ചിരിക്കുന്ന സത്യമാർഗ്ഗമാണത്. താങ്കൾ അതിൽ മുറുകെ പിടിക്കുമ്പോൾ താങ്കളെ അല്ലാഹു മേൽപ്പോട്ടുയർത്തും. താങ്കൾക്ക് ശേഷം ഒരാൾ അത് മുറുകെ പിടിക്കും. അത് കാരണം അദ്ദേഹവും ഉയരും. തുടർന്ന് മറ്റൊരാളും അത് മുറുകെ പിടിച്ച് ഉയരും. തുടർന്ന് വേറൊരാൾ അതിൽപ്പിടിച്ചു കയറുമ്പോൾ കയററ്റുപോകും. പിന്നീട് ആ കയർ ബന്ധിക്കപ്പെടും. അപ്പോൾ അയാളും അത് മുഖേന ഉയർന്ന് പോകും.

അല്ലാഹുവിന്റെ റസൂലെ, എന്റെ പിതാവാണെ, അങ്ങേക്ക് സമർപ്പണം. എന്റെ വ്യാഖ്യാനം ശരിയോ, തെറ്റോ എന്ന് പറഞ്ഞാലും. തിരുമേനി മറുപടി പറഞ്ഞു. താങ്കൾ പറഞ്ഞ ചിലത് ശരിയും ചിലത് തെറ്റുമാണ്. അബൂബക്കർ ചോദിച്ചു. അല്ലാഹുവാണ്, എനിക്ക് ഏതാണ് തെറ്റ് പറ്റിയതെന്ന് പറഞ്ഞുതന്നാലും. നബി പറഞ്ഞു. താങ്കൾ ശപഥം ചെയ്യരുത്. അവർ കാണുന്ന സ്വപ്നങ്ങളിൽ വരെ തങ്ങളുടെ മതവും പ്രവാചകനുമായിരുന്നു അവർക്കുണ്ടായിരുന്നത്. ഉറക്കത്തിലും ഉണർവ്വിലും മങ്ങാത്തതും തങ്ങളിൽ നിന്ന് മാഞ്ഞുപോകാത്തതുമായ ഒരു ബിന്ദുവായി അവരുടെ നബി അവർക്കൊപ്പം എന്നും നിറഞ്ഞു നിന്നിരുന്നു. ചില സന്ദർഭത്തിൽ തിരുമേനി ദർശിച്ച സ്വപ്നവും അദ്ദേഹം അവരോടു പറയും. പരലോകത്തിലെ അതിദാരുണവും ഭയാനകവുമായ രംഗങ്ങൾ ഉൾകൊള്ളുന്ന ഒരു

സ്വപ്നം പ്രവാചകൻ അവരോട് പറയുന്നു.

പ്രഭാതത്തിലെ ഇത്തരം സംഗമങ്ങളിൽ സഹാബികൾ തിരുമേനിയുമായി ഹൃദയം തുറന്ന ചർച്ചകളിലും സംസാരത്തിലും ഏർപ്പെടുമായിരുന്നു.

ജാഹിലിയ്യാ (ഇസ്ലാമിന് മുമ്പുള്ള കാലം) കാലത്ത് അവർ ആണ്ട് പോയിരുന്ന വഴികേടുകളെ സംബന്ധിച്ചും അവർ കാട്ടിക്കൂട്ടിയിരുന്ന നാനാതരം വങ്കത്തരങ്ങളെയും പേക്കൂത്തുകളെയും വിഡ്ഢിത്തങ്ങളെകുറിച്ചുമെല്ലാം ആ ചർച്ചകളിൽ അവർ അയവിറക്കും.

ഔദാര്യവാനായ അല്ലാഹുവിന്റെ അമേയമായ കാരുണ്യം കൊണ്ട് ഇസ്ലാമിക വഴിയിൽ പ്രവേശിച്ചതിന്റെ സന്തോഷം പ്രകടിപ്പിക്കുമ്പോൾ തന്നെ അക്കാലത്ത് അവർ കാട്ടിക്കൂട്ടിയിരുന്ന പല തരം കോമാളിത്തങ്ങൾ പറഞ്ഞ് അവർ ചിരിക്കുകയും ചെയ്യും. ഇതൊക്കെ കേട്ട് തിരുമേനിയും പുഞ്ചിരി തൂവുകയായിരിക്കും ചെയ്യുക.

നബിയുടെ ചിരി ഒരു മന്ദഹാസത്തിൽ ഒതുങ്ങും. (മുസ്ലിം നസാഇ) അങ്ങനെ പ്രവാചകൻ അവരോടൊരുമിച്ച് സൂര്യോദയം വരെയുണ്ടാവും. പിന്നീട് ദൂതർ തന്റെ ഭാര്യമാരുടെ അടുത്തേക്ക് നീങ്ങുന്നു. പള്ളിയിൽ നിന്ന് പുറത്ത് കടക്കുമ്പോൾ ഇങ്ങിനെ പ്രാർത്ഥിക്കുന്നു. *അല്ലാഹുവിന്റെ നാമത്തിൽ, അല്ലാഹുവിന്റെ ദൂതരിൽ അല്ലാഹുവിന്റെ അനുഗ്രഹവും ശാന്തിയുമുണ്ടാവട്ടെ. അല്ലാഹുവേ, എന്റെ പാപങ്ങളൊക്കെയും നീ പൊറുത്തുതരേണമേ, നിന്റെ ഔദാര്യത്തിന്റെ കവാടം എനിക്ക് തുറന്ന് തരികയും ചെയ്യേണമേ.* (അഹമദ്, ദാരിമി, തുർമുദി).

# പ്രവാചകൻ കുടുംബവുമായി

വീട്ടിൽ പ്രവേശിച്ചാലുടനെ ആദ്യമായി രണ്ട് കാര്യങ്ങൾ പ്രവാചകൻ ചെയ്യും. ഒന്ന് മിസ്‌വാക്ക് കൊണ്ട് ദന്തശുദ്ധി വരുത്തും. മറ്റൊന്ന് ഭാര്യമാർക്ക് സമാധാനത്തിന്റെ പ്രാർത്ഥന (സലാം) ചൊല്ലുകയും ചെയ്യും. അപ്പോൾ തന്നെ എല്ലാ ഭാര്യമാരുടെ അടുത്തും ഒരോട്ട പ്രദിക്ഷണം നടത്തും. അവരോടൊക്കെയും കുശലാന്വേഷണങ്ങൾ നടത്തുകയും ഓരോരുത്തരുടെയും സ്ഥിതിഗതികൾ മനസ്സിലാക്കി വല്ല ആവശ്യങ്ങളുണ്ടെങ്കിൽ അതൊക്കെ നിറവേറ്റിയ ശേഷം അവിടുന്ന് മടങ്ങുകയും ചെയ്യുന്നു. ഒരു ദിവസം പ്രവാചകൻ ഹസ്രത്ത് ജുവൈരിയ്യാ(റ) എന്ന തന്റെ ഭാര്യയെ സന്ദർശിക്കുമ്പോൾ അവർ നമസ്കാരത്തിലായിരുന്നു. ആ നമസ്കാരത്തിന് ഭംഗം വരുത്താതെ റസൂൽ(സ) തിരിച്ചു പോന്നു. (ബുഖാരി, അദ ബുൽ മുഫ്റദ് - മുസ്ലിം ഇബ്നുമാജ, നസാഇ) ചിലപ്പോൾ ആഹാരം വല്ലതുമുണ്ടോ എന്ന് ഭാര്യമാരോട് ചോദിക്കുമ്പോൾ *ഒന്നുമില്ല* എന്ന മറുപടിയാണ് കിട്ടുന്നതെങ്കിൽ അവരെ ആശ്വസിപ്പിച്ചുകൊണ്ട് പ്രവാചകൻ പറയുക, എങ്കിൽ ഞാനിന്ന് നോമ്പുകാരനെന്നാണ്. (ബുഖാരി, മുസ്ലിം) കുടുംബത്തിന്റെ സകല കാര്യങ്ങളിലും പ്രവാചകൻ പൂർണ്ണ ശ്രദ്ധയാണ് പുലർത്തിയത്. ഒരാൾക്കും ഒരു ഭംഗവും വരുത്താതെ ഇടപഴകാൻ പ്രവാചകൻ നിഷ്കർഷ പുലർത്തി.

# തിരുമേനിയുടെ രാഷ്ട്രീയ, സാമൂഹിക സദസ്സ്

രാവിലത്തെ ഗൃഹസന്ദർശനം കഴിഞ്ഞാൽ നബി(സ) മസ്ജിദുന്നബവിയിലേക്ക് തന്നെ മടങ്ങുന്നു. അന്നേരമാണ് തിരുമേനിയുടെ രാജ്യസഭ. പള്ളിയിൽ പ്രവേശിക്കുമ്പോൾ *സരിയ്യത്തുൽ മുഹാജിരിൻ* എന്ന ഭാഗത്ത് വെച്ചാണ് അദ്ദേഹം പള്ളിയിൽ പ്രവേശിച്ചാലുള്ള തഹിയ്യത്ത് നമസ്കാരം നിർവ്വഹിക്കാറ്. പ്രവാചക പള്ളിയിലെ പൂന്തോപ്പ് എന്ന് പറയുന്ന റൌദയുടെ മദ്ധ്യത്തിലാണാ സ്ഥലം.

പിന്നീട് തിരുമേനി(സ) റൌദയുടെ കിഴക്ക് ഭാഗത്തുള്ള ആയിശയുടെ വീടിന് അവലംബമായിരിക്കുന്നു. അവിടെയാണ് നബി(സ) ആസ്ഥാന സഭ സമ്മേളിക്കുന്നത്. സഹാബികളും മറ്റ് അനുയായികളും സന്ദർശകന്മാരുമെല്ലാം അവിടേക്ക് എത്തിച്ചേരുന്നു. അത് എപ്പോഴെങ്കിലും ചേരുന്ന സഭയല്ല. ആ സഭ എന്നും പതിവുള്ള മജ്ലിസായി മാറിയിട്ടുണ്ട്. അതുകൊണ്ട് തന്നെ ഈ സഭയിൽ സഹാബികളും അനുയായികളും ഏറിയോ, കുറഞ്ഞോ ഉണ്ടായിരിക്കുകയും ചെയ്യും. അതൊക്കെ തന്നെ അവരുടെ ജീവിത ചുറ്റുപാടുകളും മറ്റ് പരിതസ്ഥിതികളും പരിഗണിച്ചാണെന്ന് മാത്രം.

കുറച്ചുപേരെ ഉള്ളുവെങ്കിൽ അവർ പ്രവാചകന് ചുറ്റും വട്ടമിട്ടിരിക്കും. അധികമാളുകളുണ്ടെങ്കിൽ എല്ലാവരെയും എണ്ണത്തിനനുസരിച്ചു അണികളായിട്ടാണിരുത്തുക. (അബൂദാവൂദ്).

എല്ലാവരും ഇരുന്നു കഴിഞ്ഞാൽ പ്രവാചകൻ സംഭാഷണത്തിലേർപ്പെടും. സ്ഫുടതയോടും ഭാഷാ സൗകുമാര്യത്തോടും കൂടിയുള്ള വശ്യസുന്ദരമായ ഭാഷണം എല്ലാവരുടെ മനസ്സിനെയും ആകർഷിക്കുകയും സ്വാധീനിക്കുകയും ചെയ്യുന്നു. വേഗത്തിലോ പതുക്കയോ അല്ല, ആ സംഭാഷണ പ്രക്രിയ. സുവ്യക്ത സുവിതമായുള്ള ആ ശൈലി എത്ര മധുരമനോഹരമായിരുന്നെന്ന് നബി (സ)യുടെ പത്നി ആയിശ(റ) പറയുന്നത് കേട്ടാൽ ബോധ്യമാകും. *അല്ലാഹുവിന്റെ ദൂതർ സംസാരിക്കുമ്പോൾ വാക്കുകൾ എണ്ണാനുദ്ദേശിക്കുന്നവന് അവ എണ്ണി കണക്കാക്കാൻ കഴിയുമായിരുന്നു.* മഹതി തുടരുന്നു, *നിങ്ങൾ (സഹാബികൾ) തുടരെ ധൃതിയിൽ സംസാരിക്കുന്നത് പോലെ റസൂൽ(സ) സംസാരിക്കാറുണ്ടായിരുന്നില്ല.* (ബുഖാരി, മുസ്ലിം).

ഏറിയ കൂറും തിരുമേനിയുടെ വിജ്ഞാന സദസ്സ് സംഗ്രാഹ്യരൂപേണയുള്ള ചർച്ചകളും ചോദ്യോത്തര രൂപത്തിലുള്ളതും പഠന കാര്യങ്ങളുമായിരിക്കും. *നോക്കൂ, വൻപാപങ്ങളെ സംബന്ധിച്ച് ഞാൻ നിങ്ങൾക്കറിയിപ്പ് തരട്ടയോ?* നബി ചോദിക്കുന്നു.

അതെ, അല്ലാഹുവിന്റെ ദൂതരെ അവരുടെ മറുപടി. *അല്ലാഹുവിൽ പങ്ക് ചേർക്കുക. മാതാപിതാക്കളെ പീഡിപ്പിക്കുക. കള്ള സാക്ഷ്യം വഹിക്കുക മുതലായവയാണെന്ന്* നബി ഉത്തരം നൽകുന്നു. ചില ചോദ്യങ്ങളിലെ ഉത്തരം വളരെ വിപുലമായ അർത്ഥം ഉൾക്കൊള്ളുന്നതുമായിരിക്കും. തിരുമേനി ചോദിക്കുന്നു. ദരിദ്രവാസി ആരാണെന്ന് നിങ്ങൾക്കറിയുമോ?

ഞങ്ങളിൽ ദരിദ്രവാസി എന്ന് പറയുന്നവൻ ദിർഹമും ദീനാറും ഇല്ലാത്തവനാണ്! അവർ ഉത്തരമെന്നോണം പറഞ്ഞു.

എന്നാൽ എന്റെ സമുദായത്തിൽ ദരിദ്രവാസി (പാപ്പർ) എന്ന് പറയുന്നവൻ നമസ്കാരം, നോമ്പ്, സകാത്ത് (നിർബന്ധ ദാനം) നിർവ്വഹിച്ച ശേഷം അന്ത്യനാളിൽ വിചാരണക്ക് വന്നവനാണവൻ. ഒരാളെ (ഭൂലോകത്ത്) അവൻ ചീത്തപറഞ്ഞിട്ടുണ്ട്. വേറൊരാളെ കുറിച്ച് അപവാദ പ്രചരണത്തിലേർപ്പെട്ടിട്ടുണ്ട്. ഇനിയുമൊരാളുടെ ധനം അതിക്രമമായി ഭുജിച്ചിട്ടുമുണ്ട്.

പിന്നെയും ഒരാളുടെ രക്തം ചിന്തിയവനോ, വേറൊരാളെ അടിച്ചു വേദനിപ്പിച്ചവനോ ആയിരിക്കും. അവന്നും ഇവന്നുമൊക്കെ അതിന് പകരമായി തന്റെ നന്മകളിൽ നിന്ന് എടുത്ത് അവർക്ക് നല്കും. അവരുടെയൊക്കെ (ബാധ്യത) മൂലം അവന്റെ നന്മകൾ തീർന്ന് പോയാൽ. അവരുടെ പാപങ്ങളിൽ നിന്നും എടുത്ത് ഇവന്ന് ചാർത്തുന്നു. പിന്നെ അവനെ നരകത്തിലേക്ക് തള്ളുകയും ചെയ്യും. (മുസ്ലിം അഹ്മദ്, തുർമുദി, ബൈഹഖി)

ഇത്തരം സന്ദർഭങ്ങളിൽ തന്നെയാണ് ചോദ്യങ്ങളിലൂടെ പ്രവാചകൻ തന്റെ സഹാബികളുടേയും ശിഷ്യന്മാരുടെയും ബുദ്ധി വൈഭവം മനസ്സിലാക്കുന്നതും പരീക്ഷണം നടത്തുന്നതും.

ഒരിക്കൽ റസൂൽ തിരുമേനി ചോദിക്കുകയാണ്. *നമ്മുടെ സ്വഭാവത്തോട് സാമ്യമായൊരു വൃക്ഷമുണ്ട്. അതേതാണന്ന് പറഞ്ഞുതരാൻ നിങ്ങൾക്കാകുമോ?* സഹാബികൾ തലപുകഞ്ഞ് ആലോചിച്ചു. മലഞ്ചെരുവുകളിലെ വൃക്ഷങ്ങളൊക്കെ അവരുടെ മനോമുകുരത്തിൽ തെളിഞ്ഞുവന്നു. എന്നിട്ടും ആ പേര് മാത്രം അവർക്ക് ലഭിച്ചില്ല. നബിയോടവർ ചോദിച്ചു, ഏതാണ് നബിയേ അത്. *അതാണ് ഈത്തപ്പന,* നബി(സ) അവർക്ക് ഉത്തരം നൽകി. (ബുഖാരി, മുസ്ലിം) ശ്രോതാവിന്റെ പ്രത്യേക ശ്രദ്ധക്കായ് ചില പ്രധാനകാര്യങ്ങൾ മൂന്ന് പ്രാവശ്യം ആവർത്തിച്ചാവർത്തിച്ച് ഉണർത്തും. ചിലപ്പോൾ അതിലധികം പ്രാവശ്യവും. (ബുഖാരി, മുസ്ലിം)

വൻപാപങ്ങളെ സംബന്ധിച്ച് പറഞ്ഞപ്പോൾ പ്രവാചകൻ ആ കാര്യങ്ങൾ ആവർത്തിച്ചുകൊണ്ടേയിരുന്നു. (ബുഖാരി, മുസ്ലിം, അഹ്മദ്) അതുപോലെ ഓർക്കാപ്പുറത്തും ചില ചോദ്യങ്ങൾ തിരുമേനി ചോദിക്കാറുണ്ട്. അത് ഇങ്ങനെയാണ്. റമദാനല്ലാത്ത കാലത്താണ് ചോദ്യം. ഇന്നാരാണ് നിങ്ങളിൽ നോമ്പ് അനുഷ്ഠിച്ചിട്ടുള്ളത്? അങ്ങനെ ഒരു ചോദ്യം ഉണ്ടാകുമായിരുന്നുവെങ്കിൽ അവർ എല്ലാവരും നോമ്പ് അനുഷ്ഠിക്കുമായിരുന്നു. എല്ലാവരും നിശബ്ദത പാലിച്ചപ്പോൾ ഹസ്രത്ത് അബൂബക്കർ സിദ്ദീഖ് പറഞ്ഞു. ഞാനുണ്ട് സത്യദൂതരെ. അപ്പോൾ തന്നെ മറ്റൊരു ചോദ്യം

കൂടി വന്നു. നിങ്ങളിൽ ഇന്നാരാണ് ഒരു രോഗിയെ സന്ദർശിച്ചത്? അപ്പോഴും അവരെല്ലാവരും മിണ്ടാതിരുന്നു. അപ്പോഴും അബൂബക്കർ (റ) പറഞ്ഞു. ഞാൻ സന്ദർശിച്ചു നബിയേ, പിന്നേയും റസൂൽ(സ) ചോദിച്ചു. നിങ്ങളിൽ ആരുണ്ടിന്ന് ജനാസ (മരിച്ചയാളിന്റെ മഞ്ചം) പിന്തുടർന്നവൻ? അവരൊക്കെ നിശബ്ദത പാലിച്ചപ്പോഴും അബൂബക്കർ സിദ്ധീഖ് പറഞ്ഞു. ഞാൻ മരിച്ചയാളിന്റെ മഞ്ചം ശ്മശാനത്തിലേക്ക് പിന്തുടർന്നിരിക്കുന്നു റസൂലേ, പിന്നേയും നബി ചോദിച്ചു. ഇന്നാരാണ് അഗതിക്ക് ആഹാരം നൽകിയത്. അപ്പോഴും എല്ലാവരും നിശബ്ദത പാലിച്ചപ്പോഴും അബൂബക്കർ പറഞ്ഞു. ഞാൻ അഗതിക്ക് ആഹാരം നല്കിയിരിക്കുന്നു പ്രവാചകരേ! നബി പറഞ്ഞു. ഒരൊറ്റ ദിവസം തന്നെ ഈ നാല് കാര്യങ്ങളും ഒരാളിൽ ഒരുമിച്ചു കൂടിയിട്ടുണ്ടെങ്കിൽ അയാൾ സ്വർഗ്ഗത്തിൽ പ്രവേശിക്കുക തന്നെ ചെയ്യുന്നതാണ്. (ബുഖാരി അദ്ബുൽ മുഫ്റദ്, മുസ്ലിം, അഹ്മദ്)

സിദ്ദീഖുൽ അക്ബർ അബൂബക്കറിന്റെ ഉത്തരവും പ്രവാചകന്റെ ചോദ്യവും ശേഷമുള്ള പ്രശംസയും സദസ്സിലുള്ള എല്ലാവർക്കും പ്രചോദനവും പ്രോത്സാഹനവുമായിരുന്നു. ചില സമയത്ത് വിവരണത്തിന്റെ ശൈലിയായിരിക്കും തിരുമേനി സ്വീകരിക്കുക, അമാനത്തിനെ സംബന്ധിച്ച് നബിയുടെ പ്രിയ ശിഷ്യൻ ഹസ്രത്ത് ഹുദൈഫ ഉദ്ധരിക്കുന്നതിങ്ങനെ. മനുഷ്യ ഹൃദയങ്ങളിൽ നിന്ന് അമാനത്ത് (വിശ്വസ്ഥത) ഇല്ലാതാവുന്നത് സംബന്ധിച്ചു തിരുദൂതർ പറയുന്നു. *മനുഷ്യൻ ഉറങ്ങുമ്പോൾ അവന്റെ ഹൃദയത്തിൽ നിന്നും 'അമാനത്ത്' എന്ന ഗുണം പിടിച്ചുവെക്കപ്പെടും.* തീപൊള്ളിയ നേരിയ പാടുപോലെയുള്ള അടയാളമാണ് അവിടെ ഉണ്ടാവുക. അവൻ വീണ്ടും ഉറങ്ങുമ്പോൾ ബാക്കിയുള്ള അമാനത്തും പിടിക്കപ്പെടും. പിന്നീട് അവിടെ ബാക്കിയുണ്ടാവുക കാലിലേക്ക് ഉരുണ്ടുവീണ തീക്കനൽ കാരണം തീപൊള്ളി വീർത്ത പൊള്ള പോലെയുള്ള ഒന്നായിരിക്കും. അത് നിറഞ്ഞ് നിൽക്കുന്നതായി നിനക്ക് തോന്നും. എന്നാൽ അതിൽ ഒന്നുമുണ്ടാകുകയില്ല. ജനങ്ങൾ വീണ്ടും അവനുമായി കൊടുക്കൽ, വാങ്ങലുകളിൽ ഏർപ്പെട്ടുകൊണ്ടിരിക്കും. അവരിലാരും വിശ്വസ്തത പാലിക്കുകയില്ല. അങ്ങനെ

അത്ഭുതത്തോടെ അവർ ഇന്ന കുടുംബത്തിൽ ഒരു വിശ്വസ്ഥനുണ്ട്!! എന്ന് പറയാനിടയാവും. അവനെത്ര ബുദ്ധിമാനാണ്. സമർത്ഥനാണ്. എത്ര ശക്തനും ക്ഷമാശാലിയുമാണ്. പക്ഷേ, അവന്റെ ഹൃദയത്തിൽ ഒരു കടുക് മണിത്തൂക്കം പോലും (ഈമാൻ) സത്യവിശ്വാസമുണ്ടായിരിക്കുകയില്ല. (ബുഖാരി, മുസ്ലിം).

നല്ലൊരു ഗുരുപഥത്തിന്റെ ഗാംഭീര്യതയും തൃഷ്ണാബോധവും ആ സദസ്സിനുണ്ടായിരുന്നു. കേവലം നേരംപോക്കിനല്ല അവർ അവിടെ സമ്മേളിച്ചത്. മനുഷ്യഹൃദയങ്ങളെ ഇളക്കി മറിക്കുന്നതും ശ്രോതാവിന്റെ മനസ്സിന്റെ അടിത്തട്ടിൽ ചലനമുണ്ടാക്കുന്നതുമായ അധ്യാപനമാണ് പ്രവാചക സദസ്സിന്റെ സവിശേഷത. ശിഷ്യന്മാരെ വെറും വിദ്യാർത്ഥികളായിട്ടോ, ശ്രോതാവായിട്ടോ അല്ല പ്രവാചകൻ കണ്ടത്. അവരെ കൂടി അധ്യാപനത്തിന്റെ മാസ്മരികതയിൽ പങ്കാളികളാക്കിക്കൊണ്ടുള്ള വിജ്ഞാനത്തിന്റെയും വിദ്യയുടെയും ഒരു പുതിയ രീതിയാണ് അവലംബിച്ചത്...

ഈ സദസ്സുകൾ എപ്പോഴും ഭക്തിയുടേയും ദൈവിക സമർപ്പണ നിർവൃതിയുടേയും കേദാരങ്ങളായിരുന്നു. പാപമോചന പ്രാർത്ഥനകളും പശ്ചാത്താപത്തിനുള്ള തേങ്ങലുകളും തേട്ടങ്ങളും കൊണ്ട് മുഖരിതമാവും. ഈ വിഷയത്തിലുള്ള തങ്ങളുടെ ആത്മഗുരുവും ആചാര്യനേതാവുമായ പ്രവാചക ശിരോമണി നടത്താറുള്ള പാപമോചന പ്രാർത്ഥനകളും ഇസ്തിഗ്ഫാറുകളും പശ്ചാത്താപ തൌബകളുമൊക്കെ അനുയായികളെയും ശിഷ്യരെയും സജീവരും ഊർജ്ജിതരുമാക്കുന്നു. *എന്റെ നാഥാ, എനിക്ക് പൊറുത്ത് തരികയും എന്റെ പശ്ചാത്താപം സ്വീകരിക്കുകയും ചെയ്യേണമേ. നീ അധികമായി പശ്ചാത്താപം സ്വീകരിക്കുന്നവനും ധാരാളമായി പൊറുക്കുന്ന വനുമാണ്.* ഈ പ്രാർത്ഥന ഒരേ സ്ഥലത്ത് വെച്ച് ആയിരത്തോളം തവണ റസൂൽ(സ) പ്രാർത്ഥിക്കുന്നത് സഹാബികൾ കേൾക്കാറും അവരത് ഹൃദിസ്ഥമാക്കാറും ഉരുവിടാറുമുണ്ട്. (ബുഖാരി, അദബുൽ മുഫ്റദ്, മുസ്ലിം, അഹമദ്, അബൂദാവൂദ്, തുർമുദി)

ഇത്തരം പ്രഭാത സദസ്സുകളിലേക്ക് സഹാബികളായ രക്ഷക

ർത്താക്കൾ തങ്ങളുടെ ശിശുക്കളേയും ചെറിയ പൈതങ്ങളേയും കൊണ്ട് തിരുമേനിയുടെ അടുക്കൽ വരികയും, അവർക്ക് വേണ്ടി തിരുമേനി അനുഗ്രഹത്തിനും ദീർഘായുസ്സിനും പ്രാർത്ഥിക്കുകയും, വാത്സല്യാതിരേകത്താൽ ആ കുഞ്ഞുമക്കൾക്ക് ആശിർവാദങ്ങൾ അർപ്പിക്കുകയും ചെയ്യുന്നു.

ശിശുക്കൾക്ക് ഈത്തപഴം ചവച്ച് അവരുടെ വായിൽ വെച്ച് കൊടുക്കും, ചില പൈതങ്ങളുടെ നാമകരണം നടത്തുന്നതും അത് നിർദേശിക്കുന്നതും പ്രവാചകൻ തന്നെയായിരിക്കും. (ബുഖാരി, മുസ്ലീം) ഇതിൽ ഒരു സംഭവം അബൂ ഉബൈദ്ദ് മാലിക് ബിൻ റബീഅ അസ്പഅധി(റ) അൽ സഇദി പറയുന്നു.

എനിക്കൊരു കുഞ്ഞു പിറന്നു. ഒരാൺകുട്ടി. ഞാൻ അവനുമായി നബിയുടെ സന്നിധിയിലെത്തി. നബി അവനെ തന്റെ മടിയിൽ വെച്ചു. സദസ്സിൽവെച്ചു തിരുമേനിക്ക് പ്രമാദമായ ഒരു സംഗതി നേരിട്ടു. അദ്ദേഹം കുട്ടിയെ തന്റെ മടിയിൽ നിന്ന് എടുത്തു അബു ഉസൈദിനെ തന്നെ ഏല്പിച്ചു. തന്റെ ജോലി അവസാനിച്ചു കഴിഞ്ഞപ്പോൾ കുട്ടിയെപ്പറ്റിയുള്ള ഓർമ നബിക്കുണ്ടായി, നബി ചോദിച്ചു. ആ ശിശു എവിടെ? അബു ഉസൈദു പറഞ്ഞു. അവനെ ഞങ്ങൾ തിരികെ കുടുംബത്തിലേൽപ്പിച്ചു റസൂലേ, അന്നേരം റസൂൽ ചോദിച്ചു. കുട്ടിക്കെന്താണ് നിങ്ങൾ പേരിട്ടത്, അവർ വിളിച്ച ഒരു പേരും അബു ഉസൈദ് പറഞ്ഞു. വേണ്ട ഇനി അവന്റ പേര് അൽ മുൻദിർ എന്നാണ്. അന്ന് മുതൽ ആ കുഞ്ഞ് അൽ മുൻദിർ ആയി മാറി (ബുഖാരി മുസ്ലിം)

മദീനാ നിവാസികളുടെ കാർഷിക വികസനത്തിന്റെ മുഖ്യ ഇനമായ ഈത്തപ്പന കുലച്ചാൽ ആദ്യ കുല പലരും നബിയുടെ സദസ്സിൽ കൊണ്ടു വരും. കർഷകരുടെ ആഹ്ലാദാഘോഷങ്ങളിൽ നബിയും പങ്ക് ചേരുന്നു. ദാനമായി നൽകിയ കുല സ്വീകരിച്ചു കൊണ്ട് ആ കാർഷിക വിളയ്ക്കും കർഷകർക്കും വേണ്ടി പ്രവാചകൻ പ്രാർഥിക്കുന്നു. *അല്ലാഹുവേ, ഞങ്ങളുടെ കാർഷിക ഫലങ്ങളിൽ ഞങ്ങൾക്ക് നീ അഭിവൃദ്ധിയും അനുഗ്രഹവും നൽകേണമേ, ഞങ്ങളുടെ മദീനക്കും, ഞങ്ങളുടെ അളവു തൂക്കമായ, സാഇന്നും*

*മുദ്ദിന്നും അനുഗ്രഹത്തിന്റെ മേൽ അനുഗ്രഹം ചൊരിയേണമേ. അല്ലാഹുവേ, ഇബ്രാഹിം നിന്റെ ദാസനും ഖലീലും പ്രവാചകനുമാണ്. അദ്ദേഹം മക്കയുടെ അഭിവൃദ്ധിക്കായി പ്രാർത്ഥിച്ചപോലെ ഞാനിതാ മദീനക്കുവേണ്ടിയും നിന്നോടു തേടുന്നു. അദ്ദേഹം മക്കയ്ക്കുവേണ്ടി പ്രാർത്ഥിച്ചതിനും അതിന്ന് സമാനമായ മറ്റൊന്നിന് കൂടി ഞാൻ പ്രാർത്ഥിക്കുന്നു.* പിന്നെ ആ സദസ്സിൽ ഹാജരായ കുട്ടികളിൽ ഏറ്റവും ചെറിയ ഒരു കുട്ടിക്ക് ആ കുല സമ്മാനിക്കുന്നു. പ്രവാചക സദസ്സിന്റെ ഗാംഭീര്യത്തിന് കോട്ടം തട്ടാതെയുള്ള ഫലിതങ്ങളും തമാശകളും ഇത്തരം സദസ്സിലും ഉണ്ടാവാറുണ്ട്. ജീവിതസ്പർശിയും പ്രകൃതിക്കനുയോജ്യവുമായ ആ സദസ്സിൽ അപ്പോൾ തനി നാടൻ ഗ്രാമീണരും ഉണ്ടായിരുന്നു. അവരും കൂടിയുള്ള ആ സദസ്സിൽ വെച്ച് തിരുമേനി പറയുകയാണ്. *സ്വർഗ്ഗത്തിൽ വെച്ച് ഒരാൾ കൃഷി ചെയ്യുവാനായി അല്ലാഹുവിനോട് സമ്മതം ചോദിക്കുന്നു. അപ്പോൾ അയാളോട് അല്ലാഹു പറഞ്ഞു. നീ ഉദ്ദേശിക്കുന്നതൊക്കെ നിനക്ക് യഥേഷ്ടം ഇവിടെ ലഭിക്കുന്നില്ലേ. അയാൾ പറഞ്ഞു, എന്റെ നാഥാ... അതൊക്കെയും എനിക്ക് ലഭിക്കുന്നുണ്ട്. എങ്കിലും കൃഷി ചെയ്യാൻ ഞാൻ വളരെ അധികം ഇഷ്ടപ്പെടുന്നു.* നബി തുടരുകയാണ്. *എന്നിട്ടയാൾ വിത്തുവിതച്ചു. അങ്ങനെ കണ്ണ് ചിമ്മി തുറക്കുന്നതിനകം അത് മുളച്ചു. കാണ്ഡത്തിന്മേൽ നിവർന്ന് നിന്ന് പാകമായി, വിളവെടുക്കാറായി. അത് പർവ്വതത്തിനോളമായി. അപ്പോൾ അല്ലാഹു പറയും ഇതാ എടുത്തുകൊള്ളൂ മനുഷ്യാ... നിനക്ക് എത്ര ലഭിച്ചാലും മതിവരില്ല.* അപ്പോൾ ഇത് കേട്ടുകൊണ്ടിരുന്ന ഗ്രാമീണൻ സദസ്സിനോടായി പറയുകയാണ്. *അല്ലാഹുവാണെ, സത്യം അയാൾ ഖുറൈശിയോ, അൻസാരിയോ ആയിരിക്കും. അവരാണല്ലോ കർഷകർ. ഞങ്ങൾ കർഷകരല്ല. അതു കേട്ട് സദസ്സ് ഒന്നാകെ ചിരി തുടങ്ങി. തിരുമേനിയും ചിരിക്കുകയുണ്ടായി.* (ബുഖാരി അഹമ്മദ് ത്വബ്‌റാനി)

ഈ സഭയിലേക്കാണ് അധികസമയവും സന്ദർശകരും പുറം പ്രദേശങ്ങളിൽ നിന്ന് നിവേദക സംഘവും എത്താറ്. യാത്ര ചെയ്തു വരുന്നവർ മദീനാ നഗരിക്ക് വെളിയിൽ രാത്രി താമസിച്ച്

മധ്യപൂർവ്വാഹനത്തിൽ മദീനയിൽ പ്രവേശിക്കുന്നു. അപ്പോഴായിരിക്കും തിരുമേനിയുമായുള്ള അവരുടെ സമാഗമം. ഇത്തരമൊരവസരത്തിലാണ് മുദർ ഗോത്രക്കാരുടെ ആഗമനം. അവശതയുടേയും, ദാരിദ്ര്യത്തിന്റെയും, തീരാപട്ടിണിയുടേയും മനുഷ്യ പേക്കോലങ്ങളായിരുന്നു അവർ. അവരെ കണ്ട് വേദനയും സങ്കടവും റസൂലിനെ അത്യന്തം പരവശനാക്കി. ദുഹർ നമസ്കാരത്തിനുശേഷം ചെറിയൊരു പ്രസംഗം നബി ചെയ്തു.

*ധർമ്മവും സംഭാവനയും അർപ്പിക്കാൻ നബി സഹാബികളോടഭ്യർത്ഥിച്ചു. അപ്പോഴേക്കും രണ്ട് വലിയ കുട്ട നിറയെ വസ്ത്രങ്ങളും ആഹാരസാധനങ്ങളുമായി അനുചരന്മാർ തുടരെ തുടരെ എത്തിക്കൊണ്ടിരുന്നു.* (മുസ്ലീം അഹ്മദ്)

ഇത്തരമൊരു അവസരത്തിൽ തന്നെയാണ് അബ്ദുൾ ഖൈസു നിവേദക സംഘവും എത്തുന്നത്. തിരുമേനിയുടെ സ്നേഹസമ്പന്നനും ഉത്തമ ശിഷ്യനുമായ അബ്ദുല്ലാ ബിൻ അബ്ബാസ് പറയുന്നു. *അബ്ദുൽ ഖൈസു ഗോത്രത്തിലെ ഒരു നിവേദക സംഘം നബിയുടെ അടുക്കൽ വന്നു. പ്രവാചകൻ ചോദിച്ചു, നിങ്ങൾ ആരാണ്? അവർ പറഞ്ഞു റബീഅക്കാർ. അപ്പോൾ നബി അവർക്ക് സ്വാഗതം പറഞ്ഞു. നിങ്ങൾ നിന്ദ്യരോ, ദുഃഖിതരോ അല്ല. അവർ തിരുമേനിയോട് അറിയിക്കുന്നു. തിരുദൂതരെ, യുദ്ധം നിഷിദ്ധമായ മാസങ്ങളിലല്ലാതെ അങ്ങയുടെ അടുത്തെത്താൻ ഞങ്ങൾക്കാവില്ല. ഞങ്ങൾക്കും നിങ്ങൾക്കും ഇടയിൽ നിഷേധികളായ മുദർ ഗോത്രക്കാരുണ്ട്. അതിനാൽ ഖണ്ഡിതമായ കാര്യങ്ങൾ ഉപദേശിച്ചാലും. ഇവിടെ വരാത്ത ഞങ്ങളുടെ ആളുകളോട് ഞങ്ങൾ അക്കാര്യം ഉണർത്തിക്കൊള്ളാം. ആ നിർദേശം എങ്ങിനെയെങ്കിലും പാലിച്ച് സ്വർഗാവകാശികളാവുകയും ചെയ്യാം. അങ്ങനെ അവർ അനുവദനീയങ്ങളെ സംബന്ധിച്ച് നബിയോട് അന്വേഷിച്ചു. അപ്പോൾ പ്രവാചകൻ അവരോട് നാല് കാര്യങ്ങൾ കൽപിക്കുകയും നിരോധിക്കുകയും ചെയ്തു. (കൽപിച്ച കാര്യങ്ങൾ) അല്ലാഹുവിൽ മാത്രം വിശ്വസിക്കുക, നബി ചോദിച്ചു. എന്താണതെന്ന് നിങ്ങൾക്കറിയാമോ? അവർ പറഞ്ഞു. അല്ലാഹുവിന്നും റസൂലിന്നുമാണ് കൂടുതൽ അറിയുക. നബി അല്ലാഹുവല്ലാതെ ഒരാരാധ്യനുമില്ല എന്നും മുഹ*

മ്മദ് അല്ലാഹുവിന്റെ ദൂതനാണെന്നും സാക്ഷ്യപ്പെടുത്തുക. നമസ്കാരം നിലനിർത്തുക. സക്കാത്ത് നൽകുക. യുദ്ധാർജിത സ്വ ത്തിൽ നിന്ന് അഞ്ചിലൊന്ന് (അല്ലാഹുവിന്റെയും അവന്റെ റസൂലിന്റെയും മാർഗത്തിൽ വിട്ട് കൊടുക്കുക). നാലു കാര്യങ്ങൾ അവരോട് വിലക്കി, മദ്യപാനത്തിനുള്ള ഭരണി, ചുരക്കുടുക്ക, ഈത്തപ്പന മുരട് ചുരന്നുണ്ടാക്കിയ പാത്രം, താർ തേച്ച പാത്രം. തുടർന്ന് നബി പറഞ്ഞു, ഇക്കാര്യങ്ങൾ ഓർക്കുക. നിങ്ങളുടെ കൂടെ വന്നിട്ടില്ലാത്തവർക്ക് ഇതറിയിച്ച് കൊടുക്കുകയും ചെയ്യുക. (ബുഖാരി മുസ്ലിം അഹ്മദ്) ഉമർ ഫാറൂഖിൽ നിന്ന് ഇമാമുമാരായ ബുഖാരിയും മുസ്ലിമും ഉദ്ധരിച്ച ഹദീസിൽ കാണുന്ന ജിബ്രീലി (അ)ന്റെ മനുഷ്യ രൂപത്തിലുള്ള സന്ദർശനവും സ്ഥലവും ആഗമനവും ഇസ്ലാമിനെ കുറിച്ചും, ഈമാനിനെ കുറിച്ചും നബിയെ സംബന്ധിച്ചുള്ള എല്ലാ പരീക്ഷണ ചോദ്യങ്ങളും ഇതേ സദസ്സിലും സമയത്തുമായിരുന്നുവെന്നാണ് ഹദീസു പണ്ഡിതരുടെ അഭി പ്രായം.

ഇതുപോലുള്ള ഒരു സദസ്സിലാണ് ഹസ്രത്ത് ദിമാമ് ബിൻ സഅലബു(റ) പ്രവാചകന്റെ അടുത്ത് വന്ന് ചർച്ചയും സംഭാഷണ വും നടത്തിയത്. തിരുമേനിയുടെ പരിചാരകനും സന്തതസഹ ചാരിയുമായ ഹസ്രത്ത് അനസ് ആ സംഭവം വിവരിക്കുന്നതിങ്ങ നെയാണ്.

അദ്ദേഹം ഒട്ടകപ്പുറത്ത് വന്ന് നേരേ പള്ളിയിലേക്ക് കയറി. ഒട്ടകത്തെ മുട്ടുകുത്തിച്ചു അവിടെ തന്നെ കെട്ടിയിട്ടു. എന്നിട്ട് ചോദി ച്ചു. നിങ്ങളിൽ ആരാണ് മുഹമ്മദ്? നബി അവർക്കിടയിൽ ചാരി യിരിക്കുന്നുണ്ടായിരുന്നു. അപ്പോൾ ഞങ്ങൾ പറഞ്ഞു, ആ ചാരിയി രിക്കുന്ന വെളുത്തയാളാണ്. ആഗതൻ വിളിച്ചു. അബ്ദുൽ മുത്വലീ ബിന്റെ പുത്രാ..., നബി അറിയിച്ചു. അതെ, ഞാനിതാ ഉത്തരം നൽകുന്നു.

ആഗതൻ, *ഞാൻ താങ്കളോട് ചില ചോദ്യങ്ങൾ ചോദിക്കാം. ചിലത് കടുത്തതായി തോന്നാം. പക്ഷേ, എന്നോട് കോപിക്കരുത്.*

നബി പറഞ്ഞു, *താങ്കൾക്ക് തോന്നുന്നത് ചോദിച്ചുകൊള്ളൂ.*

*ആഗതൻ: അങ്ങയുടെയും അങ്ങേയ്ക്ക് മുമ്പുള്ളവരുടെയും രക്ഷിതാവിനെ മുൻനിർത്തി ചോദിക്കട്ടെ, മനുഷ്യരിലാകമാനം അങ്ങയെ ദൂതനായി നിയോഗിച്ചിരിക്കുന്നത് അല്ലാഹുതന്നെയാണോ?.*

നബി: *അല്ലാഹുവാണ്. അതെ.*

ആഗതൻ : *അല്ലാഹുവിനെ മുൻനിർത്തി ചോദിക്കട്ടെ, വർഷത്തിൽ റമദാൻ മാസം ഞങ്ങൾ നോമ്പനുഷ്ഠിക്കണമെന്ന് അങ്ങയോട് കൽപ്പിച്ചത് അല്ലാഹുവാണോ?*

നബി: *അല്ലാഹുവാണ്. അതെ*

ആഗതൻ: *അല്ലാഹുവിനെ മുൻനിർത്തി ചോദിക്കട്ടെ, ഞങ്ങളുടെ ധനികരുടെ ദാനധർമ്മങ്ങൾ (സകാത്ത്) സ്വീകരിച്ച് ഞങ്ങളിലെ ദരിദ്രർക്ക് വിതരണം ചെയ്യാൻ അങ്ങയോട് കൽപ്പിച്ചതും അല്ലാഹുവാണോ?*

നബി: *അല്ലാഹുവാണ്, അതെ.*

ആഗതൻ : *താങ്കൾ നിയോഗിക്കപ്പെട്ട ദീനിൽ ഞാൻ വിശ്വസിക്കുന്നു. എന്റെ പിന്നിലുള്ള ജനതയുടെ ദൂതനായാണ് ഞാൻ വന്നത്. ഞാൻ ദിമാമുബിൻ ഥഅ്ലബ ബിൻ സഅദ്ബിൻ സഖറിലെ ഒരു ഭാഗം) പിന്നെ അദ്ദേഹം മൊഴിഞ്ഞു. താങ്കളെ സത്യവുമായി അയച്ചവൻ തന്നെയാണ്. ഈ പറഞ്ഞതിൽ ഒന്നും ഞാൻ അധികരിപ്പിക്കയോ, കുറയ്ക്കുകയോ ഇല്ല.* അങ്ങനെ അദ്ദേഹം പിരിഞ്ഞു പോയപ്പോൾ നബി പറഞ്ഞു. *അദ്ദേഹം എല്ലാം ഗ്രഹിച്ചു മനസ്സിലാക്കി. പറഞ്ഞ കാര്യങ്ങളിൽ സത്യസന്ധനാണെങ്കിൽ അയാൾ സ്വർഗ്ഗത്തിൽ പ്രവേശിക്കുന്നതാണ്.* (ബു:മുസ്ലിം)

ഈ സദസ്സിന്റെ മറ്റൊരു പ്രത്യേകത മുസ്ലീംകളിലെ പൊതു കാര്യങ്ങളും അവരിലുണ്ടാകുന്ന മറ്റെല്ലാ പ്രശ്നങ്ങളും ആലോചിച്ച് തീരുമാനമെടുക്കുന്ന സഭ കൂടിയായിരുന്നു എന്നതാണ്. ശൂറാ സഭ, ഈ സഭയിൽ വെച്ചായിരുന്നു രാജ്യത്തിന്റെ ഒട്ടുമിക്ക പ്രധാനപ്പെട്ട ആഭ്യന്തരപ്രശ്നങ്ങളും തീരുമാനിച്ചിരുന്നത്.

ഉഹ്ദ് യുദ്ധ പ്രഖ്യാപനവും ഖന്ധക്കിലേക്കുള്ള സൈനിക നീക്കവുമെല്ലാം ആലോചിച്ച് തീരുമാനിച്ചിരുന്നതും ഇവിടെ വെ

ച്ചായിരുന്നു. സ്വന്തം അനുയായികളോടും അനുചരന്മാരോടും സഹാബികളോടും കൂടി ആലോചന നടത്തുകയും അവരുടെ നിർദ്ദേശങ്ങളും അഭിപ്രായങ്ങളും മുഖവിലക്കെടുക്കുകയും ചെയ്യുന്ന ഒരു നേതാവ് റസൂൽ(സ) തിരുമേനിയല്ലാതെ മറ്റാരുമല്ല. ഖുർആനിക നിർദ്ദേശത്തിന്റെ മേലാളും കാവലാളും നബിയാണല്ലോ. ഖുർആനിലെ 3, 150ൽ നബിയെ സംബന്ധിച്ച് പറയുന്ന കാര്യങ്ങളിൽ താങ്കൾ അവരോടുകൂടി ആലോചിക്കുകയും ചെയ്യുക എന്നാണ്.

അനുയായികളെ സംബന്ധിച്ച് തങ്ങളുടെ ജീവിത സാഹചര്യങ്ങളും പരിതസ്ഥിതികളും കാരണമായി എല്ലാവർക്കും എല്ലായ്പ്പോഴും തിരുമേനിയുടെ ഇത്തരം സദസ്സുകളിലും സഭകളിലും പ്രത്യേകിച്ചും വിജ്ഞാന സഭകളിലും പങ്കാളികളാവാൻ കഴിയുമായിരുന്നില്ല. അതുകൊണ്ട് തന്നെ ഊഴമായിട്ടായിരുന്നു അവരിൽ പലരും പങ്കെടുത്തിരുന്നത്. ഒരാൾ ഒരു ദിവസം, മറ്റൊരാൾ അടുത്ത ദിവസം എന്ന രീതിയിലായിരുന്നു. മഹാനായ ഉമർ(റ) ഇത് സംബന്ധിച്ച് പറയുന്നു. ഞാനും അൻസാരികളിൽപ്പെട്ട എന്റെ ഒരു അയൽവാസിയും ഉമയത്ത് ബിൻ സൈദ് ഗോത്രത്തിലാണ് താമസിച്ചിരുന്നത്. മദീനയിലെ ഉയർന്ന പ്രദേശമായ ഒരു ഗ്രാമത്തിലായിരുന്നു ഭവനം. ഞങ്ങൾ ഊഴം നിശ്ചയിച്ചിട്ടാണ് നബിയുടെ അടുക്കൽ പോയിരുന്നത്. ഒരു ദിവസം അദ്ദേഹം അടുത്ത ദിവസം ഞാൻ. ഞാൻ പോകുന്ന ദിവസം നബിക്കന്ന് ലഭിച്ച ദിവ്യബോധനത്തിന്റെ വാർത്തകളും മറ്റുമായി അദ്ദേഹത്തെ സമീപിക്കും. അദ്ദേഹവും അങ്ങനെ തന്നെ തിരിച്ചും ചെയ്യും. (ബുഖാരി മുസ്ലീം അഹ്മദ്)

ഇത്തരം സദസ്സുകളിൽ നബിയാരെന്ന് പ്രത്യേകം തിരിച്ചറിയാനുള്ള വേർതിരിവ് ഉണ്ടായിരുന്നില്ല. തിരുമേനിയേയും അവരിൽ ഒരാളായിട്ട് മാത്രമെ കാണാൻ സാധിക്കുമായിരുന്നുള്ളൂ. വല്ല പരദേശിയോ, മദീനക്ക് പുറത്തുള്ള ആരെങ്കിലുമോ വരുമ്പോഴാണ് ഇതിന്റെ ബുദ്ധിമുട്ടറിയുന്നത്. സന്ദർശകരും ആഗതരും ചോദിക്കയാണ് നബി എവിടെ, മുഹമ്മദ് ആരാണ്? അബ്ദുൽ മുത്വലീബിന്റെ പുത്രനേതാണ് എന്നൊക്കെ. ഈ അപര്യാപ്തത സഹാബികളെ നൊമ്പരപ്പെടുത്തിയപ്പോൾ അവർ നബിയുടെ മുന്നിൽ ഒരു

നിർദ്ദേശം വെച്ചു. മണ്ണിൽ തീർത്തതായാലും ഒരു പീഠം ആവശ്യമാണെന്ന ഒരഭിപ്രായം ഉണ്ട്. സന്ദർശകർക്കും നിവേദക സംഘക്കാർക്കും എളുപ്പത്തിൽ നബിയെ തിരിച്ചറിയാനും സൗകര്യത്തിനുമായി വേണമെന്ന്. അങ്ങിനെ ഒരു വേർതിരിവ് ആവശ്യമില്ലെന്നായിരുന്നു നബിയുടെ ചിന്ത. എന്നാൽ അനുചര ന്മാരുടെ നിരന്തര ആഗ്രഹത്തിനു വഴങ്ങി അവസാനം നബിയതിന് സമ്മതം നൽകി. ഇത് തന്നെയും ഹിജ്റ വർഷം ഒമ്പതിൽ തന്റെ ജീവിതാന്ത്യകാലത്ത് (ബു.ഖാരി തുർമുദി ബിദായ:വന്നിഹായ: ഇബ്നു കഥീർ)

തിരുമേനി തന്റെ സദസ്സിൽ ഏറ്റക്കുറച്ചിലില്ലാതെ എല്ലാവ രോടും സമമായും നിഷ്പക്ഷമായും പെരുമാറി. അവരിൽ ഓരോരു ത്തരും പ്രവാചകന് തന്നോടാണ് കൂടുതൽ താൽപര്യമെന്ന് കരുതു കയും ചെയ്തു, പള്ളിയിലേക്ക് ആഹാരം സമ്മാനമായി നബിക്ക് കൊണ്ട് വരപ്പെട്ടു. അതപ്പോൾ തന്നെ അവിടെ സമ്മേളിച്ചു കൊ ണ്ടിരിക്കുന്ന എല്ലാവരും ഒന്നിച്ചിരുന്നാഹരിക്കും.

ഹസ്രത്ത് സമുറ ബിൻ ജുൻദുസ് ഒരവസരം ഓർക്കുകയാണ്. *ഒരു ദിവസം ഒരു തളികയിൽ റൊട്ടിയും കറിയുമായി ഒരാൾ വന്നു. പ്രവാചകനും അവിടെ അപ്പോൾ ഒരുമിച്ചുകൂടിയിരുന്ന എല്ലാവരും അത് കഴിച്ചു. ഞങ്ങളെല്ലാവരും പള്ളിയിലാണല്ലോ. ളുഹർ നമ സ്കാരം വരെ, ഒന്നിന് ശേഷം ഒന്നായും സംഘങ്ങളായും നമസ് കാരത്തിനെത്തുന്നവരൊക്കെ അതിൽ നിന്ന് ഭക്ഷിക്കുകയും ചെ യ്തു കൊണ്ടിരുന്നു. സമുറയോട് ഒരാൾ ചോദിച്ചു. ഇവർക്കൊ ക്കെ ഭക്ഷിക്കാനായി വീണ്ടും ആഹാരം ലഭിച്ചിരുന്നുവോ? എന്നാൽ ഭൂമിലോകത്ത് നിന്ന് ഇല്ല തന്നെ, ആകാശ ലോകത്ത് നിന്നുള്ള ദി വ്യ സഹായമല്ലാതെ, അദ്ദേഹം മറുപടി പറഞ്ഞു.* (അഹമ്മദ്, ദാരിമി, തുർമുദി)

ആ കാലം പട്ടിണിയുടേയും വറുതിയുടേയും ദാരിദ്ര്യത്തിന്റെ യും ദിനങ്ങളായിരുന്നു. ഒരു നേരത്തെ സുഭിക്ഷമായ ഭക്ഷണം എല്ലാവരുടേയും സ്വപ്നവും അതിരറ്റ ആഗ്രഹവുമായിരുന്നു.

അങ്ങനെയുള്ള ഒരു ദിവസം തിരുമേനിക്ക് ഒരു ആടിനെ

സമ്മാനമായി ലഭിക്കുന്നു. അതിനെ അറുത്ത് പാകമാക്കി റൊട്ടിയും കറികളുമായി നാലാളുകൾക്ക് വഹിക്കുവാൻ കനമുള്ള അൽഗറാഅ് എന്ന തന്റെ ചെമ്പിൽ നിറച്ച് വെക്കാൻ നബി(സ) നിർദ്ദേശിക്കുന്നു. ദുഹാ നമസ്ക്കാരം തീരുമ്പോഴേക്കും പള്ളിയിൽ ആ വലിയ തളികയെത്തി. ജനം അതിനു ചുറ്റും തടിച്ചുകൂടി. തിരുമേനി തന്റെ മുട്ടിൻകാലിൻമേൽ ഇരുന്നു. ഒരു ഗ്രാമീണൻ നബിയോട് ചോദിച്ചു. എന്താണ് ഇങ്ങനെ ഇരിക്കുന്നത്.? നബി പ്രതിവചിച്ചു. *അല്ലാഹു എന്നെ ഉദാരനും വിനയമുള്ള ഒരു ദാസനുമായാണ് പരിഗണിച്ചിരിക്കുന്നത്. കഠിനഹൃദയനായ ഏകാധിപതിയായിട്ടല്ല, തളികയുടെ പാർശ്വങ്ങളിൽ നിന്ന് ഭക്ഷിച്ചോളൂ എന്ന് സഹാബികളോട് നബി നിർദ്ദേശിക്കുന്നു. അറ്റം മുകളിൽ നിന്നാണ് തുടങ്ങേണ്ടത്. എങ്കിലേ ആ ആഹാരം അനുഗ്രഹിക്കപ്പെടുകയുള്ളൂ. ഭക്ഷിച്ചോളൂ.*

മുഹമ്മദിന്റെ ആത്മാവ് ആരുടെ കൈകളിലാണോ അവനാണ് സത്യം. പേർഷ്യ - റോമാ സമ്രാജ്യങ്ങൾ നിങ്ങൾ വിജയിച്ച് കീഴ്പ്പെടുത്തുന്നതാണ്. അന്ന് ധാരാളം ഭക്ഷ്യവിഭവങ്ങളും സമൃദ്ധിയും വർദ്ധിക്കുന്നതുമാണ്. എന്നാൽ അല്ലാഹുവിന്റെ നാമം അവിടെ സ്മരിക്കപ്പെടുകയില്ല.(അബൂദാവൂദ് ഇബ്നുമാജ).ഇത്തരം സുപ്രഭാത സഭകൾ സാഹചര്യങ്ങൾക്കനുസൃതമായി നീളുകയോ ചുരുങ്ങുകയോ ചെയ്യാം. പ്രഭാതം പകലിലേക്ക് നല്ലോണമെത്തിയാൽ പ്രവാചകൻ അവിടുന്നെഴുന്നേറ്റ് ഇങ്ങനെ പ്രാർത്ഥിക്കും. *അല്ലാഹുവേ, ഞാൻ നിന്റെ പരിശുദ്ധിയെ വാഴ്ത്തുന്നതോടൊപ്പം നിന്നെ സ്തുതിക്കുകയും ചെയ്യുന്നു. നീ അല്ലാതെ ഒരു ആരാധ്യനുമില്ലെന്ന് ഞാൻ സാക്ഷ്യപ്പെടുത്തുന്നു. നാഥാ നിന്നോട് ഞാൻ പാപമോചനം തേടുകയും നിന്നിലേക്ക് ഖേദിച്ച് മടങ്ങുകയും ചെയ്യുന്നു.* അപ്പോൾ അനുയായികൾ ചോദിക്കുന്നു. റസൂലെ ഇത് ഞങ്ങൾ മുമ്പ് താങ്കളിൽ നിന്ന് കേൾക്കാത്തതാണല്ലോ. അപ്പോൾ റസൂൽ അവരോട് പറയും, *നമ്മുടെ സഭകളിൽ നാമറിയാതെ, അരുതാത്തത് സംഭവിച്ചു പോയിട്ടുണ്ടെങ്കിൽ അതിനുള്ള പ്രായശ്ചിത്തമായിട്ടാണിത്.* (അഹ്മദ്, ദാരിമി). മറ്റു ചിലപ്പോൾ സദസ്സ് പിരിയുമ്പോഴുള്ള പ്രാർത്ഥന ഇപ്രകാരമായിരുന്നു: *അല്ലാഹുവേ, നിന്റെ കൽപനയ്ക്ക്*

*വിപരീതം പ്രവർത്തിക്കുന്നതിൽ നിന്ന് ഞങ്ങളെ തടഞ്ഞു നിർത്തുന്നവിധം നിന്നെ സംബന്ധിച്ചുള്ള ഭയവും, ഞങ്ങളെ നിന്റെ സ്വർഗ്ഗത്തിലെത്തിക്കാനാവശ്യമായവിധം നിന്നോടുള്ള അനുസരണവും, ലൗകിക വിപത്തുകളെ ഞങ്ങൾക്ക് നിസാരമാക്കി തീർക്കുന്ന വിധത്തിലുള്ള ദൃഢവിശ്വാസവും ഞങ്ങൾക്ക് നീ നൽകേണമേ, അല്ലാഹുവേ, ഞങ്ങളെ നീ ജീവിപ്പിക്കുന്ന കാലമത്രയും ഞങ്ങളുടെ കേൾവി കൊണ്ടും, കാഴ്ച കൊണ്ടും, ശക്തി കൊണ്ടും ഞങ്ങൾക്ക് ഉപകാരം ചെയ്യുകയും പ്രസ്തുത ഉപകാരം ഞങ്ങളുടെ മരണാനന്തരം തുടർന്ന് നിലനിൽക്കുന്നതാക്കുകയും ചെയ്യേണമേ, ഞങ്ങളുടെ പ്രതികാരം ഞങ്ങളോട് അക്രമം പ്രവർത്തിച്ചവരോടാക്കുകയും, ശത്രുത കാണിച്ചവർക്കെതിരെ ഞങ്ങളെ സഹായിക്കുകയും ചെയ്യേണമേ. ഞങ്ങൾക്ക് വരുന്ന ആപത്ത് ഞങ്ങളുടെ മതത്തിന്റെ കാര്യത്തിലാക്കാതിരിക്കുകയും ഞങ്ങളുടെ വലിയ ചിന്ത, ഞങ്ങളുടെ അറിവിന്റ പരമാവധിയും ഭൗതികമാക്കാതിരിക്കുകയും ഞങ്ങളോട് ദയ കാണിക്കാത്തവർക്ക് ഞങ്ങളുടെ മേൽ ആധിപത്യം നൽകാതിരിക്കുകയും ചെയ്യണമേ,*

ഇതു കഴിഞ്ഞ് സ്വഹാബികൾ തങ്ങളുടെ ജോലികൾക്കോ, വീടുകളിലേക്കോ മടങ്ങുന്നു. പ്രവാചകനും ഒന്നുകിൽ ചെറു നിദ്രക്കു വേണ്ടി വീട്ടിലേക്കോ, അതുമല്ലെങ്കിൽ മദീനയിലെ അങ്ങാടിയിലേക്കോ, മുൻകൂട്ടി ക്ഷണിക്കപ്പെട്ട വല്ല പരിപാടിയിലേക്കോ, അതുമല്ലെങ്കിൽ പ്രത്യേകമായ വല്ല സന്ദർശനങ്ങൾക്കോ, തന്റെ സ്വന്തമായ ആവശ്യ നിർവ്വഹണത്തിനോ അവിടുന്ന് പിരിയുന്നു. കൃത്രിമത്വം തീരെയില്ലാത്ത സഞ്ചാരപഥം, പ്രവാചകന്റെ ചുവട് വെയ്പ്പിൽ കാലടികൾ കാലിൽ നിന്ന് ഊരുന്ന പോലുള്ള നടത്തമായിരുന്നു. ഒറ്റനോട്ടത്തിൽ അദ്ദേഹത്തെ കാണുന്ന മാത്രയിൽ തന്നെ അദ്ദേഹമൊരു ദുർബലനോ, അലസനും മടിയനുമാണെന്നോ തോന്നുകയില്ല. എന്നല്ല, അദ്ദേഹത്തിന്റെ ഊർജ്ജസ്വലതയും ഉൻമേഷവും, ശക്തനും, ഉറച്ച വ്യക്തിത്വമുള്ളവനും ദൃഢഗാത്രനുമായിട്ടേ അപരിചിതർക്ക് പോലും നിരീക്ഷിക്കുവാനും മനസ്സിലാക്കുവാനും സാദ്ധ്യമാവുകയുള്ളൂ. അദ്ദേഹം തിരിഞ്ഞുനോക്കുമ്പോൾ ദേഹമാസകലം ഒന്നാകെ ആയിരിക്കും തിരിഞ്ഞുനോക്കു

ന്നത്. അദ്ദേഹത്തോടൊപ്പം നടക്കുന്ന സ്വഹാബികൾ (സഖാക്കൾ) അദ്ദേഹത്തിന്റെ മുന്നിലും ചുറ്റിലുമായിട്ടായിരിക്കും നടക്കുക. പ്രവാചകന്റെ പിറകുവശം മലക്കുകൾക്ക് പിന്തുടരുവാനായി സ്വഹാബികൾ ഒഴിവാക്കും. അതുകൊണ്ട് അദ്ദേഹത്തെ പിന്തുടർന്ന് ആരും നടക്കാറില്ല. തിരുമേനിയുടെ അതിവിനയത്തിന്റെ മകുടോദാഹരണം കൂടിയാണത്. ഏകാധിപതി ആയിരുന്നുവെങ്കിൽ മറിച്ചാണല്ലോ വേണ്ടിയിരുന്നത്. തന്റെ അനുചരന്മാരുടെ പ്രതാപവും അന്തസ്സുമാണ് അദ്ദേഹം ഇതുമൂലം സംരക്ഷിക്കുന്നത്. ദൈന്യതയും നിന്ദ്യതയുമല്ല ആഗ്രഹിക്കുന്നത്. അവരിലൂടെ അവർക്കൊപ്പം അവരിലൊരാളായി നബി വർത്തിക്കുന്നു. (ബുഖാരി മുസ്ലീം)

അറബികളുടെ സമ്പ്രദായമനുസരിച്ച് അവർ സഞ്ചരിക്കുമ്പോൾ കുത്തിപ്പിടിക്കുവാനും മറ്റുമായി ഒരു വടികൂടി കൂടെയുണ്ടാവും. അതുകൊണ്ട് ഒരു പ്രയോജനം ഉണ്ടുതാനും. തിരുമേനിയും നടക്കുമ്പോൾ അങ്ങനെ ഒന്ന് ഉപയോഗിച്ചിരുന്നതായി അദ്ദേഹത്തിന്റെ ഉത്തമ അനുയായി ഹസ്രത്ത് ഇബ്നു മസ്ഊദ്(റ) പറയുകയാണ്; *ഞാൻ തിരുമേനിയോടൊപ്പം മദീനയിലെ ജനവാസം കുറഞ്ഞ പ്രദേശത്തിലൂടെ നടക്കുകയായിരുന്നു. പ്രവാചകൻ ഈത്തപ്പന മട്ടലിന്റെ ഒരു വടി നിലത്തൂന്നിക്കൊണ്ടായിരുന്നു നടന്നിരുന്നത്.* (ബുഖാ മുസ്ലീം അഹമ്മദ്)

അങ്ങാടിയിലൂടെ നടക്കുമ്പോൾ കണ്ടുമുട്ടുന്നവരോടൊക്കെ പ്രവാചകൻ സലാം പറയുകയും പുഞ്ചിരിക്കുകയും അവർക്കൊക്കെ നന്മ നേർന്നുകൊണ്ട് പ്രാർത്ഥിക്കുകയും ചെയ്യും. ഒരാളോടും ഗൗരവമോ, അപരിചിതത്വമോ ഇല്ല. അവർ സ്വതന്ത്രന്മാരാവട്ടെ, അടിമകളും അടിമ മോചിതരുമാവട്ടെ, എല്ലാവരോടും ഒരേ മുഖവും ഭാവവും. സ്വഹാബി ഹസ്രത്ത് ജാബിർ അബ്ദുല്ല പറയുന്നു. *തിരുമേനി എന്നെ കണ്ടുമുട്ടുമ്പോഴൊക്കെ പുഞ്ചിരി തൂകിയിട്ടല്ലാതെ കണ്ടുമുട്ടിയിട്ടില്ല.* (ബുഖാരി മുസ്ലീം) അദ്ദേഹത്തോട് മാത്രമല്ല, കണ്ടുമുട്ടുന്ന എല്ലാവരോടും അങ്ങനെ തന്നെ. ആ പുഞ്ചിരിയിൽ സ്നേഹത്തിന്റെയും വാത്സല്യത്തിന്റെയും പരമകാഷ്ഠ അവർ അനുഭവിക്കുന്നു. ഹസ്രത്ത് അബ്ദുല്ലാ ബിൻ ഹാരിസ്(റ)

പറയുന്നതിങ്ങനെ: *റസൂലിനേക്കാൾ പുഞ്ചിരി തൂകുന്ന ഒരാളെയും ഞാൻ കണ്ടിട്ടേയില്ല* (അഹ്മദ്, തുർമുദി)

ചെറിയ കുട്ടികളുടെ അരികിലൂടെ നടന്നു പോകുമ്പാൾ കുട്ടികൾക്കെല്ലാവർക്കും സലാം പറയും. അവരുടെയെല്ലാവരുടേയും കവിളുകൾ വാത്സല്യപൂർവ്വം തടവുകയും ചെയ്യും. താൻ കുട്ടിയായിരുന്ന കാലത്തെ ഒരനുഭവം ഹസ്രത്ത് ജാബിർ ബിൻ സമുറ (റ) ഓർക്കുന്നതിപ്രകാരമാണ്. ഒരിക്കൽ പ്രവാചകൻ തിരുമേനി നടന്നു പോകുമ്പോൾ ഞാനും അദ്ദേഹത്തോടൊപ്പം ചേർന്നു. നടന്നു പോകുന്ന വഴിയിൽ കുറെ കുട്ടികളെ കണ്ടുമുട്ടി. അവരിൽ ഓരോരുത്തരുടേയും കവിളുകൾ നബി തലോടി. പിന്നെ എന്റെ കവിളിലും. അദ്ദേഹത്തിന്റെ കൈകൾക്ക് നല്ല ശീതളത്വം അനുഭവപ്പെട്ടു. നല്ല സുഗന്ധവും കൈകളിലൂടെ പ്രസരിച്ചു. ഒരു അത്തർ കച്ചവടക്കാരന്റെ പെട്ടി തുറന്നാലെന്നപോലെ. (ബുഖാരി, മുസ്ലീം)

പലപ്പോഴും റസൂൽ തിരുമേനി മദീനയിലെ സാധുക്കളുടെ വീടുകൾ സന്ദർശിക്കാനിറങ്ങും. അപ്പോൾ ആ കോളനികളിലെ കുട്ടികൾ നബിക്കു ചുറ്റും ഒരുമിച്ചു കൂടുമായിരുന്നു. അപ്പോഴൊക്കെ നബി അവർക്കുവേണ്ടി പ്രാർത്ഥിക്കുകയും സലാം പറയുകയും അവരുടെ തലയിൽ സ്നേഹത്തോടെ തടവുകയും ചെയ്യുക പതിവായിരുന്നു. (ബൈഹഖി, ബസാർ) പ്രവാചകൻ ധൈര്യവും തന്റേടവും പൗരുഷവും വളർത്താനുതകുന്ന കാര്യങ്ങൾ അവരിൽ ഉദ്ദീപിപ്പിക്കുമായിരുന്നു. ഒരു ദിവസം പള്ളിയിലൂടെ നടന്നു പോകുമ്പോൾ സ്ത്രീകളുടെ ഒരു കൂട്ടമുണ്ട് അവിടെ ഇരിക്കുന്നു. തിരുമേനി നടന്നു പോകുമ്പോൾ അവർക്ക് നേരെ കൈ ഉയർത്തി ആംഗ്യത്തോടെ അവർക്ക് സലാം പറഞ്ഞു. (അഹ്മദ്, തബഖാത്ത് ബിൻ സഅദ്)

ഒരിക്കൽ മദീനയിലെ ബനു നജ്ജാർ കേമ്പുകൾക്കിടയിലൂടെ നടന്ന് പോവുകയായിരുന്നു പ്രവാചകൻ. അപ്പോഴുണ്ട് അവിടുന്ന് പെൺകിടാങ്ങൾ ദഫ് മുട്ടി നബിയെ സ്വാഗതം ചെയ്തു വാഴ്ത്തിപ്പാടുന്നു. ഇതു കേട്ട് നബി പ്രതിവചിച്ചു. *അല്ലാഹുവിനറിയാം എന്റെ ഹൃദയം നിശ്ചയമായും നിങ്ങളെ അത്യധികം സ്നേഹിക്കു*

*ന്നുണ്ടെന്ന്. അല്ലാഹുവേ, അവരിൽ നീ അനുഗ്രഹം ചൊരിയേണ മേ.* (ഇബ്നു മാജാ ബസാർ)

തന്റെ അനുയായികളുമായി കണ്ടുമുട്ടുമ്പോൾ നബിയായിരിക്കും ആദ്യം സലാം പറയുക. കൈ കൊടുക്കുകയും അവർക്കു വേണ്ടി പ്രാർത്ഥിക്കുകയും ചെയ്യുക. കൈ കൊടുക്കുമ്പോൾ അപരൻ തന്റെ കരം പിൻ വലിക്കുന്നത് വരെ റസൂൽ തന്റെ കരം പിൻവലിക്കുകയില്ല. ഒരാളെ കണ്ടുമുട്ടിയാൽ അയാളുമായി സംസാരിക്കുമ്പോൾ അയാളിൽ നിന്ന് തന്റെ മുഖം അയാൾ പിൻവലിക്കുന്നതു വരെ റസൂൽ പിൻവലിക്കുകയില്ല. (ത്വബ്റാനി). വഴിയോരങ്ങളിൽ ഗതിമുട്ടി നിൽക്കുന്ന പഥികരെയും വഴിപോക്കരേയും നബി സഹായിക്കും. അത് ചിലപ്പോൾ ചെറിയ പെൺകിടാങ്ങളോ, മുതിർന്നവരായ സ്ത്രീകളോ ആയിരിക്കാം. അവർക്ക് വേണ്ടി നബി തന്റെ സഹായ ഹസ്തം സമർപ്പിക്കുന്നു. ഹദിയ്യുബിൻ ഹാതിം അൽതാഇ(റ) പറയുന്ന ഒരു കഥയുണ്ട്. തിരുമേനിയുമായുള്ള തന്റെ ആദ്യ കൂടിക്കാഴ്ച വിവരിക്കുമ്പോൾ അദ്ദേഹത്തെ സത്യ വിശ്വാസത്തിലേക്ക് ആകർഷിച്ച വസ്തുത അദ്ദേഹം പറയുകയാണ്. ഞാൻ തിരുമേനിയോടൊപ്പം നടക്കുകയാണ്. അപ്പോഴാണ് ഒരു കുട്ടിയോടൊത്ത് ഒരു സാധു സ്ത്രീ അദ്ദേഹത്തെ വിളിക്കുന്നു. അല്ലാഹുവിന്റെ തിരു ദൂതരേ, ഞങ്ങൾക്ക് അങ്ങയെക്കൊണ്ട് ചില ആവശ്യങ്ങൾ നിറവേറ്റാനുണ്ട്. നബി അവർ രണ്ടു പേരുടേയും അടുത്തേക്ക് പോകുന്നു. ഞാനവിടെ തിരുമേനിയെ പ്രതീക്ഷിച്ചു കൊണ്ട് നിലയുറപ്പിച്ചു. ഞാനപ്പോൾ എന്നോടെന്നോണം ഉരുവിടുകയുണ്ടായി. എന്റെയും എന്റെ നേതാവ് നുഅ്മാൻ ബിൻ മുൻദിറിന്റെയും മതവുമായി എത്രമാത്രം അന്തരം! താങ്കളൊരു രാജാവായിരുന്നുവെങ്കിൽ ഞാൻ കണ്ട അത്രയും സമയം അദ്ദേഹത്തോടൊപ്പം ആ പെണ്ണും കുട്ടിയും നിൽക്കുമായിരുന്നില്ല.അദ്ദേഹത്തോടുള്ള (നബിയോട്) ബഹുമാനവും ആദരവും സ്നേഹവും വർദ്ധിപ്പിക്കുകയും എന്നെ അത് ഇസ്ലാമിലേക്ക് ആകർഷിപ്പിക്കുകയും ചെയ്തു. (ത്വബ്റാനി)

എല്ലാവരേയും ഉൾക്കൊള്ളാനുള്ള മനസ്സിന്റെ ഉടമയായിരുന്നു റസൂൽ(സ). ഒരിക്കൽ അദ്ദേഹത്തിന്റെ സഞ്ചാര മദ്ധ്യേ ഒരു യുവാവ് അറുത്ത ഒരാട്ടിനെ തൊലിയുരിക്കാൻ ശ്രമിക്കുന്നത് കണ്ടു.

ആടിന്റെ തോല് നല്ലതോതിൽ ഊരിയെടുക്കാൻ ആ യുവാവിന് അറിയില്ലെന്ന് യുവാവിന്റെ പ്രവൃത്തി വീക്ഷിച്ച നബിക്ക് മനസ്സിലായി. നബി യുവാവിന്റെ അരികത്ത് ചെന്ന് പറഞ്ഞു. മാറി നിൽക്കൂക. അത് എങ്ങിനെയാണ് തൊലി കളയുക എന്നു നിങ്ങൾക്കറിയില്ല, താങ്കൾക്ക് ഞാൻ കാണിച്ചുതരാം. എന്നിട്ട് തൊലിയുടെയും മാംസത്തിന്റെയും ഇടയിലൂടെ നബിയുടെ കൈ പ്രവേശിപ്പിക്കുകയും അത് തള്ളുകയും അത് ആടിന്റെ കക്ഷം വരെ എത്തിക്കുകയും ചെയ്തു. ഇപ്രകാരമാണ് തൊലിയൂരുക എന്ന് നിർദേശിച്ച് തിരുമേനി സ്ഥലം വിട്ടു. (അബൂദാവൂദ് ഇബ്നു മാജാ ഇബ്നു ഹിബ്ബാൽ ബൈഹഖി)ഇങ്ങനെ തലമുറകൾക്കിടയിൽ,അവരുടെ പ്രശ്നങ്ങൾക്കും ചിന്തകൾക്കും പരിഹാരം നബി കാണുന്നു.

തന്റെ വ്യക്തിപരമായ ഒരു പ്രവൃത്തിയിൽ തക്ക സമയത്ത് സഹായിക്കാൻ തയ്യാറായ മഹാനായ റസൂലിനെ സംബന്ധിച്ച ധാരണ ആ യുവാവിന്റ മനസ്സിൽ എന്തായിരിക്കും ഉണ്ടാക്കിയിരിക്കുക. ഒരവസരത്തിൽ തന്റെ സ്വഹാബത്തിനൊപ്പം ഒരനുചരന്റെ വീട്ടിലായിരുന്നു നബി. അപ്പോഴാണ് നമസ്കാരം അറിയിച്ചുകൊണ്ട് ഹസ്രത്ത് ബിലാൽ(റ) അവിടെ എത്തുന്നത്. അപ്പോൾ തന്നെ പള്ളിയിലേക്ക് തിരിക്കുകയാണ് നബി. അപ്പോൾ വഴിയിൽ ഒരാൾ അടുപ്പത്ത് ചെമ്പ് വെച്ച് ഭക്ഷണം വേവിക്കുന്നത് നബിയുടെ ശ്രദ്ധയിൽപ്പെട്ടു. വെന്തുകൊണ്ടിരുന്ന ആ മാംസ കഷ്ണത്തിന് നന്മയും അനുഗ്രഹവും നേരുകയും അതിൽ നിന്ന് ഒരല്പം എടുത്ത് നടക്കുമ്പോൾ തന്നെ രുചി നോക്കുകയും ചെയ്യുന്നു. നബി(സ) പള്ളിയിലെത്തി നമസ്കാരത്തിൽ ഏർപ്പെടുകയും ചെയ്തു. (അബൂദാവൂദ്)

ഇതാണ് യഥാർത്ഥ നേതാവിന്റെ ഗുണഗണങ്ങൾ എന്ന് പ്രവാചകൻ പഠിപ്പിക്കുകയായിരുന്നു ഇത്തരം പ്രവൃത്തിയിലൂടെ. ജീവിതത്തിലെ വിനയവും ലാളിത്യവും മാത്രമല്ല, പ്രവാചകനെ വ്യതിരിക്തമാക്കുന്നത്. അനുയായികളുടെ ആമോദത്തിൽ സന്തോഷിക്കുകയും ബുദ്ധിമുട്ടുകളിലും വേദനകളിലും ദുഃഖപരവശനാവുകയും ചെയ്യുന്ന മഹാനായ നേതാവ് കൂടിയാണ് റസൂൽ. താൻ തയ്യാറാക്കിയ ഭക്ഷണം ഒരൽപ്പമെടുത്ത് രുചി നോക്കുന്ന നിഷ്ക

പടമായ സ്നേഹത്തിന് മുമ്പിൽ ആ പാചകക്കാരന്റെ മനസ്സ് മൂകമായി എന്തായിരിക്കും സംസാരിച്ചിട്ടുണ്ടാവുക? തന്റെ പാചക കലക്ക് ലഭിക്കുന്ന രാഷ്ട്ര അംഗീകാരം തന്നെ അല്ലെ അത്. മാനവ സംസ്കാരത്തിലെ ഏറ്റവും ഉന്നതമായൊരു രീതിയായി രേഖപ്പെടുത്താവുന്നതുമാണിത്.

തിരുമേനി(സ) ഏതൊരാളുടേയും, വീട് സന്ദർശിക്കുമ്പോൾ പ്രധാന വാതിലിന് നേരെ അഭിമുഖമായി നിൽക്കാറില്ല. വലത് ഭാഗത്തേക്കോ, ഇടത് ഭാഗത്തേക്കോ മാറി നിൽക്കും. ആ കാലത്ത് വാതിലുകളിൽ കർട്ടൺ സമ്പ്രദായം ഇല്ലായിരുന്നു. വീടുകളൊക്കെ പണ്ടുകാലത്ത് കുടിലുകളോ, ഏറ്റവും ചെറിയ വീടുകളോ ആയി രുന്നു. വീടുകളിലെ മുൻവശത്ത് നിന്ന് നബി(സ) അസ്സലാമു അലൈക്കും എന്ന് അഭിവാദ്യം ഉറക്കെ പറയും. മൂന്ന് തവണ തുടർച്ചയായി ആവർത്തിച്ചിട്ട് ഉത്തരമില്ലെങ്കിൽ തിരുമേനി അവിടുന്ന് മടങ്ങിപ്പോകും. ഈ കൂട്ടത്തിൽ രേഖപ്പെടുത്തേണ്ടുന്ന ഒരു കഥയുണ്ട്. ഹസ്ര ത്ത് സഅദു ബിൻ ഉബാദ രേഖപ്പെടുത്തിയ സംഭവം ഇങ്ങനെയാണ്. ഒരു ദിവസം തിരുമേനി സഅദിന്റെ വീട്ടിലെത്തി. തിരുമേനി സലാം ചൊല്ലി. പതുക്കെ നബി കേൾ ക്കാത്ത രൂപത്തിൽ സഅദു സലാം മടക്കി. തിരുമേനി പിന്നെയും പിന്നെയും ആവർത്തിച്ചു. അപ്പോഴൊക്കെ സഅദ് വളരെ പതുക്കെ നബിയുടെ സലാമിന് ഉത്തരം നൽകി. ഇങ്ങനെ മൂന്നാം തവണയും ആവർത്തിച്ച് നബി (സ) മടങ്ങാനൊരുങ്ങുമ്പോൾ സഅദ് ഓടിവന്ന് നബി(സ)യോട് പറയുകയാണ്. അല്ലാഹുവിന്റെ ദൂതരെ അങ്ങയുടെ ഓരോ സലാമും ഞാൻ കേൾക്കുകയും അതിന് താങ്കൾ കേൾക്കാത്ത തോതിൽ പ്രത്യുത്തരം നൽകുകയും ചെയ്തിരുന്നു. എന്നാൽ താങ്കളെ സത്യസന്ധനായി അയച്ചവൻ തന്നെയാണ് സത്യം - താങ്കളുടെ സലാമും (സമാധാനം) റഹ്മത്തും (കരുണയും) അനുഗ്രഹവും ഉൾക്കൊള്ളുന്ന പ്രാർത്ഥനയും ഞങ്ങളിൽ അധികമുണ്ടാവണം എന്ന് കരുതിയാണ് ഇങ്ങനെ ചെയ്തത്. (ബുഖാരി അദബുൽ മുഫ്റദ്, ത്വബഖാത്ത് സഅദ്). ഇത്തരത്തിൽ പ്രവാചക സ്നേഹവും സാമീപ്യവവും കൊതിക്കുന്ന അനുചരന്മാരുടെ ഹൃദയത്തിൽ ജീവിക്കുകയായിരുന്നു പുണ്യ

റസൂൽ. നേതാവെന്നോ,അനുയായി എന്നോ വേർതിരിവില്ലാതെ ദൈവപ്രീതിക്കായി സർവ്വം സമർപ്പിക്കാൻ സ്വന്തത്തേയും അണികളെയും സ്ഫുടം ചെയ്തെടുക്കുകയായിരുന്നു പ്രവാചകൻ.

# തിരുമേനിയുടെ ചില സന്ദർശനങ്ങൾ

ചിലപ്പോൾ നബി(സ) മധ്യപൂർവ്വാഹ്ന സമയത്ത് തന്റെ രക്തബന്ധുക്കളേയോ, അനുയായികളേയോ സന്ദർശിക്കാൻ പോകുന്ന പതിവുണ്ട്. അതിലൊന്ന് തന്റെ പ്രിയ പുത്രി ഫാത്തിമയുടെ വീട്ടിലേക്കാണ്. അവരുടെ പുത്രൻ ഹസ്സൻ എന്ന പേരക്കിടാവിനെ കാണാനുള്ള സന്ദർശനമാണ്. ഹസ്രത്ത് അബൂഹുറൈറ രേഖപ്പെടുത്തുന്നു. റസൂൽ ദുഹർ നമസ്കാരത്തിനു ശേഷം പുറത്തേക്കിറങ്ങുകയാണ്. പള്ളിയിൽ വെച്ച് എന്നെ കണ്ടു. എന്റെ കൈ പിടിച്ചു. ഞാനും അദ്ദേഹത്തോടൊപ്പം പുറത്തേക്കിറങ്ങി. എന്നെ കൈതാങ്ങിയിട്ട് തിരുമേനി നടക്കാനിറങ്ങി. അദ്ദേഹം എന്നോടൊന്നും സംസാരിക്കുകയോ ഞാനും അങ്ങോട്ടൊന്നും സംസാരിക്കുകയോ ചെയ്യുന്നില്ല. ബനുഖൈനുഖാത്ത് ഗോത്ര മാർക്കറ്റിൽ ഞങ്ങളെത്തി. അതിലൂടെ ഒന്ന് ചുറ്റിക്കറങ്ങി വിഹക വീക്ഷണം നടത്തിയ ശേഷം പിന്നേയും യാത്ര തുടർന്നു. അങ്ങനെ തിരുമേനിയുടെ പ്രിയ പുത്രി ഹസ്രത്ത് ഫാത്തിമയുടെ വീട്ടുമുറ്റത്തെത്തി. അവിടെ ഇരുന്നു, എന്നിട്ട് പേരക്കിടാവിനെ വിളിച്ചു. ചെറിയമോൻ എന്നർത്ഥമുള്ള ലുക്കഹ് എവിടെ ലുക്കഹ് എവിടെ എന്ന് മൂന്ന് പ്രാവശ്യം നബി അതാവർത്തിച്ചു. പിന്നെ നബി പറഞ്ഞു. അലിയുടെ പുത്രൻ ഹസ്സനെ വിളിക്കൂ. അകത്തു നിന്നും ആരുടേയും മറുപടിയുണ്ടായില്ല. ഹസ്സനെ ഫാത്തിമ കുളിപ്പിക്കുകയോ, വസ്ത്രം മാറ്റി കൊടുക്കുകയോ ആയിരിക്കുമെന്ന് ഞങ്ങൾ ഊഹിച്ചു. അവിടുന്ന് അദ്ദേഹം മടങ്ങിയപ്പോൾ ഞാനും മടങ്ങി.

പിന്നെ പള്ളിയിൽ തന്നെ ഞങ്ങൾ മടങ്ങിയെത്തി. അദ്ദേഹം ഒരു ഭാഗത്തിരുന്നു. എവിടെ ലുക്കഹ്, എനിക്ക് ലുക്കഹിനെ കൊണ്ടുവരൂ, ഇല്ല അപ്പോഴേക്കുമതാ ഹസ്സൻ ഓടിച്ചാടി വരുന്നു. ഹസ്സനെ കണ്ടതും നബി കൈകൊണ്ടെന്തോ ആംഗ്യത്തിൽ സംസാരിക്കുന്നു. കുട്ടിയും തന്റെ കരം കൊണ്ട് ആംഗ്യം കാണിച്ച് മറുപടി പറഞ്ഞു. ഹസ്സന്റെ കഴുത്തിൽ പൂമാലയുണ്ട്. ഹസ്സൻ നബിയുടെ മടിയിലേക്ക് ഒറ്റചാട്ടം. നബിയുടെ മടിത്തട്ടിൽ പരസ്പരം ആലിംഗനത്തിൽ മുഴുകി. നബി ഹസ്സനെ എടുത്ത് ചുംബിച്ച് തന്റെ നെഞ്ചിലേക്ക് അവന്റെ മുഖം അമർത്തും. വായിൽ വെച്ച് ഹസ്സന്റെ കരം തിരുമേനി പതുക്കെ കടിക്കും. തിരുമേനിയുടെ താടിയിൽ ഹസൻ വിരൽകൊണ്ടു തടവും. നബി(സ) പ്രാർത്ഥിക്കുകയാണ്. അല്ലാഹുവേ ഞാനിതാ ഇവനെ അളവറ്റ് സ്നേഹിക്കുന്നു. നീയും ഇവനെ സ്നേഹിക്കേണമേ. ഇവനെ സ്നേഹിക്കുന്നവരേയും നീ സ്നേഹിക്കേണമേ. അങ്ങനെ മൂന്നുവട്ടം തിരുമേനി പ്രാർത്ഥിച്ചു. (ബുഖാരി; മുസ്ലീം)

കാലം ഏറെ കഴിഞ്ഞിട്ടും ഹസ്സനെ കാണുമ്പോഴൊക്കെ, തന്റെ മനസ്സിനെ വേദനിപ്പിക്കുകയും സങ്കടപ്പെടുത്തുകയും ചെയ്യുന്ന നബിയോടൊത്തുള്ള ആ ഗതകാല ഓർമ്മയും സംഭവവും അബു ഹുറൈറ വിവരിച്ചതു നിറകണ്ണുകളോടെയായിരുന്നു. മറ്റൊരവസരത്തിൽ നബി(സ) ഫാത്തിമയുടെ വീട്ടിൽ എത്തി. അപ്പോൾ ഫാത്തിമയുടെ ഭർത്താവായ അലിയെ അവിടെ കണ്ടില്ല. നിന്റെ പിതൃവ്യ പുത്രനെവിടെ? അവർ പറഞ്ഞു. എന്റെയും അദ്ദേഹത്തിന്റെയും ഇടയിൽ ചെറിയൊരു അസ്വാരസ്യം ഉണ്ടായി. എന്നോട് ദേഷ്യം പിടിച്ച് പുറത്തേക്ക് പോയതാണ്. പിന്നെ, ഉച്ചക്ക് മുമ്പുള്ള നിദ്രക്ക് എന്റെ അടുത്ത് വന്നിട്ടില്ല. അന്നേരം തന്നെ അലി എവിടെയാണെന്ന് തിരഞ്ഞു പിടിക്കാൻ ഒരാളെ നബി ചട്ടംകെട്ടി. അയാൾ മടങ്ങി വന്ന് അലി പള്ളിയിൽ കിടന്നുറങ്ങുകയാണെന്ന് പറഞ്ഞു. ഉടനെ തിരുമേനി പള്ളിയിലെത്തി. അലി ചെരിഞ്ഞ് കിടക്കുകയാണ്. ശരീരത്തിൽ നിന്ന് മേൽവസ്ത്രം കുറേശ്ശെ ഉരിഞ്ഞു പോവുകയും ശരീരത്തിൽ മണ്ണ് പുരളുകയും ചെയ്തിട്ടുണ്ട്. മണ്ണ് ദേഹത്ത് നിന്ന് തട്ടി നീക്കിക്കൊണ്ട് അബുതുറാബ് (മണ്ണ് പുരണ്ടവനേ അ

തിന്റെ വിധാതാവേ) എഴുന്നേൽക്കൂ എന്ന് ആവർത്തിച്ച് പറയാൻ തുടങ്ങി (ബുഖാരി മുസ്ലിം)

ഇത്തരം സന്ദർഭത്തിൽ തന്നെയാണ് നബി തന്റെ വളർത്തു മാതാവായ ഉമ്മു ഐമൻ(റ)യെയും സന്ദർശിക്കാറുള്ളത്. നബിയോട് അവർക്ക് പ്രത്യേകമായൊരു വാത്സല്യവും അധികാരവുമുണ്ടായിരുന്നു. ഒരിക്കൽ അവർ നീട്ടിയ പാനീയമോ, ഭക്ഷണമോ വ്യക്തിപരമായ കാരണത്താൽ തിരുമേനിയ്ക്ക് നിരസിക്കേണ്ടി വന്നു. അപ്പോൾ ഉമ്മു ഐമൻ തർക്കിക്കുകയും ഒച്ച വെച്ച് ചോദിക്കുകയുമാണ്, ഭക്ഷണം കഴിക്കില്ല അല്ലേ, (മുസ്ലിം ബൈഹഖി) പോറ്റുമ്മയെന്ന തന്റെ അധികാരവും അവകാശവും അതിലുപരി സ്നേഹവായ്പുമാണ് അവിടെ പ്രകടമായത്. നബിയ്ക്ക് അവരോടുള്ള ആദരവും സ്നേഹവും കരുണയും സുവിദിതവുമാണ്.

മദീനയിലെ ഏറ്റവും പാവപ്പെട്ടവരുടെയും ദീനാനുകമ്പ അർഹിക്കുന്നവരുടെയും ദാരിദ്ര്യം അനുഭവിക്കുന്നവരുടേയും വീടുകളും ഇത്തരം നേരങ്ങളിലാണ് നബി(സ)സന്ദർശിക്കാറുള്ളത്. അവരിലെ രോഗികളെ പ്രത്യേകം ഗൗനിക്കുകയും അവരുടെ ഏത് വിഷമങ്ങളും കണ്ടറിഞ്ഞു പരിഹരിക്കുകയും ചെയ്യുക നബിയുടെ പതിവാണ്. അതുപോലെ എത്ര പാവപ്പെട്ടവരുടെയും സൽക്കാരങ്ങളിൽ പങ്കെടുക്കുകയും അവരുടെ ഏത് ചെറിയ ഭക്ഷണവും സ്വീകരിച്ച് അതിലൊക്കെ ഹൃദ്യമായി പങ്കാളിയാവുകയും ചെയ്യുക നബിക്ക് ഏറെ സന്തോഷകരമാണ്. അതിലൊരു സംഭവം തിരുമേനിയുടെ വാല്യക്കാരനായ ഹസ്രത്ത് അനസ് പറയുകയാണ്. കിളവിയും തന്റെ പിതാമഹിയുമായ *മുലൈക* ഒരു സദ്യ ഒരുക്കി നബിയെ ക്ഷണിച്ചു. ഒരു വൈമനസ്യവും കൂടാതെ നബി അത് സ്വീകരിച്ചു. ഭക്ഷണത്തിനു ശേഷം നബി പറഞ്ഞു നമുക്ക് നമസ്കരിക്കാം തയ്യാറായിക്കൊള്ളൂ. മുലൈക്കയുടെ ദാരിദ്ര്യം വിവരിച്ച് അനസ് പറയുകയാണ്. ഉപയോഗാധിക്യത്താൽ പഴകി ദ്രവിച്ച കറുകറുത്ത ഒരു പായയാണ് നമസ്കരിക്കാനായി ലഭിച്ചത്. ഞാനത് വെള്ളം കുടഞ്ഞ് വൃത്തിയാക്കി പ്രവാചകന് നൽകി. നബിയതിൽ നമസ്കരിക്കാൻനിന്നു. ഞാനും അനാഥനും (അവിടെയുള്ള

യത്തീം കുട്ടി) തിരുമേനിക്ക് തൊട്ടുപിറകെയും മുലൈക ഞങ്ങൾക്ക് പിന്നിലുമായി നബിയെ പിന്തുടർന്ന് നമസ്കരിച്ചു. നമസ്കരിച്ച ശേഷം നബി (സ) അവിടുന്ന് മടങ്ങുകയും ചെയ്തു. (ബുഖാരി, മുസ്ലീം, അഹമ്മദ്) ഏറെ ദരിദ്രയും വൃദ്ധയുമായിരുന്ന മുലൈകയെ ഈ സന്ദർശന സംഭവം ഏറെ ആനന്ദ നിർവൃതി യിലാക്കുകയുണ്ടായി. സന്തോഷത്താൽ അവരുടെ നയനങ്ങൾ ഇത് വിവരിക്കുമ്പോഴൊക്കെ ഈറനണിയുമായിരുന്നു. ചിലപ്പോൾ ഇത്തരം സന്ദർശന വേളകളിൽ തന്റെ പത്നിമാരിൽ ആരെങ്കിലു മൊരാളെ പങ്കെടുപ്പിക്കുകയും ചെയ്യുമായിരുന്നു. തന്റെ അയൽ വാസിയായ ഒരു പേർഷ്യൻ വംശജൻ ഭക്ഷണം തയ്യാറാക്കി നബിയെ ക്ഷണിക്കാൻ വന്നു. രുചിയേറും വിഭവനിർമ്മാണത്തിൽ അതിവിദഗ്ധനായ അദ്ദേഹത്തിന്റെ പാചകത്തിന്റെ മണം പോലും ഹൃദയഹാരിയാണ്. എന്റെ കൂടെ എന്റെ ഭാര്യ ആയിശ കൂടി ഉണ്ടാവുമെന്ന് നബി(സ) പറഞ്ഞപ്പോൾ, പറ്റില്ലെന്ന് അയാൾ പറഞ്ഞു. അപ്പോൾ തിരുമേനി പറഞ്ഞു. എന്നാൽ ഞാനുമില്ല. മൂന്ന് പ്രാവശ്യം ഇപ്രകാരം അയാൾ വരികയും ആവർത്തിക്കുകയും ചെയ്തു. മൂന്നാം തവണ അയാൾ പറഞ്ഞു. ആ കാര്യം താങ്കൾ പറഞ്ഞപോലെ തന്നെ. അങ്ങനെ അവർ രണ്ടു പേരും അയാളുടെ വീട്ടിലെത്തി. (മുസ്ലീം അ്ഹമ്മദ് നസാഈ ഇബ്നുമാജാ).

അടിമ മോചിതരിൽപ്പെട്ട ഒരു തയ്യൽക്കാരൻ ഒരിക്കൽ അ യാൾ തയ്യാറാക്കിയ ആഹാരത്തിന് നബിയെ ക്ഷണിച്ചു. ഹസ്രത്ത് അനസ് പറയുകയാണ്. ആ ആഹാരത്തിൽ പങ്കെടുക്കാൻ ഞാനും നബിയോടൊപ്പം പോയി. ബാർലി റൊട്ടിയും ചുരയ്ക്ക കറിയും ഉണക്ക മാംസത്തിന്റെ കൂട്ടാനും തിരുമേനിക്ക് സമീപം കൊണ്ടു വന്നു. ആ ചുരയ്ക്ക കറി നബിക്ക് വളരെയധികം ഇഷ്ടപ്പെട്ടു. അത് പിഞ്ഞാണത്തിൽ തിരഞ്ഞു കഴിക്കാൻ തുടങ്ങി. ഞാനത് കഴിക്കാതെ റസൂലിന് ഇട്ടുകൊടുത്തു. അന്ന് മുതൽ എനിക്കും ചുരയ്ക്കക്കറി ഏറെ ഇഷ്ടപ്പെട്ടതായി മാറി. (ബുഖാരി മുസ്ലീം).

## ഒരു പ്രത്യേക ക്ഷണം

ഹസ്രത്ത് മുഹമ്മദ് ബിൻ റബീഅ് റിപ്പോർട്ട് ചെയ്യുന്ന ഒരു സംഭവം. ബദർ യുദ്ധത്തിൽ പങ്കെടുത്ത അൻസാരിയായ സ്വഹാബി ഹസ്രത്ത് ഉത്ബാൻ ബിൻ മലിക് (റ)നബിയുടെ സന്നിധിയിലെത്തി ഒരു അപേക്ഷ നൽകുന്നു. അല്ലാഹുവിന്റെ ദൂതരെ എനിക്കു കണ്ണു കാണാൻ വയ്യാതായിരിക്കുന്നു. എന്റെ പ്രദേശത്തുകാർക്ക് ഇമാമായി നമസ്കരിക്കാറുള്ളത് ഞാനാണ്. പക്ഷേ, മഴ പെയ്താൽ എനിക്കും അവർക്കുമിടയിലുള്ള മലഞ്ചെരുവിലൂടെ വെള്ളമൊലിക്കാൻ തുടങ്ങും. അപ്പോൾ അവരുടെ പള്ളിയിലെത്തി അവർക്ക് ഇമാമത്ത് നിൽക്കാൻ എനിക്ക് കഴിയില്ല. അതുകൊണ്ട് അവിടുന്ന് എന്റെ അടുത്ത് എന്റെ വീട്ടിൽ വെച്ച് നമസ്കരിച്ചാലും, ആ സ്ഥലം എനിക്ക് നമസ്കാരസ്ഥലമാക്കാമല്ലോ. പ്രവാചകൻ പറഞ്ഞു. അങ്ങനെ ചെയ്യാം. നാഥൻ അനുഗ്രഹിക്കട്ടെ. (ഇൻശാ അല്ലാഹ്.)

ഒരു ദിവസം തിരുമേനിയും അബൂബക്കറും വീട്ടിൽ വന്നു. പ്രവേശനാനുമതിക്ക് ശേഷം വീട്ടിൽ പ്രവേശിച്ചു. വീട്ടിൽ കയറിയിരിക്കും മുമ്പ് തന്നെ അദ്ദേഹം ചോദിച്ചു. നിങ്ങളുടെ വീട്ടിൽ ഞാൻ ഏത് ഭാഗത്ത് നമസ്ക്കരിക്കണമെന്നാണ് താങ്കൾ ആഗ്രഹിക്കുന്നത്? വീട്ടിലെ ഒരിടം ഞാൻ നബിക്ക് കാണിച്ചു കൊടുത്തു. ഉടനെ നബി നിന്ന് കൊണ്ട് തക്ബീർ ചൊല്ലി നമസ്കാരത്തിൽ പ്രവേശിച്ചു. നബിയുടെ പിന്നിൽ അണിയണിയായി ഞങ്ങളും നിന്ന് നമസ്കാരം ആരംഭിച്ചു. തിരുമേനി രണ്ട് റകഅത്ത് നമസ്കരിച്ച് സലാം വീട്ടി. പ്രവാചകനെ സൽക്കരിക്കാൻ തയ്യാർ ചെയ്തുണ്ടാക്കിയ പ്രത്യേക ഭക്ഷണം എല്ലാവരും കഴിച്ചു. (ബുഖാ മുസ്ലിം...)

ചെറിയ കുട്ടികളോടുള്ള നബിയുടെ സഹവാസം ഹൃദയ സ്പൃക്കായതാണ്. ഇതേക്കുറിച്ച് ഹസ്രത്ത് അനസ്(റ) ഓർക്കുകയാണ്. നബി(സ) സ്വഭാവ വൈശിഷ്ട്യം കൊണ്ട് ഏറ്റവും മഹോന്നതനാണ്. മൂന്ന് വയസ്സായ ചെറിയൊരു സഹോദരൻ കൂടി എനിക്കുണ്ടായിരുന്നു. അബൂ ഉമൈർ എന്നാണവന്റെ പേര്. ഞങ്ങളുടെ വീട് സന്ദർശിക്കുമ്പോഴൊക്കെ കളി തമാശകൾ പറഞ്ഞ് അവനുമായി ഉല്ലസിക്കുക നബിയുടെ പതിവായിരുന്നു. ഒരു ദിവസം നബി വന്നപ്പോൾ എന്റെ കൊച്ചനിയൻ ദുഃഖപരവശനായിരിക്കുന്നു. അവന്റെ ചെറിയൊരു കുരുവി ചത്ത് പോയതാണ് കാര്യം. നബി അവന്റെ തല തടവിക്കൊണ്ട് സമാധാനിപ്പിച്ചു. അവനെ സന്തുഷ്ടനാക്കി. (ബുഖാരി, മുസ്ലിം അഹ്മദ്)

തിരുമേനി തനിക്ക് ആതിഥ്യം നൽകിയ ഏതൊരാൾക്ക് വേണ്ടിയും പ്രാർത്ഥിക്കുന്നു. ഒരു നോമ്പ് കാലത്ത് ഹസ്രത്ത് സഅദ് ബിൻ ഉബാദത്തിന്റെ വീട്ടിൽ വെച്ചുള്ള ഇഫ്ത്വാറിന്ന് ശേഷം നബി പ്രാർത്ഥിച്ചതു ഇപ്രകാരമാണ്. *നിങ്ങളുടെ അടുത്ത് നോമ്പുകാർ നോമ്പ് തുറന്നിരിക്കുന്നു. സജ്ജനങ്ങൾ നിങ്ങളുടെ ഭക്ഷണം കഴിക്കുകയും ചെയ്തിരിക്കുന്നു. ഗുണത്തിനുവേണ്ടി നിങ്ങൾക്ക് മലക്കുകൾ പ്രാർത്ഥിക്കുകയും ചെയ്തിരിക്കുന്നു.* (അബൂ ദാവൂദ്)

ഒരിക്കൽ ഹസ്രത്ത് ബുസർ ബിൻ അബീ ബുസ്ർ(റ)ന്റെ വീട്ടിൽ റസൂൽ സന്ദർശനത്തിനെത്തുന്നു. അദ്ദേഹവും ഭാര്യയും പുറത്ത് വന്ന് റസൂലിനെ യഥോചിതം ആദരിച്ച് അകത്തേക്കാനയിച്ച് സ്വീകരിച്ചിരുത്തുന്നു. ബുസ്ർ ഭാര്യയോട് പറഞ്ഞു. ആഹാരം കൊണ്ടുവരൂ. ഒരു തളികയിൽ ആഹാരവുമായി അവരെത്തി. നബിയും ഒപ്പമുണ്ടായിരുന്നവരും അത് കഴിക്കുകയുണ്ടായി. അതിന് ശേഷം തിരുമേനി ഇങ്ങനെയാണ് പ്രാർത്ഥിച്ചത്. *അല്ലാഹുവേ അവർക്ക് പാപങ്ങൾ നീ പൊറുത്തു കൊടുക്കേണമേ. കരുണയും അനുഗ്രഹവും അവരിൽ ചൊരിയേണമേ. അവരുടെ ഉപജീവനത്തിൽ വിശാലത ചെയ്യുകയും ചെയ്യേണമേ.*

അതുപോലൊരു ദിവസം ഹസ്രത്ത് ജാബിർ ബിൻ അബ്ദുല്ലയുടെ വീട്ടിലും തിരുമേനി സന്ദർശനം നടത്തുമെന്ന

വിവരം കിട്ടിയപ്പോൾ ജാബിർ ഭാര്യയോട് പറഞ്ഞു. ഇന്ന് പകൽ റസൂൽ നമ്മെ സന്ദർശിക്കും. ആ സമയത്ത് നീ സംസാരം അധികരിപ്പിച്ചോ, ഓരോരോ ചോദ്യങ്ങൾ ഉന്നയിച്ചോ തിരുമേനിയെ അലോസരപ്പെടുത്തുകയോ, ദ്രോഹിക്കുകയോ ചെയ്യരുത്. ശേഷം ജാബിർ ബിൻ അബ്ദുല്ല നല്ല തടിയും വണ്ണവുമുള്ള ഒരാടിനെ അറുത്ത് പാകമാക്കി. തിരുമേനിക്ക് മുമ്പാകെ ആഹാരം ഒരുക്കി വെച്ചപ്പോൾ ജാബിറിനെ നോക്കി നബി പറഞ്ഞു. മാംസത്തോടുള്ള നമ്മുടെ ഇഷ്ടം താങ്കൾ മനസ്സിലാക്കിയിരുന്നുവല്ലേ. നബിയും ഒപ്പമുള്ളവരും ഭക്ഷണം കഴിച്ച് പുറപ്പെടാനൊരുങ്ങിയപ്പോൾ, അവിടെ മറഞ്ഞിരുന്ന ജാബിറിന്റെ ഭാര്യ നബിയോട് പറഞ്ഞു... ദൂതരെ എനിക്കും എന്റെ ഭർത്താവിനും വേണ്ടി അങ്ങ് പ്രാർത്ഥിച്ചാലും. നബി പ്രാർത്ഥിച്ചു. നിന്നെയും നിന്റെ ഭർത്താവിനെയും അല്ലാഹു അനുഗ്രഹിക്കട്ടെ. ഇതൊക്കെ കഴിഞ്ഞതിന് ശേഷം ജാബിർ ഭാര്യയോട് പറഞ്ഞു. ഞാൻ നിന്നോട് നേരത്തെ തന്നെ തിരുമേനിയെ ബുദ്ധിമുട്ടിക്കരുതെന്ന് വിലക്കിയിരുന്നല്ലോ. അപ്പോൾ ഭാര്യ പറയുകയാണ്. അല്ലാഹുവാണ് തിരുമേനിയെ നമ്മുടെ വീട്ടിലെത്തിച്ചത്. അദ്ദേഹം മടങ്ങിപ്പോകുന്നതിന് മുമ്പ് എനിക്കും എന്റെ ഭർത്താവിനും വേണ്ടി പ്രാർത്ഥിക്കാൻ അപേക്ഷിക്കാതിരിക്കയോ? (അഹമ്മദ്, ദാരിമി, അബൂദാവൂദ്)

നബിയുടെ ശിഷ്യൻമാരുടെയും സ്വഹാബികളുടെയും സ്വഭാവരീതി ഇതായിരുന്നു. നബി തങ്ങളെ സന്ദർശിക്കുക എന്നത് ജീവിത സാഫല്യമായിട്ടായിരുന്നു അവർ കരുതിയിരുന്നത്. വലിയവരും ചെറിയവരും പണക്കാരും പാവപ്പെട്ടവനുമൊക്കെ അതിന്നായി ഏറെ ആഗ്രഹിക്കുകയും ചെയ്യുന്നു. തിരുമേനിയുടെ സന്ദർശനം ഓർക്കാനും ഓർത്തിരിക്കാനും പഠനാർഹവും പ്രവാചകദൗത്യബോധനത്തിന്റെ ദിവ്യപ്രഭയുമായിട്ടാണ് അവരത് പരിഗണിച്ചിരുന്നത്. ഹസ്രത്ത് അബ്ദുല്ലാ ബിൻ ആമിർ ബിൻ റബീഅ(റ) പറയുന്നു, ഞാൻ കുട്ടിയായിരുന്നപ്പോൾ തിരുമേനി ഒരിക്കൽ ഞങ്ങളുടെ വീട്ടിൽ വന്നു. അപ്പോൾ ഞാൻ കളിക്കാൻ പോകാനൊരുങ്ങി നിൽക്കുകയായിരുന്നു. അബ്ദുല്ലാ, നിൽക്കൂ, ഞാനൊരു സാധനം തരാം എന്ന് ഉമ്മ എന്നോട് പറഞ്ഞു, അപ്പോൾ

നബി അവരോട് ചോദിച്ചു. എന്താണ് നീ അവന് നൽകാമെന്നു ദ്ദേശിച്ചത്? അവർ പറഞ്ഞു. ഈത്തപ്പഴമായിരുന്നു അത്. ഈത്ത പ്പഴം അവന് കൊടുത്തില്ലായിരുന്നുവെങ്കിൽ അതുമതി നിന്റെ പേരിൽ ഒരു കള്ളമായി രേഖപ്പെടുത്താൻ. (അഹമദ്, ബൈഹഖീ.)

ആ സംഭാഷണം മാതാവിന്റെയും കുട്ടിയുടേയും ഹൃദയ ത്തിലുണ്ടാക്കിയ സത്യത്തിന്റെ മർമ്മരം എത്രമാത്രം പഠനാർ ഹമായിരുന്നു. പ്രത്യേകിച്ചും കാലം എത്രയോ കഴിഞ്ഞിട്ടും തന്റെ മനസ്സിൽ നിന്ന് മാഞ്ഞുപോവാതെ ആ സംഭവം ഹസ്രത്ത് അബ് ദുല്ലാ ബിൻ ആമിറിന്റെ മനസ്സിൽ പച്ചപിടിച്ച് തത്തികളിക്കുകയാ ണ്. കുട്ടികളുടെ ശ്രദ്ധ തിരിക്കുവാനും അവരെ വ്യാമോഹിപ്പിക്കാൻ വേണ്ടി നൂറ് നൂറ് കളവ് പറയുന്ന ഉമ്മമാരും ബാപ്പമാരും ഉള്ള ഈ കാലത്ത് ഈ സംഭവത്തിനു വലിയ അർത്ഥതലമുണ്ട്.

ഒരിക്കൽ സഅദ് ബിൻ ഉബാദയെ നബി സന്ദർശിക്കുക യാണ്. ആ സദസ്സിൽവെച്ച് ബഗീർ ബിസ്അബ് തിരുദൂതരെ അങ്ങേക്ക് സ്വലാത്ത് ചൊല്ലണമെന്ന് അല്ലാഹു കൽപിക്കുന്നു. എപ്ര കാരമാണ് സ്വലാത്ത് അങ്ങേക്ക് ചൊല്ലേണ്ടത്? അപ്പോൾ തിരുമേനി നിശബ്ദത പാലിച്ചു. അങ്ങിനെ ഒരു ചോദ്യം ചോദിച്ചില്ലായിരു ന്നുവെങ്കിൽ എന്നുവരെ ഞങ്ങൾ ആഗ്രഹിച്ചുപോയി. പിന്നീട് അദ്ദേഹം പറയുകയാണ്. നിങ്ങൾ പറഞ്ഞുകൊള്ളുക, അള്ളാ ഹുവേ മുഹമ്മദ് നബിക്കും കുടുംബത്തിനും നീ അനുഗ്രഹം ചൊരിയേണമേ. ലോകരിൽ ഇബ്രാഹിം നബിയുടെ കുടുംബത്തിന് നീ അനുഗ്രഹം ചൊരിഞ്ഞപോലെ, നീ മഹത്വമേറിയവനുമാണ്. സലാം ചൊല്ലേണ്ടത് നിങ്ങൾക്ക് മുമ്പ് ഞാൻ പഠിപ്പിച്ചപോലെ തന്നെ (ബുഖാരി മുസ്ലീം) പൊടുന്നനവെ, ആ ചോദ്യത്തോടുള്ള നബിയുടെ നിശബ്ദത. അത് ജിജ്ഞാസയുടെ എല്ലാ സീമകളെയും തട്ടി ഉണർത്തുന്നതായിരുന്നു. ഉത്തരമെന്തായി രിക്കുമെന്നറിയാനുള്ള തീക്ഷ്ണത. ഉത്തരമറിയാത്തപ്പഴോ ഇനിയൊരിക്കലും അത് മറക്കാത്ത തോതിലുള്ള ബദ്ധശ്രദ്ധയും ഉണ്ടാക്കാൻ ആ നിശബ്ദതക്ക് കഴിഞ്ഞു.

ഇത്തരത്തിലുള്ള മറ്റൊന്ന് ഹസ്രത്ത് ഉത്ബാൻ ബിൻ മാ

ലികി(റ)ന്റെ വീട് തിരുമേനി സന്ദർശിച്ചപ്പോഴുണ്ടായ സന്ദർഭമാണ്. തന്റെ വീട്ടിൽ വന്ന് റസൂൽ നമസ്കരിക്കണമെന്ന ഉത്ബാന്റെ ക്ഷണം സ്വീകരിച്ചെത്തിയതാണ് നബി(സ). കൂടെ അബൂബക്കറുമുണ്ട്. തിരുമേനിയുടെ ബഹുമാനാർത്ഥം സംഘടിപ്പിച്ച ആ കൂട്ടായ്മയിൽ ആ പ്രദേശത്തുകാർ ഒരുപാട് പേരുണ്ട്. അന്നേരം അവരിലൊരാൾ ചോദിച്ചു. മാലിഖ് ബിൻ ദ്ദുഖുശും എവിടെ? അല്ലാഹുവിനേയും അവന്റെ ദൂതനേയും സ്നേഹിക്കാത്ത ഒരു കപട വിശ്വാസിയായിട്ടുണ്ട് അയാൾ. ഈ പ്രസ്താവം കേട്ടപ്പോൾ നബി പറഞ്ഞു. അരുത്, അങ്ങനെ പറയരുത്. അല്ലാഹുവിന്റെ പ്രീതി പ്രതീക്ഷിച്ച് (ലാഇലാഹ ഇല്ലല്ലാഹ്) അല്ലാഹുവല്ലാതെ മറ്റൊരാരാധ്യനുമില്ലെന്ന് അദ്ദേഹം പറഞ്ഞത് താങ്കൾക്കറിയില്ലേ? അന്നേരം അയാൾ മറുപടി പറഞ്ഞു. അല്ലാഹുവിനും റസൂലിനുമാണ് കൂടുതൽ അറിയുക. അയാളുടെ ശ്രദ്ധയും ഗുണകാംക്ഷയുമെല്ലാം കപടരായ മുനാഫിഖുകളോടൊപ്പമാണെന്ന് ഞങ്ങൾ മനസ്സിലാക്കുന്നു. അപ്പോൾ നബി അരുളി. അല്ലാഹുവിന്റെ പ്രീതി ഉദ്ദേശിച്ചുകൊണ്ട് ലാഇലാഹ ഇല്ലല്ലാഹ് എന്ന് പ്രഖ്യാപിച്ചവന് അല്ലാഹു നരകം വിലക്കിയിരിക്കുന്നു. (ബുഖാരി-മുസ്ലിം അഹമ്മദ്).

സന്ദർശന വീടുകളിൽ എല്ലാവരും തിരുമേനിയുടെ ഉദാത്തവും മധുരമനോഹരവുമായ സദുപദേശങ്ങൾക്ക് കാതോർക്കുന്നു. എല്ലാവിധ ക്ഷേമൈശ്വര്യങ്ങളും ആശംസിച്ചുകൊണ്ട് നിറഞ്ഞ പ്രാർത്ഥനാഹൃദയത്തോടെ മടങ്ങുന്ന സർവ്വാദരണീയനായ നേതാവായിരുന്നു മുഹമ്മദ് നബി. ഹസ്രത്ത് ഉത്ബാൻ(റ) വീട്ടിൽ വെച്ചുണ്ടായ ആ സംഭവത്തിൽ തിരുമേനി അയാളുടെ (അപരന്റെ) ചിന്താഗതി തിരുത്തുകയും ഇതിലൂടെ ഒരു മുസ്ലീമിന്റെ അഭിമാനവും വ്യക്തിത്വവും അയാളുടെ അഭാവത്തിൽ നബി സംരക്ഷിക്കുകയും ചെയ്തു. അത് അപ്രകാരം തന്നെ ആകണമെന്ന് തന്റെ സഹാബത്തിനെ പഠിപ്പിച്ച് സംസ്കാര സമ്പന്നരാക്കുകയുമായിരുന്നു ലക്ഷ്യം. മുസ്ലിം സംഘടനകളുടെ ദഅ്വ കേമ്പുകളും വിജ്ഞാന വേദികളുമൊക്കെ തിരുമേനിയുടെ ഈ സുന്നത്തിന്റെ അധ്യാപനം ഉൾക്കൊള്ളുകയും പ്രാവർത്തികമാക്കുകയും ചെയ്യേണ്ടതുണ്ട്. തങ്ങളുടെ അനുയായികളെ നബി(സ) സഞ്ചരിച്ച

പാതകളിലേക്ക്  എപ്രകാരം ബോധനം നടത്തി തിരിച്ച് കൊണ്ടു വരാമെന്ന് ആലോചന നടത്തുകയും അതിന്നായി പ്രവർത്തിക്കു കയും ചെയ്യേണ്ടതുണ്ട്. കാലം സമുദായത്തെക്കൊണ്ട് ചെന്നെ ത്തിച്ച ആപത്തിൽ നിന്നും രക്ഷപ്പെടാൻ പ്രവാചകചര്യകളിലേ ക്കുള്ള മടക്കം മാത്രമാണ് പോംവഴി.

# രോഗികളെ സന്ദർശിക്കൽ

തിരുമേനിയുടെ സന്ദർശനങ്ങളിൽ അതിപ്രധാനമായ ഒന്നായിരുന്നു രോഗബാധിതരെ സന്ദർശിക്കുകയും, അവർക്ക് വേണ്ടി പ്രാർത്ഥിക്കുകയും, അവരെ സമാശ്വസിപ്പിക്കുകയും ചെയ്യുക എന്നുള്ളത്. ഹസ്രത്ത് സഅദ്ബിൻ ഉബാദത്തുമായി ബന്ധപ്പെട്ട ഒരു വിഷയം രേഖപ്പെടുത്തപ്പെട്ടിരിക്കുന്നത് ഇങ്ങനെയാണ്. സഅദിന് രോഗം മൂർച്ഛിച്ച ഒരു സന്ദർഭത്തിലാണ് തിരുമേനി അനുചരന്മാരായ അബ്ദുറഹിമാൻ ബിൻ ഔഫ്, സഅദ് ബിൻ അബീ വഖാസ്, അബ്ദുല്ലാ ബിൻ മസ്ഊദ് എന്നിവരുടെ കൂടെ അദ്ദേഹത്തിന്റെ ഗൃഹത്തിലെത്തുന്നത്. അദ്ദേഹത്തിന് ബോധക്ഷയമായിരുന്നു. അദ്ദേഹത്തിനു ചുറ്റും ബന്ധുക്കൾ തടിച്ചുകൂടിയിട്ടുണ്ട്. അവരോട് നബി അന്വേഷിച്ചു. മരിച്ചുപോയോ എന്ന്. അപ്പോഴത്തെ അദ്ദേഹത്തിന്റെ നില കണ്ട് നബി കരഞ്ഞു. അത് കണ്ടപ്പോൾ അവിടെ കൂടിയിരിക്കുന്ന ബന്ധുമിത്രാതികളെല്ലാവരും കരഞ്ഞു. തിരുമേനി അപ്പോൾ അവരോടെല്ലാവരോടുമായി പറയുകയാണ്. നിങ്ങൾക്കറിഞ്ഞുകൂടെ കണ്ണീർ വാർത്തതുകൊണ്ടോ, ഹൃദയം വേദനയാൽ ദുഃഖിച്ചതുകൊണ്ടോ ഒരാളേയും അല്ലാഹു ശിക്ഷിക്കുകയോ, രക്ഷിക്കുകയോ ഇല്ല. തന്റെ നാവിലേക്ക് കൈ ചൂണ്ടി ഇപ്രകാരം ഓർമ്മപ്പെടുത്തി. എന്നാൽ ഇത് മൂലം ശിക്ഷിക്കുകയോ രക്ഷിക്കുകയോ ചെയ്യാം. (ബുഖാരി, മുസ്ലീം).

തന്റെ പ്രിയപ്പെട്ട ഒരനുയായി ബോധരഹിതനായി രോഗം മൂർച്ഛിച്ച് കിടക്കുമ്പോൾ ദുഃഖപാരവശ്യത്താൽ തിരുമേനിയുടെ

കണ്ണിൽ നിന്നും കണ്ണുനീർ കണങ്ങൾ ഇറ്റിറ്റുവീഴുന്നു. തിരുമേനി യുടെ ഏറ്റവും ആർദ്രമായ മനസ്സാണ് നാം ഇവിടെ കാണുന്നത്. ഹസ്രത്ത് സഅദ് ബിൻ ഉബാദ ബോധം തെളിയുകയും സുഖം പ്രാപിക്കുകയും ചെയ്തു. തനിക്കുവേണ്ടിയുള്ള പ്രവാചകന്റെ ആത്മാർത്ഥമായ സങ്കടവും കരച്ചിലും അദ്ദേഹം അറിഞ്ഞപ്പോഴു ണ്ടായ വികാരമെന്തായിരിക്കും? സഅദിനെ അത്യധികം സ്നേ ഹിക്കുന്ന സന്തതികളിലും കുടുംബത്തിലുമുണ്ടാകുന്ന ആത്മാർ ത്ഥതയും നബിയോട് എത്രമാത്രയിരിക്കും ഉണ്ടാവുക! അവരുടെ യൊക്കെ വേദന സ്വന്തം വേദനയായി കരുതുന്ന പ്രവാചകനോ ടുള്ള അവരുടെ മാനസിക കടപ്പാട് സീമാതീതവും ഹൃദയാവർ ജ്ജകവുമായിരിക്കുമല്ലോ. ഇതാണ് നമ്മുടെ കാരുണ്യത്തിന്റെ പ്ര വാചകൻ. അദ്ദേഹത്തെ വിശുദ്ധ ഖുർആൻ വിശേഷിപ്പിച്ചതും അതു തന്നെ. അദ്ദേഹം (മുഹമ്മദ് നബി) സത്യവിശ്വാസികളോട് അത്യന്തം ദയാലുവും കാരുണ്യവാനുമാണ്. (തൌബ 128)

തിരുമേനിയുടെ പ്രിയ സഖാവ് ഹസ്രത്ത് ജാബിർ ബിൻ അബ്ദുല്ല തനിക്ക് ബാധിച്ച ഒരു രോഗാവസരത്തിൽ തിരുമേനി തന്നെ സന്ദർശിച്ച സന്ദർഭം ഓർക്കുകയാണ്. ഞാൻ അസുഖം ബാധിച്ച സന്ദർഭത്തിൽ തിരുമേനി അബൂബക്കറിനോടൊപ്പം ഏറെ ദൂരമുള്ള സ്ഥലത്തേക്ക് കാൽനടയായി വന്ന് എന്നെ സന്ദർശിക്കു ന്നു. ഞാനപ്പോൾ എന്റെ കുടുംബക്കാരായ ബനുസലമ ഗോത്ര ക്കാരുടെ അടുത്തായിരുന്നു. ബോധം പാടെ നശിക്കുന്നതായി ഞാ നറിഞ്ഞു. ഒന്നും തനിക്ക് തിരിച്ചറിയുവാനോ,ഗ്രഹിക്കുവാനോ ക ഴിയുന്നില്ല. തിരുമേനി വുദു എടുത്ത്, എന്നിട്ടാ വുദുവിന്റെ ജലം എന്റെ ദേഹത്തിലും കുടഞ്ഞു. നബിയുടെ ഈ പ്രവൃത്തി എന്നെ ഏറെ സന്തോഷവാനാക്കുകയും രോഗമുക്തി പ്രധാനം ചെയ്യുക യും ചെയ്തു.

# മദീനയിലെ ചില തോട്ടങ്ങളിലും ഉദ്യാനങ്ങളിലും

പ്രവാചക ശിരോമണി തന്റെ സന്ദർശന വേളകളിൽ ഇടക്ക് നല്ല വായു ശ്വസിക്കുവാനും സുന്ദരവും രമണീയവുമായ പ്രകൃതി ഭംഗി ആസ്വദിക്കാനുമായി മദീനയിലെ തന്റെ അനുയായികളുടെ ഉദ്യാനങ്ങൾ സന്ദർശിക്കുന്നത് പതിവാണ്. ഹസ്രത്ത് അബൂ ത്വൽഹ അൻസാരിയുടെ വിശ്രുതമായ *ബൈറുഹാഅ്* എന്ന തോട്ടത്തിൽ വിശ്രമിക്കുകയും വേണ്ടുവോളം രമണീയ കാലാവസ്ഥ ആസ്വദി ക്കുകയും അവിടുത്തെ തെളിഞ്ഞതും രുചിയേറിയതുമായ വെള്ളം കുടിക്കുകയും ചെയ്യുന്നു. ആ തോട്ടം പ്രവാചക പള്ളിയുടെ വടക്ക് മുൻവശത്തായിട്ടാണ് ഉണ്ടായിരുന്നത്. കാലാന്തരത്തിൽ അവ മസ്ജുദുന്നബവിയുടെ വികസനത്തിൽ ചരിത്രത്തിന്റെ ഭാഗമായി തീർന്നു. (ബുഖാരി, അഹ്മദ് അൽ ദാരിമി, ഇബ്നുഹിബ്ബാൻ, ബൈഹഖി)

മദീനയിലെ ഇത്തരം തോട്ടങ്ങളിലൂടെയും ഉദ്യാനങ്ങ ളിലൂടെയും ശുദ്ധവായുവും പ്രകൃതി രമണീയതയും ആസ്വദിച്ച് നടക്കുക നബി(സ) ശീലമായിരുന്നു. മദീനയിലെ ചുട്ടുപൊള്ളുന്ന ചൂടിൽ നിന്ന് ആശ്വാസം കൊള്ളുകയും ജീവിത പ്രയാസങ്ങളിൽ അനായാസവും നവോന്മേഷവും കാണുകയുമായിരിക്കും നബി ലക്ഷ്യമിട്ടിരിക്കുക. മാത്രമല്ല, ആ തോട്ട ഉടമകൾക്കൊക്കെ തിരുമേ നിയുടെ ആഗമനം അതിരില്ലാത്ത ആഹ്ലാദത്തിനും സന്തോഷത്തി നും കാരണമാവുകയും ചെയ്യുന്നു. റസൂലിന്റെ സാമീപ്യവും തോട്ട

ത്തിൽ വെച്ചുള്ള റസൂലിന്റെ അനുഗ്രഹ പ്രാർത്ഥനകളും അവർക്ക് വിസ്മരിക്കാൻ കഴിയാത്ത മഹാസംഭവങ്ങളാണ്.

അൻസാരി ഗോത്രക്കാരുടെ ഉടമയിലുള്ള മറ്റ് ചില തോട്ടങ്ങളിലും നബി സന്ദർശനം നടത്താറുണ്ടായിരുന്നു. ഹസ്രത്ത് അബൂഹുറൈറ ഉദ്ധരിക്കുന്നു. ഞങ്ങൾ നബിക്ക് ചുറ്റും ഇരിക്കുകയായിരുന്നു. ഞങ്ങളോടൊത്ത് അബൂബക്കർ(റ) ഉമർ(റ) മുതൽ മറ്റ് കുറച്ചാളുകളുമുണ്ട്. അല്പം കഴിഞ്ഞ് തിരുമേനി അവിടെ നിന്ന് എഴുന്നേറ്റ് പോയി. കുറേ നേരമായിട്ടും അദ്ദേഹം മടങ്ങിവരാതിരുന്നപ്പോൾ ഞങ്ങൾക്ക് വേവലാതിയായി. അദ്ദേഹം തനിച്ചായിട്ട് വല്ല അപായത്തിലും കുടുങ്ങിയോ? പരിഭ്രാന്തരായി ഞങ്ങൾ എഴുന്നേറ്റ് റസൂലിനെ അന്വേഷിച്ചു പുറപ്പെട്ടു.

ഞാൻ നജ്ജാർ ഗോത്രക്കാരുടെ അതിർത്തിയായ മതിലിന്ന് അരികിലെത്തി. ഉള്ളിൽ പ്രവേശിക്കുവാൻ വല്ല പ്രവേശന കവാടവുണ്ടോ എന്ന് പരതി. ഒന്നും കാണുവാൻ കഴിഞ്ഞില്ല. മതിലിന്നടിയിലൂടെ ചെറിയൊരു ചിറ പോകുന്നത് ഞാൻ കണ്ടു. കുറുക്കൻ പതുങ്ങി പതുങ്ങി പോവുന്നത് പോലെ അതിലൂടെ ഇഴഞ്ഞു. ഞാൻ മതിലിന്ന് മറുവശമെത്തി. അവിടെ ഞാൻ റസൂലിനെ കണ്ടുമുട്ടി. നബി പറഞ്ഞു. അബൂഹുറൈറ!! അതെ, ഞാൻ തന്നെ റസൂലേ, എന്ന് ഞാൻ പറഞ്ഞു. അദ്ദേഹം തന്റെ ചെരുപ്പ് എന്നെ എല്പിച്ചുകൊണ്ട് പറഞ്ഞു. എന്റെ ഈ ചെരുപ്പുമായി താങ്കൾ പോവുക. വല്ലവരേയും താങ്കൾ കണ്ടുമുട്ടുകയാണെങ്കിൽ ലാഇലാഹ ഇല്ലല്ലാഹ് എന്ന് മനസാന്നിധ്യത്തോടും ഉറച്ച വിശ്വാസത്തോടും കൂടി സാക്ഷ്യം വഹിച്ച് വന്നവന് സ്വർഗം സന്തോഷവാർത്ത അറിയിക്കുക. (മുസ്ലിം, ഇബ്നുഹിബ്ബാൻ, ബൈഹഖി)

തിരുമേനി ഖുബായിൽ പോകുമ്പോൾ, ചിലപ്പോൾ, അരീസ കിണറിന്റെ ഭാഗത്ത് പോകും. അത് ഖുബാപള്ളിയുടെ പടിഞ്ഞാറ് ഭാഗത്തായി സ്ഥിതിചെയ്യുന്നു. മൂന്നാം ഖലീഫയായിരുന്ന ഹസ്രത്ത് ഉസ്മാൻ(റ) ന്റെ ഭരണകാലത്ത് തിരുമേനിയുടെ മോതിരം അതിൽ വീണുപോയി. എത്ര തപ്പിയിട്ടും മോതിരം ലഭിച്ചില്ല. പിന്നീടുള്ള മുസ്ലിം തലമുറയും, ഇസ്ലാമിക ഭരണകൂടവും ഒരു പാട് കാലം കി

ണർ സംരക്ഷിച്ചുവെങ്കിലും കാലപഴക്കം നിമിത്തം അത് മണ്ണ്മൂടി പോവുകയാണുണ്ടായത്. ഹസ്രത്ത് അബൂ മൂസൽ അശ്അരി പറയുന്നത് ശ്രദ്ധിക്കുക. അദ്ദേഹം(അബൂ മൂസൽ) അശ്അരി വുദു എടുത്ത് വീട്ടിൽ നിന്നിറങ്ങിയ ഒരു ദിവസം മനോഗതം ചെയ്തു പറഞ്ഞു. ഇന്ന് ഈ ദിവസം മുഴുവൻ ഞാൻ റസൂലിനോടൊപ്പം കഴിച്ച് കൂട്ടും, നബിയെ പിരിയുകയേയില്ല. വീട്ടിൽ നിന്ന് നേരെ പള്ളിയിൽ പോയി റസൂലിനെ തിരക്കി. അവിടെ ഉണ്ടായിരുന്നവർ പറഞ്ഞു. തിരുമേനി പുറത്തിറങ്ങിയിട്ടുണ്ട്. നബി പോയ ഭാഗം ചൂണ്ടിക്കാണിച്ച് ഈ ഭാഗത്തേക്കാണ് പോയിട്ടുള്ളത്. നബി പോയ വഴിയിലൂടെ അദ്ദേഹത്തെ അന്വേഷിച്ച് ഞാനും പുറപ്പെട്ടു. പ്രവാചകൻ അറീസ് തോട്ടത്തിലെ കിണറിന്നടുത്തേക്ക് കടന്നതായി ഞാനറിഞ്ഞു. തോട്ടത്തിന്റെ കവാടത്തിന്നരികിൽ ഞാനിരുന്നു. കവാടം ഈത്തപ്പനയുടെ മട്ടൽകൊണ്ട് നിർമ്മിച്ചതായിരുന്നു. തിരുമേനി പ്രാഥമികാവശ്യം നിർവ്വഹിച്ചു. വുദു ചെയ്തു കഴിഞ്ഞപ്പോൾ, ഞാൻ എഴുന്നേറ്റ് തിരുസന്നിധിയിൽ പ്രവേശിച്ചു. അപ്പോൾ അവിടുന്ന് അരീസ് കിണറിന്റെ തിണ്ണയുടെ മദ്ധ്യത്തിൽ ഇരിക്കുകയായിരുന്നു. കണങ്കാലുകൾ വെളിപ്പെടുത്തി കിണറിലേക്ക് താഴ്ത്തിയിട്ടായിരുന്ന ഇരുപ്പ്. ഞാൻ അടുത്ത് ചെന്ന് സലാം പറഞ്ഞു. പിന്നെ തിരിച്ച് വന്ന് തോട്ട കവാടത്തിന്നരുകിൽ തന്നെയിരുന്നു ആത്മഗതം ചെയ്തു. ഇന്ന് ഞാൻ എവിടെയും പോകാതെ പ്രവാചകന്റെ കാവൽക്കാരനായി ഇവിടെ ഇരിക്കുന്നതാണ്!! അപ്പോൾ അബൂബക്കർ വന്ന് വാതിലിന്ന് മുട്ടി. ആരാണെന്ന എന്റെ ചോദ്യത്തിന് അബൂബക്കറെന്ന മറുപടി ലഭിച്ചു. ഒരൽപനേരം നില്ക്കൂ എന്ന് പറഞ്ഞിട്ട് ഞാൻ റസൂലിന്റെ അടുത്തുപോയി അബൂബക്കർ പ്രവേശനാനുമതിക്ക് കാത്തിരിക്കുന്നതായി പറഞ്ഞു. അദ്ദേഹത്തിന് പ്രവേശനം നൽകൂവെന്നും സ്വർഗ്ഗപ്രവേശനം അല്ലാഹു വാഗ്ദാനം ചെയ്ത സന്തോഷം അറിയിക്കാനും പറഞ്ഞു. അദ്ദേഹം തോട്ടത്തിൽ പ്രവേശിച്ച് കിണർ തിണ്ണയിൽ തിരുമേനിയുടെ വലത് ഭാഗത്തായി നബിയെ അനുകരിച്ച് അതേ രൂപത്തിൽ കിണറിലേക്ക് കാലു തൂക്കിയിട്ടിരുന്നു. ഞാൻ തിരിച്ച് വന്ന് കവാടത്തിന്നരികെ തന്നെയിരുന്നു. അപ്പോഴതാ ഒരാൾ

വാതിൽ പിടിച്ചു കുലുക്കുന്നു. ഞാൻ ചോദിച്ചു ആരാണെന്ന്? ഉമറാണെന്ന് മറുപടി ലഭിച്ചു. അല്പനേരം കാത്തിരിക്കൂ എന്ന് പറഞ്ഞിട്ട് ഞാൻ റസൂലിന്റെ അരികത്ത് പോയി ഉമർ പ്രവേശിക്കാൻ സമ്മതം ചോദിക്കുന്നതായി അറിയിച്ചു. അദ്ദേഹത്തെ പ്രവേശിപ്പിക്കുകയും അദ്ദേഹത്തെ സ്വർഗ്ഗ പ്രവേശ സുവാർത്ത അറിയിക്കുകയും ചെയ്യുകയെന്ന് പറഞ്ഞു പ്രവാചകൻ. ഞാനപ്രകാരം ചെയ്തു. ഉമറും കടന്ന് വന്ന് തിരുമേനിയുടെ ഇടതുവശത്തായി തിണ്ണയിൽ കിണറിലേക്ക് നബിയും അബൂബക്കറും ചെയ്ത പോലെ കാല് രണ്ടും തൂക്കിയിട്ടിരുന്നു. ഞാൻ വീണ്ടും കവാടത്തിന്നരികിൽ തന്നെ ഇരിപ്പുറപ്പിച്ചു. അപ്പോഴുണ്ട് ഒരാൾ കൂടി എത്തി വാതിൽ കുലുക്കുന്നു. ആരാണെന്ന് ചോദിച്ചപ്പോൾ ഉസ്മാനാണെന്ന് പറഞ്ഞു. തിരുമേനിയുടെ സമ്മതത്തിന്നായി ഞാനദ്ദേഹത്തോടും അല്പം കാത്തിരിക്കാൻ പറഞ്ഞു. ഞാൻ പ്രവാചകനെ സമീപിച്ച് വിവരം അറിയിച്ചു. അനുമതി നൽകുക. അദ്ദേഹത്തിനും സ്വർഗ്ഗ പ്രവേശം സന്തോഷവാർത്ത അറിയിക്കുക. എന്നാൽ അദ്ദേഹത്തെ ഒരു വലിയ പരീക്ഷണം ബാധിക്കാനിരിക്കുന്നതായി മുന്നറിയിപ്പും നൽകുക. ഞാൻ ഉസ്മാൻ(റ)നോട് അപ്രകാരം പറഞ്ഞു.

ഹസ്രത്ത് ഉസ്മാനും തന്റെ മുൻഗാമികളെപ്പോലെ അല്ലാഹുവിനെ വാഴ്ത്തുകയും സ്തുതിക്കുകയും ചെയ്തശേഷം തിരുമേനിയുടെ അടുത്തെത്തി. എന്നാൽ, നബിയുടെ ചാരത്ത് ഒരേ ഭാഗത്ത് ഇരിക്കാൻ സ്ഥലം ഇല്ലാത്തത്കൊണ്ട് എതിർവശത്ത് നബി(സ) അഭിമുഖമായിരുന്നു. (ബുഖാരി, മുസ്ലിം, അഹമ്മദ്)

# മുഹമ്മദ് എന്ന അസാധാരണ മനുഷ്യൻ

പ്രവാചകനായ മുഹമ്മദ് (സ) താനൊരു മനഷ്യനാണെന്ന യാഥാർത്ഥ്യം തന്റെ ജനതയെ യുക്തിയുക്തം പഠിപ്പിക്കുകയും മനസ്സിലാക്കികൊടുക്കുകയും ചെയ്തിരുന്നു. താൻ മനുഷ്യരിൽ നിന്ന് തിരഞ്ഞെടുക്കപ്പെട്ട പ്രവാചകനാണെന്നാണ് അദ്ദേഹം ഉൽ ഘോഷിച്ചത്. പ്രപഞ്ചത്തേയും പ്രാപഞ്ചിക നിയമങ്ങളേയും പഠി ക്കുവാനും അതിലൂടെ അല്ലാഹുവിന്റെ മഹത്വം കണ്ടെത്തുവാനു മാണ് തന്റെ സഖാക്കളെ അദ്ദേഹം ഉൽബോധിപ്പിച്ചത്. പ്രപഞ്ച ത്തെ നിരീക്ഷിച്ച് പഠിക്കാനാഹ്വാനം ചെയ്യുന്ന ഖുർആനിക സൂക്ത ങ്ങളുടെ എണ്ണം നോമ്പും ഹജ്ജും പ്രതിപാദിക്കുന്നതിനേക്കാൾ കൂടുതലാണ്. അല്ലാഹുവിങ്കലേക്ക് അടുക്കുവാനുള്ള സർവ്വകാര്യ ങ്ങളും പഠിപ്പിച്ച പ്രവാചകൻ ആ ശക്തിക്ക് മാത്രമെ ആരാധനയർ പ്പിക്കാൻ പാടുള്ളൂ എന്ന് നിഷ്കർഷിച്ചു. അവൻ ഏകനാണെന്നും സൃഷ്ടാവും നിയന്താവും പരിപാലകനും ജീവിപ്പിക്കുന്നവനും മരി പ്പിക്കുന്നവനും അവൻ മാത്രമാണെന്നും പ്രഖ്യാപിച്ചു. അവൻ മാത്രമാണ് സർവ്വശക്തനും അജയ്യനുമെന്നും അവനാണ് സർവ്വ ഗുണങ്ങളുടെയും വിധാതാവെന്നും, എന്നാൽ പ്രവാചകൻ ആ മഹൽ ശക്തിയുടെ സൃഷ്ടികളിൽ നിന്നുള്ള കേവലം ഒരു ആ ജ്ഞാനുവർത്തിയായ ഒരു ദാസൻ മാത്രമാണെന്നും പഠിപ്പിച്ചു. അല്ലാഹുവിന്റെ നിയമങ്ങളും വിധി വിലക്കുകളും ജനങ്ങൾക്കെ ത്തിച്ച് കൊടുക്കുന്ന അല്ലാഹുവിന്റെ വിനീത വിധേയനായ, അടിമ യായ സാദാ മനുഷ്യൻ. സൂറ അൽകഹ്ഫിൽ പറയുന്നു. പറയൂ,

ഞാൻ നിങ്ങളെപ്പോലെയുള്ള ഒരു മനുഷ്യൻ മാത്രമാണ്. എനിക്ക് (അല്ലാഹുവിൽ നിന്നുള്ള സന്ദേശം) വഹ്യ് നല്കപ്പെടുന്നു. നിശ്ച യമായും നിങ്ങളുടെ ആരാധ്യൻ ഒരേ ഒരു ആരാധ്യൻ മാത്രമാണ്) ഖുർആൻ 15/110. വിശുദ്ധ ഖുർആന്റെ അദ്ധ്യാപനങ്ങളിൽ തന്നെ പ്രവാചകൻ സാധാരണക്കാരനായ മനുഷ്യനെന്നു സമർത്ഥിക്കു ന്നുണ്ട്. അല്ലാഹുവിന്റെ അപാരമായ അനുഗ്രഹം കൊണ്ട് പ്രവാ ചക പദവിയിലേക്ക് ഉയർത്തപ്പെട്ട മനുഷ്യൻ. ആ മനുഷ്യന്റെ ജീവി തത്തിലെ ഓരോ നിമിഷവും വരും ലോകജനതക്കുള്ള ദർശന ങ്ങളാണ്.

# മനുഷ്യരിലേക്ക് നിയോഗിക്കപ്പെട്ട മനുഷ്യനായ പ്രവാചകൻ

മനുഷ്യന്റെ സർവ്വവിധ ഗുണങ്ങളും സ്വഭാവങ്ങളുമടങ്ങിയ പ്രവാചകന്മാർ ഏക ദൈവ സിദ്ധാന്തത്തിലേക്കും ആ സിദ്ധാന്ത പൂർത്തീകരണമായ ആരാധനകളിലേക്കുമാണ് മനുഷ്യരെ ക്ഷണിച്ചിട്ടുള്ളത്. ഖുർആൻ സൂറ ആലു ഇംറാനിൽ പറയുന്നു. *അല്ലാഹു ഒരു മനുഷ്യന് വേദവും മതവിജ്ഞാനവും പ്രവാചകത്വവും നൽകുകയും എന്നിട്ട് അദ്ദേഹം ജനങ്ങളോട് നിങ്ങൾ അല്ലാഹുവിനെ വിട്ട് എന്റെ ദാസൻമാരായിരിക്കുവിൻ എന്ന് പറയുകയും ചെയ്യുക എന്നത് ഉണ്ടാകാവുന്നതല്ല. എന്നാൽ നിങ്ങൾ വേദഗ്രന്ഥം പഠിപ്പിച്ചിരിക്കുന്നതിലൂടെയും പഠിച്ചുകൊണ്ടിരിക്കുന്നതിലൂടെയും ദൈവത്തിന്റെ നിഷ്കളങ്ക ദാസൻമാരായിരിക്കുക* (എന്നായിരിക്കും) അദ്ദേഹം പറയുന്നത്. (3/79 ഖുർആൻ.)

ഇതൊക്കെ നിഷേധിക്കുന്നവരോടും പരിഹസിക്കുന്നവർക്കുമുള്ള ഖുർആനിന്റെ മറുപടി ഇപ്രകാരമാണ്. ഇയാളുടെ (നബിയുടെ) മേൽ ഒരു മലക്ക് ഇറക്കപ്പെടാത്തത് എന്താണെന്ന് അവർ പറയുകയുണ്ടായി. എന്നാൽ നാം മലക്കിനെ ഇറക്കിയിരുന്നുവെങ്കിൽ കാര്യം അന്തിമമായി തീരുമാനിക്കപ്പെടുമായിരുന്നു. പിന്നീടവർക്ക് സമയം നീട്ടിക്കിട്ടുമായിരുന്നില്ല. ഇനി നാം ഒരു മലക്കിനെ (ദൂതനായി) നിശ്ചയിക്കുകയാണെങ്കിൽ തന്നെ ആ മലക്കിനെ നാം പുരുഷ രൂപത്തിലാക്കുമായിരുന്നു. അങ്ങനെ (ഇന്ന്) അവർ ആശയക്കുഴപ്പമുണ്ടാക്കുന്ന വിഷയത്തിൽ

(അപ്പോഴും) നാം അവർക്ക് സംശയം ഉണ്ടാക്കുന്നതാണ്. (6/89 ഖുർആൻ)

ആ പ്രവാചകരെല്ലാവരും മനുഷ്യരായി മനുഷ്യർക്കൊപ്പം ജീവിക്കുകയും അവരോടൊപ്പം സഹവർത്തിക്കുകയും വൈവാഹിക ജീവിതം നയിച്ച് സന്താനോൽപ്പാദനം നടത്തുകയും ചെയ്തുകൊണ്ടായിരുന്നു പ്രബോധനവും പ്രവാചകത്വവും സ്വീകരിച്ചിരുന്നത്. മക്കാ നിവാസികൾ മുഹമ്മദിന്റെ പ്രവാചകത്വത്തിന് എതിർക്കുന്നതും കടുത്ത പ്രതിബന്ധം സൃഷ്ടിച്ചതും അദ്ദേഹം മനുഷ്യനായതായിരുന്നു കാരണം. ഖുർആൻ അരുളുന്നു. അവർ പറഞ്ഞു, ഈ ദൂതൻ എന്താണിങ്ങനെ! ഇയാൾ ഭക്ഷണം കഴിക്കുകയും അങ്ങാടിയിലൂടെ നടക്കുകയും ചെയ്യുന്നല്ലോ? ഇയാളുടെ കൂടെ ഒരു താക്കീതുകാരനായിരിക്കത്തക്കവണ്ണം ഇയാളുടെ അടുത്തേക്ക് എന്തുകൊണ്ടാണ് ഒരു മലക്ക് ഇറക്കപ്പെടുന്നില്ല? അല്ലെങ്കിൽ എന്തുകൊണ്ട് ഇയാൾക്കൊരു നിധി ഇട്ടുകൊടുക്കപ്പെടുന്നില്ല? അല്ലെങ്കിൽ ഇയാൾക്ക് കായ്കനികൾ എടുത്തു തിന്നാൻ പാകത്തിൽ ഒരു തോട്ടമുണ്ടാകുന്നില്ല?. ദൂതരെപ്പറ്റി അക്രമികൾ പറഞ്ഞു. മാരണം ബാധിച്ച ഒരാളെ മാത്രമാകുന്നു നിങ്ങൾ പിൻപറ്റുന്നത്. അവർ താങ്കളെ സംബന്ധിച്ച് എങ്ങനെയാണ് ചിത്രീകരണങ്ങൾ നടത്തിയതെന്ന് നോക്കൂ. അങ്ങനെ അവർ പിഴച്ചുപോയിരിക്കുന്നു. അതിനാൽ യാതൊരു മാർഗ്ഗവും കണ്ടെത്താൻ അവർക്ക് സാധിക്കുകയില്ല. (ഖുർആൻ, അൽ ഫുർക്കാൻ (7-9))

അതായത് റസൂലിന്റെ വ്യക്തിപ്രഭാവത്തെ ഇകഴ്ത്തുവാൻ നടത്തിയ വിചിത്രമായ ചിത്രീകരണങ്ങളിൽ അവർക്ക് കടുത്ത പിഴവും വീഴ്ചയുമാണ് സംഭവിച്ചിരിക്കുന്നത്. എന്നാൽ, അദ്ദേഹത്തെ മനസ്സിലാക്കിയവർ ഇതിലൊന്നും അകപ്പെടുകയോ വഞ്ചിതരാവുകയോ ഇല്ല. തിരുമേനി പേരും പ്രശസ്തിയും പെരുമയും ആഗ്രഹിച്ചില്ല. അദ്ദേഹം എന്നും എപ്പോഴും അവകാശപ്പെട്ടിരുന്ന സ്ഥാനപ്പേരുകൾ, ദൈവദാസനെന്നും ദൈവദൂതനെന്നും മാത്രം. ആദ്യം അല്ലാഹുവിന്റെ ദാസൻ, രണ്ടാമത് അല്ലാഹുവിന്റെ ദൂതൻ.

ആകാശ ഭൂമികളിൽ ഒളിഞ്ഞുകിടക്കുന്ന നിധികുംഭങ്ങളുണ്ടായിരുന്നില്ല അദ്ദേഹത്തിന്. ഭാവികാര്യങ്ങളും ഗർഭരഹസ്യങ്ങളും അറിയുമെന്ന് അദ്ദേഹം വാദിച്ചില്ല. അദ്ദേഹത്തിന്റെ ജീവിതമാകുന്ന പുസ്തകം അദ്ദേഹം ആരായിരുന്നുവെന്ന് വ്യക്തമാക്കുന്നു.

തന്റെ അനുയായികളോടൊപ്പം ജീവിക്കുന്ന പുരുഷ കേസരിയായ മനുഷ്യൻ. അതിനുള്ള സന്നാഹങ്ങളും കോപ്പുകളും തയ്യാറാക്കുന്ന മനുഷ്യൻ, അതിലെ വിജയ പരാജയങ്ങൾ വിലയിരുത്തി മുന്നോട്ട് പട നയിക്കുന്ന യോദ്ധാവായ മനുഷ്യൻ, മനുഷ്യന്റെ എല്ലാ സ്വഭാവഗുണങ്ങളും പ്രകൃതവുമുള്ള അല്ലാഹുവിന്റെ വിനീത ദാസൻ, ഉറക്കവും മറവിയും രതിയും മരണവുമെല്ലാം വിധിക്കപ്പെട്ട മനുഷ്യ പ്രവാചകൻ.

അദ്ദേഹത്തിന്റെ ശിഷ്യൻ ഇബ്നു മസ്ഊദ് ഉദ്ധരിക്കുന്നു. ഒരു ദിവസം തിരുമേനി(സ) തന്റെ നാലു റകഅത്തുള്ള ദുഹർ നമസ്കാരം അഞ്ച് റകഅത്തായി നമസ്കരിച്ചു. നമസ്കാരത്തിൽ നിന്ന് വിരമിച്ചപ്പോൾ ഞങ്ങൾ ചോദിച്ചു. തിരുദൂതരെ, നമസ്കാര റകഅത്ത് എണ്ണം വർദ്ധിപ്പിച്ചു? സ്വഹാബികൾ കാര്യം വിശദമാക്കി. ഉടനെ മറവി സംഭവിച്ചാലുള്ള രണ്ട് സുജൂദ് ചെയ്തശേഷം അനുയായികളായ ഞങ്ങളോട് അദ്ദേഹം പറഞ്ഞു! ഞാൻ നിങ്ങളെപ്പോലെ ഒരു മനുഷ്യനാണ്. നിങ്ങൾ ഓർക്കുന്നപോലെ ഞാൻ ഓർക്കുകയും നിങ്ങൾക്ക് മറവിയുണ്ടാകുന്നതുപോലെ എനിക്കും മറവിയുണ്ടാവുകയും ചെയ്യും. ഞാൻ മറന്നു പോവുകയാണെങ്കിൽ എന്നെ നിങ്ങൾ ഓർമ്മപ്പെടുത്തുക. (ബുഖാരി, മുസ്ലിം) ന്യായാധിപ (വിധി) നിർണ്ണായക ഘട്ടത്തിൽ വരെ മുഹമ്മദ് ഒരു മനുഷ്യൻ മാത്രമാണെന്ന് പഠിപ്പിക്കുന്നു. അന്യരുടെ അവകാശങ്ങളും അധികാരങ്ങളും ഒരു ചില്ലി കാശുപോലും ആരും അപഹരിച്ചുകൂടാ.

കേസിനായി വരുന്നവരിൽ ചിലർക്ക് നയചാരുതയും വാചാലതയും മൂലം അപരന്റെ മുതൽ തട്ടിയെടുക്കാൻ കഴിഞ്ഞെന്നു വരും. ഒരു ന്യായാധിപന് തെളിവുകളുടെ അടിസ്ഥാനത്തിലേ വിധി പറയാൻ കഴിയുകയുള്ളൂ. അതുകൊണ്ട് വാദിയും പ്രതിയും കോട

തിയിൽ അസത്യവും കള്ള സാക്ഷ്യവും പറയരുത്, ആ മാർഗ്ഗം കൊടിയ അപരാധമാണ്. പ്രകടിപ്പിക്കാനും പ്രതിരോധിക്കാനുമുള്ള കഴിവ് ചിലർക്ക് ചിലരേക്കാളധികമുണ്ടാകും. അത് അന്യന്റെ അവകാശം പിടിച്ചടക്കാനുള്ള ഒരു മാർഗ്ഗമാക്കരുത്. തിരുമേനിയുടെ ഭാര്യ ഹസ്രത്ത് ഉമ്മുസലമ(റ) പറയുകയാണ്. ഒരിക്കൽ നബി(സ) തന്റെ വീടിന്റെ കവാടത്തിൽ ആരോ തമ്മിൽ തർക്കം നടക്കുന്നത് കേൾക്കുകയുണ്ടായി. അദ്ദേഹം അങ്ങോട്ട് ചെന്നു. എന്നിട്ട് പറഞ്ഞു. ഞാൻ ഒരു മനുഷ്യൻ മാത്രമാണ്. എന്നെ പരാതിക്കാർ സമീപിക്കുന്നു. നിങ്ങളിലെ ചിലർ മറ്റു ചിലരേക്കാൾ ആശയ സമർത്ഥനശേഷിയുള്ളവരായേക്കാം. അയാൾ സത്യമാണ് പറയുന്നതെന്ന് അപ്പോൾ ഞാൻ വിചാരിച്ചു. അതനുസരിച്ച് അയാൾക്ക് അനുകൂലമായി വിധിക്കുന്നു. ഒരു മുസ്ലീമിന്റെ അവകാശമെടുത്താണ് ഞാൻ അയാൾക്ക് നൽകുന്നതെങ്കിൽ അത് നരകത്തിന്റെ ഒരു കഷ്ണം മാത്രമാണ്. അതിനാൽ അയാൾ അതെടുക്കുകയോ ഉപേക്ഷിക്കുകയോ ചെയ്യട്ടെ. (ബുഖാരി)

മറ്റൊരിക്കൽ പ്രവാചകൻ പറഞ്ഞു. ഒരാൾ ഒരു മുസ്ലീമിന്റെ വല്ല അവകാശവും തന്റെ കള്ളസത്യം കൊണ്ട് തട്ടിയെടുത്താൽ അവൻ നരകാവകാശി ആയി തീരുന്നതും സ്വർഗ്ഗം അല്ലാഹു അവന് നിഷേധിക്കുന്നതുമാകുന്നു. സ്വഹാബികൾ ചോദിച്ചു? അല്ലയോ പ്ര വാചകരെ, അതൊരു നിസ്സാര സാധനമാണെങ്കിലും. നബി(സ) പറഞ്ഞു. അതെ അതൊരു അറാക്ക് വൃക്ഷത്തിന്റെ കൊള്ളിയാണെങ്കിൽ പോലും. (മുസ്ലീം).

# മതത്തിൽ മിതത്വം, കർമ്മനിരത തീവ്രതയല്ല

തിരുമേനിയിൽക്കൂടി അല്ലാഹു പൂർത്തിയാക്കിയ മതത്തിൽ ഒരു തീവ്രതയും നിർബന്ധിത സ്വഭാവവും ദർശിക്കാൻ കഴിയുകയില്ല. ഇസ്ലാമിനെക്കുറിച്ചുള്ള തെറ്റായ ധാരണകളും, അസൂയാലുക്കളുടെ നേരമ്പോക്കുകളും, കുൽസിത കുപ്രചരണങ്ങളും, ഭരണകൂടങ്ങളുടെ ശത്രുതാ മനോഭാവങ്ങളും ഇന്ന് ലോകം തിരിച്ചറിയുന്നുണ്ട്. പ്രകൃതിക്ക് വിധേയമായ മതമാണ് ഇസ്ലാം.

അതിൽ ഏക ദൈവാരാധനയും, പരലോക വിശ്വാസവും, തദനുസൃതമായ പ്രവർത്തനവും, മനുഷ്യ പ്രകൃതിയുടെ സ്വതസിദ്ധമായ തേട്ടങ്ങളുടെ നേട്ടങ്ങളാണ്. അതിരു കവിഞ്ഞുള്ള ആത്മീയതയും അതിജീർണമായ ഭൗതികതയും ഇസ്ലാം അംഗീകരിക്കുന്നില്ല. ആത്മീയതയുടെ പേരിൽ യഥാർത്ഥ ജീവിതം തിരസ്കരിക്കുവാനോ, വെറും ഭൗതികവാദിയായി മതത്തെ നിഷേധിക്കുവാനോ പാടില്ലെന്നതാണ് യാഥാർത്ഥ്യം.

മുഹമ്മദ് നബി(സ) ദയാലുവായിരുന്നു. അതിന്നർത്ഥം ബലഹീനനെന്നല്ല. ധൈര്യവും ശക്തിയും ആവശ്യമുള്ളേടത്ത് അതായിരുന്നു. അദ്ദേഹം ഏറ്റവും ലജ്ജാലുവായിരുന്നു. എന്നാൽ മത വിഷയങ്ങൾ പഠിപ്പിക്കുന്നേടത്ത് ലജ്ജയുള്ള സംഭവങ്ങളിൽ ധൈര്യം പ്രകടിപ്പിക്കുന്നതായിരുന്നു അദ്ദേഹത്തിന്റെ രീതി. ജനങ്ങൾക്ക് അല്ലാഹുവിനോടുള്ള അടുപ്പവും സാമീപ്യവും ആരാധനകളുടെ സകല സീമകളും ലംഘിക്കാൻ സാദ്ധ്യതയുള്ളത് കൊണ്ടുതന്നെ

റസൂൽ അതിലെ തീവ്രത സൂക്ഷിക്കണമെന്ന് നിർദ്ദേശിക്കുന്നു. അതിൽ മിതത്വവും മദ്ധ്യമ നിലപാടും കൈവരിക്കണമെന്ന് നിഷ്കർഷിക്കുകയും ചെയ്യുന്നു. റസൂൽ പറയുന്നു. *ദീൻ സൗകര്യപൂർണ്ണമാണ്. എളുപ്പവും. അതിനോടു കഠിനവും രൂക്ഷവുമായ നയം സ്വീകരിച്ചാൽ അതവനെ അപജയപ്പെടുത്താതിരിക്കില്ല. അതിനാൽ ചൊവ്വായ മാർഗ്ഗത്തിൽ കൂടി (ലക്ഷ്യത്തെ) സമീപിക്കുകയും കൃതാർത്ഥരാവുകയും ചെയ്യുക.* (ബുഖാരി)

ഏറ്റവും നല്ല പ്രവൃത്തികളെ സംബന്ധിച്ച് അനുചരൻമാർ ചോദിച്ചപ്പോൾ നബി പറഞ്ഞു. *തങ്ങൾക്ക് നിത്യേന ചെയ്യുവാൻ കഴിയുന്ന കർമ്മങ്ങൾ ചെയ്യുക, അതാണ് അല്ലാഹുവിന്റെയടുക്കൽ ശ്രേഷ്ഠകർമ്മം. അതാണ് അല്ലാഹുവിന് അധികം ഇഷ്ടം.* (ബുഖാരി, മുസ്ലീം)

ആരാധനകളിൽ ഏറ്റവും കാതലായ കർമ്മം നമസ്കാരമാണല്ലോ. നബി(സ)യുടെ ശിഷ്യൻ ഹസ്രത്ത് ജാബിർ ബിൻ സമുറ പറയുന്നു. ഞാൻ തിരുമേനിയോടൊത്ത് നമസ്കരിക്കാറുണ്ട്. അദ്ദേഹത്തിന്റെ നമസ്കാരം ലഘുവും ഉദ്ദേശപൂർവ്വവുമായിരുന്നു. ഹസ്രത്ത് അബുഹുറൈ തിരുമേനി പറഞ്ഞതായി ഉദ്ധരിക്കുന്നു. നിങ്ങളിൽ ഒരാൾ ജനങ്ങൾക്ക് ഇമാമായി നമസ്കരിക്കുമ്പോൾ ലഘുവാക്കണം, കാരണം അവരിൽ രോഗികളും അശക്തരും വൃദ്ധന്മാരുമെല്ലാം ഉണ്ടായിരിക്കും. സ്വയമേവ നമസ്കരിക്കുന്നതായാൽ സൗകര്യാനുസാരണം ദീർഘിപ്പിച്ചുകൊള്ളട്ടെ. (ബുഖാരി; മുസ്ലീം)

നിർബന്ധ കർമ്മങ്ങൾക്ക് പുറമെ ഐച്ഛിക(സുന്നത്ത്)മായ ആരാധനാ പ്രവൃത്തികൾ പതിവായി അനുഷ്ഠിക്കണമെന്നാണ് ഇസ്ലാമിന്റെ രീതി വ്യവസ്ഥ. നമസ്കാരം, നോമ്പ്, ഖുർആൻ പാരായണം മുതലായ എല്ലാ സുന്നത്തുകളും തുല്യമാണ്. അങ്ങനെ പതിവാക്കിയ വല്ലതും നിർവ്വഹിക്കാൻ കഴിയാതെ പോയാൽ മറ്റ് സമയങ്ങളിൽ അത് നിർവ്വഹിക്കാവുന്നതാണ്. സുന്നത്ത് നമസ്കാരങ്ങൾ വിതർ, തഹജ്ജുദ് മുതലായവയൊക്കെ ഇപ്രകാരം തന്നെ; പ്രതിഫലത്തിൽ യാതൊരു കുറവുമുണ്ടായിരിക്കില്ല. ഹസ്രത്ത്

ഉമറിൽ നിന്ന്, നബി അരുളുന്നു. ഒരാൾ രാത്രി പതിവായി ചെയ്യുന്ന നമസ്കാരം മുഴുവനുമോ ഒരു ഭാഗമോ ചെയ്യാതെ ഉറങ്ങിപ്പോവുകയും പിന്നീട് സുബഹി നമസ്കാരത്തിന്റെയും ദുഹർ നമസ്കാരത്തിന്റെയും ഇടക്കുള്ള സമയത്ത് നിർവ്വഹിക്കുകയും ചെയ്താൽ അവനത് രാത്രി നിർവ്വഹിച്ചതുപോലെ രേഖപ്പെടുത്തുന്നതാണ്. (മുസ്ലീം)

മറ്റൊരനുഭവം റസൂലിന്റെ സഹാബീ ഹസ്രത്ത് അബദുല്ലാ ബിൻ അംറുബിൻ ആസി(റ) പറയുന്നത് കാണുക. അദ്ദേഹം സംഭവം നടക്കുന്ന കാലത്ത് ചുറുചുറുക്കുള്ള ആളായിരുന്നു. റസൂൽ എന്നോടു ചോദിച്ചു. *അബ്ദുല്ലാ താങ്കൾ പകൽ നോമ്പ് അനുഷ്ഠിക്കുന്നതായും, രാത്രി മുഴുക്കെ നമസ്കരിക്കുന്നതായും ഞാനറിഞ്ഞു. തിരുമേനിയപ്പോൾ എന്നോടു പറഞ്ഞു. അങ്ങനെ ചെയ്യരുത്, ചില ദിവസങ്ങളിൽ നോമ്പ് അനുഷ്ഠിക്കയും ചില ദിവസങ്ങളിൽ നോമ്പുകാരനല്ലാതാവുകയും ചെയ്യുക. രാത്രി നമസ്കരിക്കുകയും ഉറങ്ങുകയും ചെയ്യുക. നിന്റെ ശരീരത്തോട് നിനക്ക് ചില ബാധ്യതകളുണ്ട്. നിന്റെ നയനങ്ങളോടും ചില കടപ്പാടുകളുണ്ട്. നിന്റെ ഭാര്യയോടും ചില കടമകളുണ്ട്. നിന്റെ സന്ദർശകരോടുമുണ്ട് ചില ബാദ്ധ്യതകൾ. മാസത്തിൽ മൂന്ന് ദിവസം നോമ്പനുഷ്ഠിക്കുന്നത് നിനക്ക് മതിയാകുന്നതാണ്. ഓരോ നന്മക്കുമുള്ള പ്രതിഫലം പത്തിരട്ടിയാണ്. വർഷം മുഴുവനുള്ള നോമ്പായി. അതു മാറുന്നതാണ്. ഞാൻ പറഞ്ഞു. റസൂലെ, എനിക്ക് നല്ല ആരോഗ്യവും ശക്തിയുമുണ്ട്. അപ്പോൾ നബി പറഞ്ഞു. എങ്കിൽ ദാവൂദ് നബിയുടെ (പോലുള്ള) നോമ്പനുഷ്ഠിച്ചുകൊള്ളുക.*

എങ്ങനെയായിരുന്നു ദാവൂദ് നബിയുടെ നോമ്പുക്രമം? എന്ന് ചോദിച്ചപ്പോൾ റസൂൽ പറഞ്ഞു. അത് കൊല്ലത്തിന്റെ പകുതിയാണ്, അന്ന് നബിയുടെ ആ ഇളവ് ഞാൻ സ്വീകരിച്ചിരുന്നു എങ്കിലെന്ന് വാർദ്ധക്യം അബ്ദുല്ലയെ പിടികൂടിയപ്പോൾ അദ്ദേഹം പറയാറുണ്ട്. (ബുഖാരി; മുസ്ലീം)

തിരുമേനിയുടെ അടുത്ത അനുയായി ഹസ്രത്ത് അനസ് ഒരു സംഭവം കണ്ടത് വിവരിക്കുന്നു. ഒരിക്കൽ തിരുമേനി പള്ളിയിൽ

പ്രവേശിച്ചപ്പോൾ രണ്ടു തൂണുകൾക്കിടയിൽ ഒരു വലിയ കയർ നീട്ടിവലിച്ച് കെട്ടിയതായി നബി(സ) കണ്ടു. തിരുമേനി ചോദിച്ചു, എന്താണിത്.? പള്ളിയിലുള്ളവർ പറഞ്ഞു. ഇത് സൈനബ(റ) കെട്ടിയ കയറാണ്. നിന്ന് നമസ്കരിക്കുമ്പോൾ ക്ഷീണം വരുന്ന സമയത്ത് ഈ കയറിൽ പിടിക്കും. തിരുമേനി പറഞ്ഞു, അരുത് കയർ അഴിച്ചിടുക. നിങ്ങളിൽ ഒരാൾ നമസ്കരിക്കേണ്ടത് തന്റെ ഉന്മേഷസമയത്താണ്. ക്ഷീണം വന്നാൽ ഇരുന്നുകൊള്ളട്ടെ. (ബുഖാരി, മുസ്ലീം)

ഹ:ആയിശ(റ) പറയുന്നു. തിരുമേനി എന്റെ അടുക്കൽ പ്രവേശിച്ച ഒരു ദിവസം ഒരു സ്ത്രീ എന്റെ അടുത്തുണ്ടായിരുന്നു. നബി ചോദിച്ചു. ആരാണിത്. ഞാൻ പറഞ്ഞു, ഇന്ന ആളാണ്. അവർ അവരുടെ നമസ്കാരത്തിന്റെ കാര്യം പറയുകയാണ്. അപ്പോൾ തിരുമേനി പറഞ്ഞു. നിങ്ങൾക്ക് ചെയ്യാൻ കഴിയുന്നത് ചെയ്താൽ മതിയാകുന്നതാണ്. നിങ്ങൾക്ക് മടിവരുന്നതുവരെ അല്ലാഹു അവന്റെ അനുഗ്രഹത്തിൽ നിന്ന് പിൻവാങ്ങുകയില്ല. ദീനിൽ ഏറ്റവും ഇഷ്ടപ്പെട്ടത് ഒരാൾ പതിവാക്കി എപ്പോഴും ചെയ്യുന്നതാണ്. (ബുഖാരി; മുസ്ലീം)

ആരാധനാ മുറകൾ പരലോക മോക്ഷത്തിനും മാനസികവും ശാരീരികവുമായ സംസ്കരണത്തിനുമായി റബ്ബിനോട് അടുക്കുവാനുമുള്ള ഒരു ഉപാധി മാത്രമാണ്.

താൻ ജീവിക്കുന്ന യാഥാർത്ഥ്യ ലോകത്തെ തഴഞ്ഞു എല്ലാം ഉപേക്ഷിച്ചുകൊണ്ടുള്ള ഒരു ഒളിച്ചോട്ടത്തിനല്ല അത്തരം കർമ്മങ്ങളൊന്നും എന്നാണല്ലോ നാം മനസ്സലാക്കേണ്ടത്. ഒരു മനുഷ്യനെ സംബന്ധിച്ച് അവന്റെ ശരീരം ഭക്ഷണവും ജലവും ആവശ്യപ്പെടുന്നില്ലേ? ശാന്തമനസ്കയും സ്നേഹമഹിയുമായ ഒരു ഇണയെ ആവശ്യപ്പെടുകയും ആഗ്രഹിക്കുകയും ചെയ്യുന്നില്ലേ? ഇതൊക്കെ കല്പിച്ചുകൂട്ടി ഉപേക്ഷിക്കുന്നത് പ്രകൃതിപരമായ ആവശ്യങ്ങളേയാണ് അവഗണിക്കുന്നത്. ആ തിരസ്കരണം മുഹമ്മദ് നബി അനുവദിക്കാത്തതാണ്. നിശ്ചയിക്കപ്പെട്ട ചിട്ടവട്ടത്തിലൂടെ അവിടെ ദുർവ്യയമോ പൊങ്ങച്ചമോ, ധൂർത്തോയില്ലാത്ത മാതൃകാജീവിതം

ഖുർആൻ അരുളുന്നു. ആദം സന്തതികളെ, എല്ലാ ആരാധനാവേളയിലും നിങ്ങൾക്കലങ്കാരമായിട്ടുള്ള വസ്ത്രങ്ങൾ ധരിച്ചു കൊള്ളുക. എന്നാൽ ദുർവ്യയം ചെയ്യരുത്. ദുർവ്യയം ചെയ്യുന്നവരെ അല്ലാഹു ഇഷ്ടപ്പെടുകയേ ഇല്ല. (ഖുർആൻ 7.31)

നഗ്നരോ, അർദ്ധനഗ്നരോ ആയിക്കൊണ്ട് പ്രാർത്ഥിച്ചാലേ ഭക്തിക്ക് അനുയോജ്യമാകൂ എന്ന മിഥ്യാധാരണ പല പ്രാകൃതരിൽ നിലനിന്നിരുന്നത് തിരുത്തുക കൂടിയാണ് വിശുദ്ധ ഖുർആൻ ചെയ്യുന്നത്.

# വിജ്ഞാനവും
# മുഹമ്മദ് നബിയും

മുഹമ്മദ് നബി(സ) കേവലം എഴുത്തും വായനയും അറിഞ്ഞുകൂടാത്ത ഒരു സമൂഹത്തിലാണ് നിയോഗിതനായത്. ആ കാലഘട്ടം പൊതുവിൽ വിജ്ഞാനം കുറഞ്ഞ ഒരു കാലഘട്ടമായിരുന്നു. അന്ന് അറിയപ്പെട്ടിരുന്ന വൻകിട രാജ്യങ്ങളായിരുന്ന പേർഷ്യാ, റോം എന്നിവിടങ്ങളിലും ഇന്ത്യാ, ചൈനാ, ഈജിപ്തിന്റെ ഭാഗങ്ങളിലും മാത്രമായിരുന്നു വിജ്ഞാനപ്രഭയുണ്ടായിരുന്നത്. പരിശുദ്ധ ഖുർആൻ വിജ്ഞാനത്തിന് ഏറെ പ്രോത്സാഹനം നൽകി.

ഖുർആനിന്റെ ആരംഭം തന്നെ വായിക്കുക എന്ന ആജ്ഞാപനത്തോടെയാണ്. പിന്നെ പൂർണ്ണമായ അൽ ഖലം (പേന) എന്ന് പറയുന്ന അധ്യായം തന്നെ അവതരിപ്പിച്ചു. (അദ്ധ്യായം 68) പല സ്ഥലങ്ങളിലും വിജ്ഞാനത്തിന്റെ ആവശ്യകത വിളിച്ചോതിക്കൊണ്ട് ഖുർആൻ ഉൽബോധനം നടത്തി. പറയുക, അറിവുള്ളവരും അറിവില്ലാത്തവരും സമമാകുമോ? ബുദ്ധിമാൻ മാത്രമെ ആലോചിച്ച് മനസ്സിലാക്കുകയുള്ളൂ. (ഖുർആൻ 39/9)

വിവരമുള്ളവർ പടുക്കളും ശ്രേഷ്ഠവാൻമാരുമാണ്. ഖുർആൻ പറയുന്നു. നിങ്ങളിൽ നിന്ന് വിശ്വസിച്ചവരെയും വിജ്ഞാനം നൽകിയവരേയും അല്ലാഹു പല പടികൾ ഉയർത്തുന്നതാണ്. ഖുർആൻ 58/11

തിരുമേനിയോട് തേടാനായി അല്ലാഹു കൽപ്പിക്കുന്നത്, എന്റെ നാഥാ എനിക്ക് നീ വിജ്ഞാനം വർദ്ധിപ്പിച്ച് തരേണമേ എന്ന്. വിജ്ഞാനത്തിന്റെ സവിശേഷത അത് പറയുന്ന കൂട്ടത്തിൽ

തിരുമേനി പറയുന്നത് കാണുക. അത് മരണത്തിന് ശേഷവും പ്രയോജകവും ഗുണാത്മകവുമാണെന്നാണ്. ഒരാൾ മരിച്ചു കഴിഞ്ഞാൽ തന്റെ ഇഹലോക കർമ്മങ്ങളിൽ മൂന്ന് കാര്യങ്ങൾ മാത്രമേ ബാക്കിയാവൂ. എന്നെന്നും നിലനിൽക്കുന്ന ധർമ്മം, ഉപകാരപ്രദമായ വിജ്ഞാനം, തനിക്ക് വേണ്ടി പ്രാർത്ഥിക്കുന്ന സന്താനം. (മുസ്ലീം. നബി വചനം)

ബദർ യുദ്ധത്തിൽ പിടിക്കപ്പെട്ട ഖുറൈശികൾക്ക് യുദ്ധ ദ്രവ്യമായി തിരുമേനി അംഗീകരിച്ചതും നിർദ്ദേശം നൽകിയതും അവർ മുസ്ലീം കുട്ടികൾക്ക് എഴുത്തും വായനയും പഠിപ്പിക്കണമെന്നാണ്. മസ്ജിദുന്നബവി (പ്രവാചക പള്ളി) അക്കാലത്തെ ഏറ്റവും വലിയ യൂണിവേഴ്സിറ്റിയായിരുന്നുവല്ലോ. സ്വഹാബികൾ അവിടുന്നാണ് എഴുത്തും വായനയും മറ്റു വിജ്ഞാന ശാഖകളും കൈവരിച്ചത്. അതാണ് പള്ളികളിലൂടെയുള്ള വിജ്ഞാന കേന്ദ്രങ്ങൾ.

അതാണ് ഇന്നും മസ്ജിദുകൾ നടത്തിക്കൊണ്ടിരിക്കുന്ന ദൗത്യവും, ഖുർആനും, ഹദീസും, ഫിഖുഹും മറ്റു ഭൗതിക ശാസ്ത്ര പഠനങ്ങളുമൊക്കെ ഉൾപ്പെടുത്തിക്കൊണ്ടുള്ള ദർസുകൾ (അഥവാ വിജ്ഞാനവേദികൾ). മതവിധികൾ കരസ്ഥമാക്കുന്നതോടൊപ്പം ഭൗതിക ജീവിതത്തിന് ആവശ്യമായ വിജ്ഞാനവും പഠനരീതിയും ആവിഷ്കരിച്ച് പള്ളി ദർസ്സുകൾ വ്യാപകമായി വിദ്യാഭ്യാസ മേഖല വികസിപ്പിക്കുന്നു. അല്ലാഹുവിന് സ്തുതി.

## തിരുമേനിയുടെ വിശ്രമം അഥവാ ലഘുനിദ്രാവേള

അങ്ങനെ തിരുമേനി ദുഹയുടെ സമയം മൂർദ്ധന്യ ദിശയിലെത്തിയാൽ അന്നത്തെ തന്റെ ഭാര്യയുടെ അടുത്തേക്ക് പോവും. വീട്ടിൽ പ്രവേശിച്ച പാടെ ദന്തശുദ്ധി വരുത്തുകയും പ്രാരംഭമായി വീട്ടുകാർക്ക് സലാം അർപ്പിക്കയുമായിരിക്കും ചെയ്യുക പതിവാണ്. പിന്നീട് റസൂൽ(സ) ദുഹ നമസ്കാരം നാല് റകഅത്തന്നോ, ചിലപ്പോൾ അതിലധികം ആറോ, എട്ടോ റകഅത്തുകൾ നമസ്കരിക്കും. (ബുഖാരി, മുസ്ലിം, അഹമദ്, തുർമുദി). പ്രഭാതത്തിൽ ഭക്ഷണമൊന്നും കഴിച്ചിട്ടില്ലെങ്കിൽ ഭാര്യ നൽകുന്ന ആഹാരം അദ്ദേഹവും സഹധർമ്മിണിയും ഒരുമിച്ചിരുന്ന് കഴിക്കും.

ഐച്ഛിക നോമ്പുകാരണനാണെങ്കിലും ഭാര്യമാർ നൽകുന്ന ആഹാരം കഴിച്ച് നോമ്പ് ഉപേക്ഷിക്കുകയും ചെയ്യും. ഒരു ദിവസം ഭാര്യ ആയിശ(റ) ഇതേ നേരത്ത് തിരുമേനിയോട് പറഞ്ഞു. റസൂലേ നമുക്കൊരു ഉപഹാരം ലഭിച്ചിട്ടുണ്ട്. ഞാനതിവിടെ സൂക്ഷിച്ച് വെച്ചിട്ടുണ്ട്. എന്താണത്? എന്ന് നബി ചോദിച്ചതിന് ആയിശ ഉത്തരം പറഞ്ഞത് അത് *ഹൈസ്* എന്നാണ്. (വെണ്ണ, നെയ്യ്, ഈത്തപ്പഴം മുതലായ മിശ്രിതം ചേർത്ത് പാകം ചെയ്ത ഒരു വിഭവം). നബി പറ ഞ്ഞു കൊണ്ടുവരൂ. ആയിശ നബിക്കത് സമർപ്പിക്കുകയും തിരുമേനി അത് കഴിച്ചശേഷം പറയുകയും ചെയ്തു. ഞാനിന്ന് നോമ്പനുഷ്ഠിച്ചവനായിരുന്നു. (ബുഖാരി; മുസ്ലീം).

ഇത്തരമൊരു അവസരത്തിൽ തന്നെയാണ് റസൂൽ തന്റെ

മറ്റൊരു ഭാര്യയായിരുന്ന ഹസ്രത്ത് ജുവൈരിയ്യാ(റ)യുടെ വീട്ടിൽ പ്രവേശിച്ചത്. അപ്പോഴും അവർ അല്ലാഹുവിനെ ധ്യാനിച്ചുകൊണ്ട് നമസ്കാരത്തിലായിരുന്നു. സുബഹി നമസ്കാരത്തിനു ശേഷം അവരെ സന്ദർശിച്ചപ്പോഴും നമസ്കാരത്തിൽ തന്നെയായിരുന്നു അവർ. തിരുമേനി അവരോട് ചോദിച്ചു. ഞാൻ പോകുമ്പോഴുള്ള അതേ രൂപത്തിൽ തന്നെയാണ് നീയല്ലേ?

അവർ പറഞ്ഞു. അതെ, അപ്പോൾ പ്രത്യുത്തരമായി തിരുമേനി പറയുകയാണ്. (സുബഹി നമസ്കാര ശേഷം നീയുമായി വേർപിരിഞ്ഞ ശേഷം) നാല് വചനങ്ങൾ മൂന്ന് തവണ ഞാൻ പറഞ്ഞു. നീ ചെയ്തതും ഞാൻ പറഞ്ഞതുമായി തൂക്കി നോക്കിയിരുന്നുവെങ്കിൽ ഞാൻ പറഞ്ഞ വാക്യങ്ങളായിരിക്കും ഏറ്റവും തൂക്കമുണ്ടാവുക. ഞാൻ പറഞ്ഞ മൂന്ന് വാക്യങ്ങൾ അല്ലാഹുവിനെ പരിശുദ്ധപ്പെടുത്തുന്നതോടൊപ്പം അവനെ സ്തുതിക്കയും ചെയ്യുന്നു. അവന്റെ സൃഷ്ടികളുടെ എണ്ണവും അവൻ സ്വയം തൃപ്തിപ്പെട്ടതത്രയും, അവന്റെ സിംഹാസനത്തിന്റെ ഭാരത്തിന്റെ അത്രയും, അവന്റെ വചനങ്ങളുടെ മഷിയുടെയത്രയും. (അല്ലാഹുവിനെ പരിശുദ്ധപ്പെടുത്തുകയും സ്തുതിക്കയും ചെയ്യുന്നു.)

ഈ സന്ദർഭമാണ് തന്റെ പത്നിമാരോടൊത്തുള്ള തിരുമേനിയുടെ സ്വകാര്യ സമയവും സമാഗമവും. ഇത്തരം സന്ദർഭങ്ങളിൽ തന്നെയാണ് വിശ്വാസിനികളായ സ്വഹാബിയ്യാ വനിതകൾ മത കാര്യങ്ങൾ ചോദിച്ചറിയാനായി പ്രവാചക വസതിയിലെത്തുന്നത്. പുരുഷന്മാരുടെ സാന്നിധ്യത്തിൽ ചോദിക്കാൻ മടിക്കുന്ന പല കാര്യങ്ങളും നബി പത്നിമാരുടെ സാന്നിദ്ധ്യത്തിൽ നബിയോടവർ ധൈര്യപൂർവ്വം ചോദിക്കുന്നു.

ഈ മതവിധികൾ പ്രവാചക വിധികളായി (ഫത്വകൾ) ലോകത്തിന്ന് അവരാണ് എത്തിച്ചത്. അതിൽപെട്ട ഒരു കാര്യം. ഒരു ദിവസം തിരുമേനി ആയിശയുടെ വീട്ടിലാണ് ഉണ്ടായിരുന്നത്. ഒരു അൻസാരിയ്യ വനിത വന്ന് നബിയോട് ആർത്തവകാരിയുടെ കുളിയെപറ്റി ചോദിക്കുന്നു. നബി ആയിശയുടെ സാന്നിദ്ധ്യത്തിൽ തന്നെ

അതിന് മറുപടിയും നൽകുന്നു. നിങ്ങൾ വെള്ളവും താളിയും കൊണ്ട് അവ നല്ലവണ്ണം വൃത്തിയാക്കി ശുദ്ധീകരിക്കുക, ശുദ്ധീകരണം നല്ല ക്രമത്തിൽ തന്നെയായിരിക്കണം. പിന്നീട് തലയിൽ വെള്ളം ചൊരിയണം. തല നല്ലോണം ഉരച്ച് വൃത്തിയാക്കി മുഴുഭാഗത്തും വെള്ളമെത്തണം. പിന്നീട് വെള്ളം വീണ്ടും ചൊരിയുക, പിന്നെ പഞ്ഞിയെടുത്ത് കസ്തൂരിയിൽ മുക്കിയ ശേഷം അതുകൊണ്ട് ഗുഹ്യാവയവം വൃത്തിയാക്കുക. അപ്പോൾ ആ സ്ത്രീ വീണ്ടും ചോദിക്കയാണ്. അതുകൊണ്ട് എപ്രകാരമാണ് വൃത്തിയാക്കുക. നബി പറഞ്ഞു. സുബ്ഹാനല്ലാഹ്!. അവകൊണ്ട് വൃത്തിയാക്കുക തന്നെ എന്ന് പറഞ്ഞു ലജ്ജയോടെ നബി പിൻമാറി. ആയിശ തുടരുകയാണ്. തിരുമേനിക്ക് ലജ്ജ വന്നത് കൊണ്ട് ഞാനവരെ എന്റെ അടുത്തേക്ക് പിടിച്ച് മാറ്റി. ഞാൻ പറഞ്ഞു. രക്തത്തിന്റെ അടയാളം പോകും രൂപത്തിലും ക്രമത്തിലും ഗുഹ്യാവയവം നല്ലവണ്ണം വൃത്തിയാക്കുക. എന്റെ വിശദീകരണം നബി കേൾക്കുകയും ശ്രദ്ധിക്കുകയും ചെയ്യുന്നുണ്ടായിരുന്നു. അതിനെതിരായി നബി ഒന്നും പറഞ്ഞില്ല. (ബുഖാരി, മുസ്ലിം)

മറ്റൊരിക്കൽ നബിയുടെ അടുത്ത് ഉമ്മു സുലൈം എന്ന സ്വഹാബിയ്യ: മഹതി വന്നു. തിരുമേനിയന്ന് തന്റെ മറ്റൊരു ഭാര്യയായ ഉമ്മുസലമയുടെ അടുത്തായിരുന്നു. ഉമ്മു സലമയുടെ സാന്നിദ്ധ്യത്തിൽ ഉമ്മുസുലൈം നബിയോട് ചോദിക്കയാണ്?

അല്ലാഹുവിന്റെ തിരുദൂതരെ, തന്റെ ഭർത്താവ് തന്നെ സ്വപ്നത്തിൽ സംയോഗം ചെയ്യുന്നതായി കാണുകയാണെങ്കിൽ അവൾ കുളിക്കേണ്ടതുണ്ടോ? അപ്പോൾ നബിയുടെ ഭാര്യ ഉമ്മുസലമ (റ) പറഞ്ഞു. ഉമ്മു സുലൈം!! നീ നബിയുടെ മുന്നിൽവെച്ച് സ്ത്രീ സമൂഹത്തെ വഷളാക്കി കളഞ്ഞില്ലേ? അപ്പോൾ നബി പറയുകയാണ്. സത്യം, അല്ലാഹു ലജ്ജിക്കുന്നില്ല. നാം അഭിമുഖീകരിക്കുന്ന പ്രശ്നങ്ങൾ നബിയോട് ചോദിക്കുന്നതാണ്. ആ വിഷയത്തിൽ നാം അജ്ഞരാകുന്നതിനേക്കാൾ ഉത്തമം. സ്വന്തം ഭാര്യയുടെ മുന്നിൽ ഉമ്മു സുലൈമിനെ പ്രോത്സാഹിപ്പിച്ചും അഭിനന്ദിച്ചു

കൊണ്ടും നബി പറഞ്ഞു. നിങ്ങളിൽ ഉത്തമകൾ അവളെ ബാധിക്കുന്ന പ്രശ്നങ്ങൾ ചോദിച്ച് മനസ്സിലാക്കി പഠിക്കുന്നവളാണ്. എന്നിട്ട് ഉമ്മു സുലൈമിനോടായി പറയുകയാണ്. അതെ, ഉമ്മു സുലൈം അവൾ വെള്ളത്തിന്റെ സ്പർശം (ഇന്ദ്രിയം) കണ്ടാൽ കുളിക്കുക തന്നെ വേണം. അപ്പോൾ ഭാര്യ ഉമ്മുസലമ നബിയോട് ചോദിച്ചു. പെണ്ണിനുമുണ്ടോ ഇന്ദ്രിയം റസൂലേ, പിന്നെ എങ്ങിനെയാണ് അവളുടെ സന്താനങ്ങളോട് അവൾക്ക് സാദൃശ്യമുണ്ടാകുന്നത്? മറുചോദ്യം നബി ചോദിച്ചു. പിന്നെ തുടർന്നു പറഞ്ഞു. പുരുഷന്റെ ഭാഗം തന്നെയാണ് സ്ത്രീയും (ബുഖാരി, മുസ്ലിം, അഹ്മദ്).

മതം പഠിക്കുന്ന വിഷയത്തിൽ അൻസാരി വനിതകൾ ഒരിക്കലും ലജ്ജാവതികളായിട്ടില്ല. ഒന്നും മറച്ച് വെക്കാതെ നേരിട്ട് അവൾ ചോദിക്കും. ഹസ്രത്ത് ആയിശ അവരെ പരാമർശിച്ച് പറയുന്നതിങ്ങനെ. അൻസാരി വനിതകളാണ് ഏറ്റവും അത്യുത്തമ വനിതകൾ, മതവിഷയങ്ങളിൽ അവഗാഹം നേടുന്നതിൽ ലജ്ജ അവരെ ലവലേശം തടഞ്ഞിട്ടില്ല (ബുഖാരി, മുസ്ലിം). ചിലപ്പോൾ, ഇത്തരം നേരങ്ങളിലാണ് റസൂലിന്റെ ഉറ്റ സ്വഹാബികൾ അവരുടെ ചില പ്രധാന പ്രശ്നങ്ങൾക്ക് പരിഹാരം കാണാനായി റസൂലിനെ സമീപിക്കാറുള്ളതും സന്ദർശിക്കാറുള്ളതും. (ബുഖാരി, മുസ്ലിം) അതിൽ രേഖപ്പെടുത്തുന്ന ഒരു സന്ദർശനമിതാ. തിരുമേനി(സ) തന്റെ വീട്ടിൽ കിടക്കുകയായിരുന്നു. അയിശ(റ)യുടെ ഒരു തുണിയായിരുന്നു നബി(സ) ധരിച്ചിരുന്നത്. കാലിന്റെ തുട അൽപം വെളിവായ രൂപത്തിലുമായിരുന്നു വിശ്രമിച്ചിരുന്നത്. അപ്പോഴാണ് സിദ്ധീഖുൽ അക്ബർ അനുവാദം ആവശ്യപ്പെട്ട് അങ്ങോട്ട് പ്രവേശിക്കുന്നത്. അദ്ദേഹത്തിന് പ്രവേശനാനുമതി നൽകുമ്പോൾ തിരുമേനി മുമ്പ് കിടന്നിരുന്ന അതേ രൂപത്തിൽ തന്നെയായിരുന്നു. അദ്ദേഹത്തിന്റെ ആവശ്യനിർവ്വഹണത്തിനു ശേഷം അദ്ദേഹം അവിടുന്ന് മടങ്ങി. അതിന് ശേഷം ഹസ്രത്ത് ഉമറുൽ ഫാറൂഖ് (റ) വന്ന് അദ്ദേഹവും പ്രവേശനാനുമതിക്ക് ശേഷം അകത്ത് പ്രവേശിച്ചു. തിരുമേനി അപ്പോഴും അബൂബക്കർ(റ)

വന്നപ്പോഴുള്ള അതേ രൂപത്തിൽ തന്നെ. ഉമർ ഫാറൂഖും തന്റെ ആവശ്യം പരിഹരിച്ച് മടങ്ങിപ്പോയി. പിന്നീട് ഉസ്മാൻ സമ്മതം ചോദിച്ച് വീട്ടിൽ പ്രവേശിച്ചു. തിരുമേനിയുമായി സംസാരിച്ച് ഉസ്മാനും മടങ്ങി. അപ്പോൾ ആയിശ നബിയോട് ചോദിക്കുകയാണ്. അല്ലാഹുവിന്റെ ദൂതരെ, അബൂബക്കറും ഉമറും വന്നപ്പോൾ താങ്കൾ അവരോട് രണ്ടുപേരോടും പ്രകടിപ്പിക്കാത്ത ചില ഉപചാരങ്ങൾ ഉസ്മാൻ വന്നപ്പോൾ ചെയ്തല്ലോ? അത് എന്തുകൊണ്ടായിരുന്നു? തിരുമേനി മറുപടി പറഞ്ഞു. മലക്കുകൾ വരെ ലജ്ജിക്കുന്ന ഒരാളെ സംബന്ധിച്ച് ഞാനും ലജ്ജിക്കേണ്ടയോ? ഉസ്മാൻ ഒരു ലജ്ജാലുവാണെന്നറിയാമല്ലോ. എന്റെ അപ്പോഴത്തെ ആ സ്ഥിതിയിൽ അദ്ദേഹം പ്രവേശിച്ചാൽ അദ്ദേഹം വന്ന പ്രശ്നം എന്റെ പക്കലെത്തുകയില്ലെന്ന് ഞാൻ ശങ്കിച്ചത് കൊണ്ടായിരുന്നു അത്. (ബുഖാരി, അദബുൽ മുഫ്റദിൽ, മുസ്ലിം, അഹ്മദ്)

വീട്ടിൽ നബിയും കുടുംബവും മാത്രമാകുമ്പോഴുള്ള പശ്ചാത്തലം ആയിശ(റ) വിവരിക്കുന്നു. അദ്ദേഹവും കുടുംബവും വീട്ടിൽ ഒറ്റക്കായാൽ വീട്ടുകാരോട് വളരെ ദയാലുവും ദീനാനുകമ്പനുമായിരുന്നു. റസൂൽ ജനങ്ങളിൽ ഏറ്റവും മാന്യനും സഹൃദയനുമാണ്. നിങ്ങളെപ്പോലെ തന്നെ ചിരിക്കുകയും ചിന്തിക്കുകയും ചെയ്യുന്ന ഒരാൾ. വീട്ടുകാരുടെ ജോലിയിൽ അവരെ സഹായിക്കും. കീറിയ വസ്ത്രം തുന്നുകയും ആടിനെ പാൽ കറക്കുകയും ചെയ്യും. നിങ്ങളിലൊരാൾ തന്റെ വീട്ടിൽ എപ്രകാരം വീട്ടുകാരെ സഹായിക്കുന്നുവോ, അത് പോലെ അദ്ദേഹവും സഹായിക്കുന്നു. (ബുഖാരി, മുസ്ലിം, ത്വബഖാത്ത് ബിൻ സഅദ്). കുടുംബജീവിതത്തിൽ എത്ര മനോഹര രംഗമായിരുന്നു പ്രവാചക വസതിയിൽ കളിയാടിയിരുന്നത്. ജനങ്ങൾക്ക് ഏറ്റവും ഉത്തമൻ തന്നെയാണ് തന്റെ കുടുംബത്തിന് കൂടി ഉത്തമൻ എന്ന് തന്റെ അനുയായികൾക്ക് തന്റെ ജീവിതത്തിലൂടെ റസൂൽ മാതൃക കാണിച്ചു. സ്നേഹവും കരുണയും നിറഞ്ഞിരുന്ന ആ കൊച്ചു വസതിയിൽ ആനന്ദവും തമാശയും വിനോദവും കൂടിയുണ്ടായിരുന്നു. ഒരു ദിവസം തിരുമേനിയുടെ ഭാര്യ ഹസ്രത്ത് സൗദ(റ) ഹസ്രത്ത് ആയിശ(റ)യെ അവരുടെ

താമസ സ്ഥലത്തുവന്ന് സന്ദർശിക്കുന്നു. നബീയ(റ) അവർക്കു രണ്ടു പേർക്കുമിടയിലിരുന്നു. തിരുമേനി തന്റെ ഒരു കാൽ ആയിശയുടെ മടിയിലും മറ്റേക്കാൽ സൗദയുടെ മടിയിലും വെച്ചു. ഹസ്രത്ത് ആയിശ ഹിരീറ എന്ന ഒരു വിഭവം തയ്യാറാക്കിയിട്ടുണ്ട്. സൗദയോട് അത് കഴിക്കുവാനാവശ്യപ്പെട്ടപ്പോൾ അവരത് നിരസിച്ചു. എനിക്ക് അതിനോട് ആഗ്രഹം തോന്നുന്നില്ലന്ന് പറഞ്ഞു. അപ്പോൾ ആയിശ പറഞ്ഞു. ഒന്നുകിൽ നിങ്ങളിത് തിന്നണം. ഇല്ലെങ്കിൽ നിങ്ങളുടെ മുഖത്ത് ഇത് ഞാൻ തേക്കും. അപ്പോഴും അവരത് നിരസിച്ചു. അപ്പോൾ ആയിശ(റ) പാത്രത്തിൽ നിന്ന് അൽപ്പമെടുത്ത് സൗദാ ബീവിയുടെ മുഖത്ത് തേച്ചു. തിരുമേനി ഈ കൗതുകം കണ്ടു ചിരിച്ചു. സൗദയുടെ മടിയിൽ നിന്ന് കാലെടുത്ത് മാറ്റി അവർക്ക് സ്വയം പ്രവർത്തിക്കാൻ അവസരം ഒരുക്കി അവരുടെ കയ്യിൽ പാത്രം നൽകിക്കൊണ്ട് ആയിശയുടെ മുഖത്തും അല്പം പുരട്ടാൻ തിരുമേനി സൗദയോട് പറഞ്ഞു. തളികയിൽനിന്ന് അല്പമെടുത്ത് ആയിശയുടെ മുഖത്തും സൗദ പുരട്ടി. അവരുടെ ആ പ്രവൃത്തികളിൽ ആഹ്ലാദവാനായി നബിയും അവരോടൊപ്പം ചിരിച്ചു. അവരെല്ലാവരും ചിരിയിലും സന്തോഷത്തിലും മുഴുകി. പള്ളിയിൽ നിന്ന് ഉമർ ഖത്താബിന്റെ ശബ്ദം കേൾക്കുന്നു. മകനെ വിളിച്ചുകൊണ്ട് അബ്ദുല്ലാ അബ്ദുല്ലാ എന്ന്. അപ്പോൾ തന്റെ രണ്ട് ഭാര്യമാരോടായി നബി(സ) പറഞ്ഞു. ഉമർ ഇങ്ങോട്ട് വരാൻ സാദ്ധ്യതയുണ്ട്. രണ്ടാളും പോയി മുഖം കഴുകുക. ഉമർ വന്ന് സലാം ചൊല്ലുകയും അകത്ത് പ്രവേശിക്കുവാൻ അനുവാദം ചോദിക്കുകയും ചെയ്യുന്നു. (അഹമദ്, നസാഇ)

തിരുമേനിയുടെ പ്രഥമ ഭാര്യയും ഏറ്റവും പ്രിയപ്പെട്ടവളും തന്റെ സുഖത്തിലും ദുഃഖത്തിലും വേദനയിലും സന്തോഷത്തിലും സമാധാനത്തിന്റെയും സന്തോഷത്തിന്റെയും മുല്ലപ്പൂക്കൾ വിതറി, ജീവിതത്തിൽ നറുമണം പരത്തിയ ഖദീജയെ ഓർക്കാത്ത ഒരു ദിവസവും തിരുമേനിക്കുണ്ടായിരുന്നില്ല. അവരുടെ വിയോഗത്തിനു ശേഷമാണ് മറ്റെല്ലാ ഭാര്യമാരെയും വിവാഹം ചെയ്തത്. അവരെ പറ്റി പറയുമ്പോൾ തിരുമേനിക്ക് ആയിരം നാവായിരുന്നു. പ്രവാചക

ത്വത്തിന്റെ ആദ്യ ദിവസം തിരുമേനി അനുഭവിച്ച കഠിനമായ മാന സിക വ്യഥയും സംഘർഷവും പരിഭ്രാന്തിയുമെല്ലാം ലോലമായ തടവലും സ്നേഹസ്പർശവും വാത്സല്യവും, പരിലാളനയും നൽകി തിരുമേനിയെ ഹസ്രത്ത് ഖദീജ പുതപ്പിട്ട് മൂടി ആശ്വസിപ്പിച്ചു.

തന്റെ ഭർത്താവിന്റെ അനിതര സാധാരണമായ കഴിവുകൾ തിരിച്ചറിഞ്ഞ ഖദീജ എന്ന ഭാര്യ അദ്ദേഹത്തിന്റെ ബാക്കി ജീവിതത്തിൽ അദ്ദേഹത്തിന് താങ്ങും തണലുമാവുകയും അദ്ദേഹത്തിന്റെ സത്യവും ധർമ്മവും ഉൾക്കൊള്ളുകയും ശിഷ്ടജീവിതത്തിൽ പ്രവാചകന്റെ നിഴലാവുകയും ചെയ്തു. നബിയുടെ ആറ് കുഞ്ഞുങ്ങളെ ഖദീജ പ്രസവിച്ചു. അവരുടെ രണ്ടാൺമക്കളായ അൽ ഖാസിമും അബ്ദുല്ലയും അവർ നന്നേ ചെറുപ്പത്തിൽ മരിച്ചുപോയി. പെൺകുട്ടികളായ സൈനബ, റുഖിയ, ഉമ്മുക്കുൽസൂം, ഫാത്തിമ എന്നിവർ ജീവിച്ചു. പ്രവാചകൻ അവരെ ജീവനു തുല്യം സ്നേഹിച്ചു. അവർക്ക് വേണ്ടി സ്വയം അർപ്പിച്ചു. ഇത്രമാത്രം ഒരു പിതാവും മക്കളെ സ്നേഹിച്ചിട്ടുണ്ടാവില്ല. തന്റെ ആദ്യപുത്രന്റെ പേരിനോട് ചാർത്തി അബുൽഖാസിം എന്ന് നബിയെ സംബോധന ചെയ്തിരുന്നു. തിരുമേനിക്ക് ഏറെ ആനന്ദം നൽകിയ വിളിപ്പേര് കൂടിയായിരുന്നു അത്.

സ്ത്രീകളെ ഒരു വസ്തുവായിപ്പോലും പരിഗണിക്കാത്ത കാലത്ത് പ്രവാചകൻ അവരെ പാരതന്ത്രത്തിൽ നിന്ന് സ്വതന്ത്രരാക്കി. അവൾ പുരുഷന്റെ മധുര പകുതിയാണെന്നും അവൾ മാതാവും, പുത്രിയും, ഭാര്യയും സഹോദരിയുമൊക്കെയാണെന്നുമുള്ള യാഥാർത്ഥ്യം മനുഷ്യരെ ബോധ്യപ്പെടുത്തി. പുരുഷനെപ്പോലുള്ള സർവ്വ നീതിയും സ്ത്രീകൾക്കും വക വെച്ച് കൊടുത്തു. അവൾ ശിശുവാകുമ്പോഴും യുവതിയാകുമ്പോഴും, വിവാഹിതയാകുമ്പോഴും, വിവാഹമോചിതയാകുമ്പോഴുമുള്ള ചിട്ടാസമ്പ്രദായവും രീതിശാസ്ത്രവും തിരുമേനി പഠിപ്പിക്കുകയും ബോധവൽക്കരിക്കുകയും ചെയ്തു.

ദുഹർ ബാങ്ക് വരെ റസൂൽ ഖൈലൂലത്ത് എന്ന ചെറുനിദ്രയി

ലായിരിക്കും, ളൈലൂലത്ത് തന്റെ വീട്ടിൽ തന്റെ ഭാര്യമാരോടൊ ത്തോ, അല്ലെങ്കിൽ തനിക്ക് വിവാഹം ചെയ്യുന്നത് നിഷിദ്ധകളായ ഉമ്മുസുലൈമിന്റെ വീട്ടിലോ അവരുടെ സഹോദരി ഉമ്മുഹറാമിന്റെ വീട്ടിലോ വെച്ചായിരിക്കും. ഉമ്മു സുലൈമിനെപ്പറ്റി നബി (സ) പ റയാറുണ്ട്. അവരുടെ സഹോദരൻ എന്റെ അരികത്ത് വെച്ചാണ് കൊല്ലപ്പെട്ടത്. അവർക്ക് അതുകൊണ്ട് കൂടിയാണ് ഞാൻ കരുണ ചെയ്യുന്നത് ആ സഹോദരബന്ധം മാനിച്ചുകൊണ്ടാണ്. (ബുഖാരി മുസ്ലീം)

## തിരുമേനി ഖുബായിലേക്ക്
## (ദൂരം 5 കി.മി)

എല്ലാ ശനിയാഴ്ചകളിലും പ്രഭാതത്തിന് ശേഷം നബി (സ) മുടങ്ങാതെ വാഹനത്തിലോ കാൽനടയായോ ഖുബായിൽ എത്തിച്ചേരും. ഖുബായിൽ ആദ്യത്തെ പള്ളിയിൽ ദുഹ നമസ്കരിക്കും. ഖുബാ നിവാസികളായ ഔഫ് ബിൻ ഹാരിസ് ഗോത്രക്കാർ പള്ളിയിൽ വന്ന് നബീ(സ)യെ സന്ദർശിക്കും. നബി നമസ്കരിക്കുമ്പോഴായിരിക്കും അവർ എത്തുകയും സലാം സമർപ്പിക്കുകയും ചെയ്യുന്നത്. ആംഗ്യത്തോടെയായിരിക്കും നബി അവരുടെ സലാം സ്വീകരിക്കുന്നതും അഭിവാദ്യം മടക്കുന്നതും. ഖുബായിൽ ആയിരിക്കുമ്പോൾ ഹസ്രത്ത് ഉബാദത്ത് ബിൻ സ്വാമിത്തിന്റെ ഭാര്യയും ഉമ്മുസുലൈമിന്റെ സഹോദരിയും മിൻഹാനിന്റെ പുത്രിയുമായ ഉമ്മു ഹറാമിന്റെ വീട്ടിലായിരിക്കും ഖൈലൂലത്ത് നിദ്ര കൊള്ളുന്നത്. ഉമ്മു സുലൈമും ഉമ്മുഹറാമും നബിക്ക് വിവാഹം ചെയ്യാൻ നിരോധിക്കപ്പെട്ട ചാർച്ചക്കാരാണ്. (ബുഖാരി)

അപ്രകാരം ഒരു ദിവസം ആഹാരത്തിനു ശേഷം തിരുമേനി നിദ്രയിലായി. ചിരിച്ചുകൊണ്ട് നബി നിദ്രയിൽ നിന്ന് ഉണർന്നു. നബിയെ അങ്ങ് ചിരിച്ചതെന്തിനാണെന്ന് ഉമ്മുഹറാം നബിയോടാരാഞ്ഞു. തിരുമേനി പറഞ്ഞ മറുപടി ഇപ്രകാരമായിരുന്നു. *അല്ലാഹുവിന്റെ മാർഗ്ഗത്തിൽ യുദ്ധം ചെയ്തിരുന്ന എന്റെ സമുദായത്തിലെ കുറേ പേരെ എനിക്ക് ദർശനം നൽകി. ഈ സമുദ്ര മദ്ധ്യത്തിലെ ബന്ദികളുടെ രാജാക്കൻമാരായി അവർ സഞ്ചരിക്കുന്നു*".

അല്ലാഹുവിന്റെ ദൂതരെ, എന്നെയും അവരുടെ കൂട്ടത്തിൽ

ഉൾപ്പെടുത്താൻ അങ്ങ് പ്രാർത്ഥിച്ചാലും. ഉമ്മുഹറാമിനെ ആ കൂട്ടത്തിൽ ഉൾപ്പെടുത്താൻ നബി അപ്പോൾ തന്നെ പ്രാർത്ഥിച്ചു. പിന്നേയും നബി ഉറക്കത്തിലേക്ക് വഴുതി. കുറച്ച് കഴിഞ്ഞ് ചിരിച്ചുകൊണ്ട് വീണ്ടും ഉണർന്നു. റസൂലെ, അങ്ങ് എന്താണ് വീണ്ടും ചിരിച്ചത്? ആദ്യം പറഞ്ഞപോലത്തന്നെ ഉത്തരം തിരുമേനി പറഞ്ഞു. അപ്പോഴും ഉമ്മുഹറാം തന്നെയും ആ കൂട്ടത്തിൽ ഉൾപ്പെടുത്താനായി അപേക്ഷിച്ചു. റസൂൽ പറഞ്ഞു. നീ അവരിലെ ഒന്നാം വിഭാഗത്തിലാണ്.

കാലം മുന്നോട്ട് നീങ്ങി ഹസ്രത്ത് മുആവിയയുടെ ഭരണകാലത്ത് അവർ (ഉമ്മുഹറാം) ഒരു സമുദ്രയാത്ര നടത്തി. സമുദ്രത്തിൽ നിന്ന് കരയിൽ ഇറങ്ങി തന്റെ മൃഗവാഹനത്തിൽ കയറുമ്പോൾ അതിൽ നിന്ന് വീണ് രക്തസാക്ഷിത്വം വരിക്കുകയുണ്ടായി. (ബുഖാരി, മുസ്ലീം)

വരാനിരിക്കുന്ന ഒരുകാലത്തെ സംബന്ധിച്ച തിരുമേനിയുടെ ഒരു സന്തോഷവാർത്ത. തന്റെ ആളുകൾ മദ്ധ്യധരണ്യാഴിയിലൂടെ റോമാ സാമ്രാജ്യത്തിലെത്തുന്ന സംഭവം, മദീനയിൽ ആളില്ലാത്ത സമയത്ത് അതിവിദൂരമായ രാജ്യത്തേക്കുള്ള തിരുമേനിയുടെ പ്രവചനം. പ്രവചന കാലത്ത് അറബികൾ നാവികരോ കടൽ സഞ്ചാരികളോ ആയിരുന്നില്ല. എന്നിട്ടും ഉമ്മുഹറാമിന് നബിയുടെ ആ പ്രവചന സന്തോഷവാർത്തയിൽ ഒട്ടും സംശയമുണ്ടായില്ല. എന്നല്ല നൂറ് ശതമാനം വിശ്വാസവും. അതായിരുന്നുവല്ലോ ആ കൂട്ടത്തിൽ തന്നെ കൂടെ ഉൾപ്പെടുത്തണമെന്ന് അവർ അപേക്ഷിച്ചത്. മുൻകൂട്ടിയുള്ള റസൂലിന്റെ ആ സ്വപ്നവും അതിനോട് ബന്ധപ്പെട്ട പ്രവചനവും പിൻകാലത്ത് എത്ര സത്യസന്ധമായി പുലർന്നു.

# തിരുമേനിയുടെ സായാഹ്നങ്ങൾ

സൂര്യൻ നട്ടുച്ചയിൽ നിന്ന് തെല്ലൊന്ന് തെന്നിയാൽ ഹസ്രത്ത് ബിലാൽ(റ) മസ്ജിദുന്നബവിയിൽ നിന്ന് ദുഹർ നമസ്കാരത്തിന് ബാങ്ക് വിളിക്കുന്നു. ഉറക്കത്തിലാണെങ്കിൽ (ഖൈലൂലത്ത് ചെറുനിദ്രയിൽ നിന്ന് തിരുമേനി ഉണരും. ബാങ്കിന് ഉത്തരമെന്നോണം ആ വചനങ്ങൾ നബിയും ഉരുവിടും. പിന്നീട് വുദു എടുത്ത് നാല് റകഅത്ത് തന്റെ വീട്ടിൽ വെച്ച് (നാഫിലത്ത്) ഐച്ഛിക നമസ്കാരം നിർവ്വഹിക്കും. (മുസ്ലീം അഹമ്മദ്, അബൂദാവൂദ്)

നബി പറയാറുണ്ട്. *ആകാശ കവാടങ്ങൾ തുറക്കപ്പെടുന്ന സമയമാണിപ്പോൾ. അതിലൂടെ എന്റെ സൽപ്രവൃത്തികൾ കയറി പ്രവേശിക്കണമെന്ന് ഞാനാഗ്രഹിക്കുന്നു.* (അഹമ്മദ്, തുർമുദി, ത്വബ്റാനി)

പിന്നീട് ദുഹർ ജമാഅത്ത് നമസ്കാരം പ്രതീക്ഷിച്ച് വീട്ടിലിരിക്കും. അവിടെ അപ്പോൾ തന്റെ മകൾ ഫാത്തിമയുടെ മക്കളായ ഹസ്സൻ, ഹുസ്സൈൻ എന്നിവരോ തന്റെ പുത്രി സൈനബയുടെ മകൾ ഉമാമയോ ഉണ്ടാവും. പേരക്കിടാങ്ങളുമായി കളിതമാശകളിൽ മുഴുകിക്കൊണ്ടിരിക്കുമ്പോഴായിരിക്കും ഹസ്രത്ത് ബിലാൽ നമസ്കാരത്തിന്ന് അറിയിപ്പുമായി വരുന്നത്. അപ്പോൾ തന്നെ സംഘടിത നമസ്കാരത്തിന്ന് വേണ്ടി പള്ളിയിലേക്ക് പുറപ്പെടുന്നു. അങ്ങിനെ പോകുന്ന ചില നേരങ്ങളിൽ ഭാര്യമാരിൽ ഒരാളെ ചുംബിക്കുകയും ചെയ്യുന്നു. (അഹമ്മദ്, തുർമുദി, നസാഇ, അബുദാവൂദ്)

തിരുമേനി വരുന്നത് ദർശിക്കുന്ന മാത്രയിൽ ഹസ്രത്ത് ബിലാൽ ഇഖാമത്ത് വിളിക്കുന്നു. സ്വഹാബികൾ സ്വഫ് ശരിയാക്കി അണിയണിയായി നമസ്കാരത്തിന് തയ്യാറാവുന്നു. ചിലപ്പോൾ നമസ്കാരത്തിന് വരുമ്പോൾ തിരുമേനിയുടെ തോളിൽ പേരമക്കളായ ചെറിയ കുട്ടികൾ ഹസ്സനും ഹുസ്സൈനും ഉണ്ടാവും. അല്ലെങ്കിൽ പേരക്കുട്ടി ഉമാമ. പേരമക്കളെ താഴെ വെച്ചു. പ്രാരംഭ തക്ബീർ ചൊല്ലി നമസ്കാരത്തിൽ പ്രവേശിച്ചു. നമസ്കാരത്തിലെ ഒരു സുജൂദ് വളരെ ദീർഘമായി. അതെന്തുകൊണ്ട് എന്നറിയാൻ ശദാദ് ബിൻ ഹാദി(റ)സുജൂദിൽ നിന്ന് തലയുയർത്തി ഇമാമിന്റെ അടുത്തേക്ക് നോക്കി. അപ്പോൾ സുജൂദിലായ നബിയുടെ മുതുകിലുണ്ട് പേരക്കുട്ടിയിരിക്കുന്നു.! തിരുമേനി നമസ്കാരം പൂർത്തീകരിച്ചു കഴിഞ്ഞപ്പോൾ അനുചരന്മാർ ചോദിച്ചു. ദൂതരെ അതിദീർഘമായ സുജൂദ് താങ്കൾ ചെയ്തപ്പോൾ എന്തോ ഒരു വലിയ കാര്യം ഉണ്ടാവുക യോ? അല്ലാഹുവിൽ നിന്ന് വഹ്യ് അവതരിപ്പിക്കുകയോ ചെയ്തി രിക്കാമെന്ന് ഞങ്ങൾ മനസ്സിലാക്കുന്നു.

തിരുമേനി പറഞ്ഞു. *അങ്ങനെയൊന്നും സംഭവിച്ചിട്ടില്ല. എന്റെ പേരക്കുട്ടി എന്നെ അവന്റെ വാഹനമാക്കി. അവന്റെ ആ ആവശ്യം കഴിയുന്നതുവരെ അവനെ ധൃതിപിടിച്ച് ഇറക്കാനുള്ള എന്റെ വൈമനസ്യമായിരുന്നു കാരണം.* (അഹമ്മദ്, നസാഇ) ചില സമയത്ത് ഏറ്റവും ശിശുവായ ഒരു പെൺകുട്ടിയും നബിയുടെ തോളിലുണ്ടാവും. റുകൂഇൽ പോകുമ്പോൾ താഴെ വെക്കും. റുകൂഇൽ നിന്ന് നിവരുമ്പോൾ അവളെയും നിവർത്തും. തന്റെ പേരക്കുട്ടി ഉമാമയെ ചെയ്തിരുന്നപോലെ. (ബുഖാരി, മുസ്ലീം)

തിരുമേനി ദുഹർ ജുമാഅത്ത് അതിന്റെ ആദ്യ സമയത്ത് തന്നെ നിർവ്വഹിക്കും. ആദ്യത്തെ രണ്ട് റകഅത്തുകളിലും മുപ്പതോളം അയ്ത്തുകൾ ഓതും. ആദ്യത്തേത് രണ്ടാമത്തേതിനേക്കാൾ അല്പം ദീർഘിപ്പിച്ചുകൊണ്ടായിരിക്കും നമസ്കരിക്കുന്നത്. മൂന്നും നാലും റകഅത്തുകൾ ആദ്യ പകുതിയേക്കാൾ നേരെ പകുതിയായി ലഘൂകരിക്കും. (ബുഖാരി, മുസ്ലീം) ചില ദിവസങ്ങളിൽ ളുഹർ

നമസ്കാരം വളരെ ദീർഘിപ്പിക്കും. നമസ്കാരം തുടങ്ങി ഒരാൾ പുറത്തുപോയി വിസർജ്ജനം നിർവ്വഹിച്ച് പിന്നെ വീട്ടിലെത്തി വുദു എടുത്ത് പള്ളിയിൽ എത്തിയാലും തിരുമേനി തന്റെ ആദ്യ റകഅത്തിൽ തന്നെ ആയിരിക്കും ഉണ്ടാവുക. (ബുഖാരി മുസ്ലീം)

ഈ നമസ്കാരത്തിൽ ഫാത്തിഹയും ഖുർആൻ പാരായണവും പതുക്കെ ആയിരിക്കും. തിരുമേനിയുടെ താടിയെല്ലിന്റെ ചലനമനുസരിച്ച് ഇന്ന ആയത്തുകളാണ് നബി ഓതിയിരുന്നത് എന്ന് സഹാബികൾ മനസ്സിലാക്കുന്നു. (ബുഖാരി, മുസ്ലീം)

നമസ്കാരത്തിൽ നിന്ന് വിരമിച്ചാൽ നമസ്കാരത്തിൽ, തന്നെ പിൻപറ്റിയ സഹാബികൾക്ക് അഭിമുഖമായി നബിയിരിക്കും. എന്തെങ്കിലും പുതിയ സംഭവങ്ങളോ, അതുമല്ലെങ്കിൽ അവരെ അറിയിക്കേണ്ട വല്ല കാര്യങ്ങളോ ഉണ്ടെങ്കിൽ അവരോടു പ്രഭാഷണം നടത്തും. ജനങ്ങൾക്കപ്പോൾ ഉണർവ്വിന്റെയും ഉത്സാഹത്തിന്റെയും സമയമാണല്ലോ. ഖൈലൂലത്ത് വിശ്രമത്തിന് ശേഷമുള്ള സംഗമം. സംഗതികൾ വൃത്തിയായും ക്രമമായും മനസ്സിലാക്കുവാൻ കഴിയുന്ന ഉത്സാഹവേള.

ഈ ഒരവസരത്തിലാണ് മുദർ ഗോത്രക്കാർ ചെറിയൊരു ദൗത്യവുമായി നബിയെ കാണാൻ വരുന്നത്. അവർ പട്ടിണിയുടെയും പരിവട്ടത്തിന്റെയും പേക്കോലങ്ങളായിരുന്നു. അവരുടെ മരവിപ്പിക്കുന്ന ദയനീയാവസ്ഥ നബിയെ വേദനിപ്പിച്ചു. അവരുടെ പരിതാപകരമായ അവസ്ഥക്ക് തെല്ലെങ്കിലും അറുതി വരുത്താനുള്ള പ്രായോഗിക മാർഗ്ഗത്തിനായി തിരുമേനി ദുഹറിനു ശേഷം ചെറിയ ഒരു പ്രഭാഷണം നടത്തിയതും നബിയെ സന്തോഷിപ്പിക്കുമാറ് സഖാക്കൾ പ്രതികരിച്ചതും നേരത്തെ നാം പറഞ്ഞിരുന്നു.

ഈ സമയത്ത് തന്നെയാണ് തിരുമേനി സകാത്ത് ശേഖരണത്തിനായി നിയമിച്ച ഉദ്യോഗസ്ഥൻ ഹസ്രത്ത് ഇബ്നുലുതൈവിയ്യ(റ)പള്ളിയിലെത്തി ചില കാര്യങ്ങൾ പ്രകടിപ്പിച്ചപ്പോഴുണ്ടായ നബിയുടെ ഗൗരവപൂർവ്വമായ പ്രതികരണം ഉണ്ടായതും. അതിൽ പ്രസ്താവന നടത്തിയതും ഇബ്നുലുതൈബ(റ)പറഞ്ഞു. ഈ സകാത്ത് മുതലൊക്കെ നിങ്ങൾക്ക് ബൈത്തുൽ മാലിന്ന്

അവകാശപ്പെട്ടത്. മറ്റൊരു ഭാഗം ചുണ്ടിക്കാണിച്ചിട്ട് പറഞ്ഞു.! ഇതൊക്കെ എനിക്ക് പാരിതോഷികമായി ലഭിച്ചത്. ഇത് കേട്ട് ദുഹർ നമസ്കാരത്തിന് ശേഷം ചെറിയൊരു പ്രസംഗം തന്നെ നബി നടത്തി. *അല്ലാഹു എന്നെ ഭരമേൽപിച്ച ഉത്തരവാദിത്വ നിർവ്വഹണത്തിൽ ചില പ്രവൃത്തികൾക്ക് ഞാനൊരാളെ ഏൽപ്പിക്കുന്നു. അയാൾ മടങ്ങി വന്ന് പറയുകയാണ്. ഇതാണ് നിങ്ങളുടെ മുതൽ. വേറെയൊന്ന് ചൂണ്ടിക്കാണിച്ച് ഇത് എനിക്ക് പാരിതോഷികമായി ലഭിച്ചതാണ്. ഇയാൾ തന്റെ ബാപ്പയുടേയും ഉമ്മയുടേയും വീട്ടിൽ ഇരുന്നിരുന്നുവെങ്കിൽ ഈ പാരിതോഷികം ഇയാൾക്ക് ലഭിക്കുമായിരുന്നോ.? മുഹമ്മദിന്റെ ആത്മാവ് ആരുടെ കയ്യിലാണോ അവനാണെ, സത്യം. നിങ്ങളിൽ ഒരാളും അതിന്റെ സത്യത്തോടു കൂടിയല്ലാതെ ഒരു വസ്തുവും എടുത്തുകൂടാ. അങ്ങനെ ആരെങ്കിലും വല്ലതും എടുത്തു എന്നിരിക്കട്ടെ, അന്ത്യനാളിൽ ആ സാധനങ്ങൾ വഹിച്ച് അവൻ അല്ലാഹുവിനെ കണ്ടുമുട്ടുന്നതാണ്. ഒട്ടകമാണെങ്കിൽ അതിന്റെ കുളമ്പടി ശബ്ദവും,പശു ആണെങ്കിൽ അതിന്റെ മുക്രയിടുന്ന ശബ്ദവും, ആടാണെങ്കിൽ അതിന്റെ അട്ടഹാസവും ഉണ്ടാവും. പിന്നീട് തന്റെ ഇരുകരങ്ങളും കക്ഷത്തിന്റെ വെളുത്ത നിറം കാണുമാറ് ഉയർത്തി ഇങ്ങനെ പറഞ്ഞു.! അല്ലാഹുവേ ഈ കാര്യം ഞാനവർക്ക് അറിയിച്ചുകൊടുത്തിരിക്കുന്നു എന്ന് മൂന്ന് പ്രാവശ്യം ആവർത്തിച്ചു പറഞ്ഞു.* (ബുഖാരി, മുസ്ലീം)

ഒരു ദിവസം ദുഹർ നമസ്കാര സലാം വീട്ടിയശേഷം തിരുമേനി പ്രസംഗപീഡത്തിൽ കയറി അന്ത്യനാളിനെ അനുസ്മരിച്ചുകൊണ്ട് പറയാൻ തുടങ്ങി. അതിന്റെ മുന്നോടിയായി ഉണ്ടാകുന്ന ഭയാനകമായ സംഭവങ്ങൾ പറഞ്ഞ ശേഷം തുടർന്നു. ആർക്കെങ്കിലും എന്തെങ്കിലും ചോദിക്കാനോ ഗ്രഹിക്കാനോ ഉണ്ടെങ്കിൽ എന്നോട് ഇപ്പോൾ ചോദിച്ചു കൊള്ളട്ടെ. *അല്ലാഹുവാണ് ഞാൻ ഈ സ്ഥലത്തുള്ള അവസരത്തിൽ നിങ്ങൾ എന്ത് ചോദിക്കുന്നുവോ അതിനു ത്തരം ഞാൻ നൽകുക തന്നെ ചെയ്യുന്നതാണ്.* അപ്പോൾ അവിടെ കൂടിയിരുന്നവർ കരച്ചിൽ വർദ്ധിപ്പിച്ചു. എന്നോട് ചോദിക്കു എന്ന് നബി അധികരിപ്പിച്ചു കൊണ്ടേയിരുന്നു. അപ്പോൾ അബ്ദുല്ലാ ബിൻ ഹുദാഫ

അസ്സഹ്മിയ്യ്(റ) ചോദിച്ചു. തിരുദൂതരെ, എന്റെ പിതാവാരാകുന്നു.? (അദ്ദേഹം തർക്കം കൂടുമ്പോൾ ആളുകൾ പരപിതാവിലേക്ക് ചേർത്തിയിട്ടായിരുന്നു അദ്ദേഹത്തെ വിളിച്ചി രുന്നത്). തിരുമേനി പറഞ്ഞു, നിന്റെ പിതാവ് ഹുദാഫയാണ്. എന്നോടു ചോദിക്കൂ, എന്നോടു ചോദിക്കൂ എന്ന് നബി വീണ്ടും വീണ്ടും ആവർത്തിച്ചു കൊണ്ടിരുന്നപ്പോൾ ഹസ്രത്ത് ഉമർ(റ) മുട്ടുകുത്തി പറഞ്ഞു. അല്ലാഹുവിനെ ഞങ്ങളുടെ രക്ഷിതാവായും ഇസ്ലാമിനെ മതമായും മുഹമ്മദിനെ ദൂതരായും ഞങ്ങൾ തൃപ്തിപ്പെട്ടിരിക്കുന്നു. ഉമർ(റ) പറഞ്ഞതുകേട്ട് റസൂൽ നിശബ്ദനായി. പിന്നീട് നബി പറഞ്ഞു, നിങ്ങൾ ഭയപ്പെടുകയും വെറുക്കുകയും ചെയ്യുന്ന ആ സംഭവം അടുത്തിരിക്കുന്നു. ഇപ്പോഴിതാ സ്വർഗവും നരകവും ഈ ചുമരിന്റെ ഭാഗത്ത് പ്രദർശിപ്പിക്കപ്പെട്ടിരിക്കുന്നു. സ്വർഗത്തിലേതുപോലെ ശ്രേഷ്ഠവും നരകത്തിലേതുപോലെ ഭീകരവുമായ ഒരു കാഴ്ച ഞാൻ കണ്ടിട്ടേയില്ല. ഞാനറിഞ്ഞതു നിങ്ങൾ അറിഞ്ഞിരുന്നു വെങ്കിൽ നിങ്ങൾ അല്പം മാത്രമേ ചിരിക്കുമായിരുന്നുള്ളൂ. അധികമായി കരയുകയും ചെയ്യുമായിരുന്നു. (ബുഖാരി, മുസ്ലീം).

സ്വഹാബി ഹ:സ്രത്ത് മാഇസു(റ) വ്യഭിചാരക്കുറ്റത്തിന് കല്ലെറിഞ്ഞു കൊല്ലപ്പെട്ടപ്പോൾ ദുഹറിന്ന് ശേഷം നബിയൊരു പ്രഭാഷണം നടത്തിയിരുന്നു. ഇത്തരം സംഗതികളൊക്കെ ഏറെ പ്രസക്തവും കാലികവും അടുത്ത വെള്ളിയാഴ്ചയിലെ ഖുത്തുബ യിലേക്ക് മാറ്റിവെക്കാൻ കഴിയാത്തത്ര ഗൗരവപ്പെട്ടതുമായതുകൊ ണ്ടാണ് ദുഹറിനു ശേഷം പ്രസംഗിക്കാറുണ്ടായിരുന്നത്. ഈ സം ഭവങ്ങൾക്ക് ശേഷം പള്ളിയിൽ നിന്ന് തിരുമേനി നേരെ തന്റെ ഭവ നത്തിലേക്ക് മടങ്ങുന്നു.

ചിലപ്പോൾ തിരുമേനി മുസ്ലീംകളിലുണ്ടാകുന്ന അസ്വാരസ്യ പ്രശ്നപരിഹാരത്തിന് താൻ നേരിട്ടെത്തേണ്ടതുണ്ടെങ്കിൽ അദ്ദേഹം തന്നെ നേരിട്ടെത്തി അത് പരിഹരിക്കുന്നതാണ്. അതിൽ പ്പെട്ട ഒരു സംഭവം. ഖുബാഇലെ അംറബിൻ ഔഫ് ഗോത്രത്തിൽ ചില ഗുരുതര സംഭവങ്ങളുണ്ടായി. തമ്മിൽ വാക്കേറ്റവും വക്കാണ വും സംഭവിച്ചു. സംഭവം കല്ലേറിലും കയ്യാങ്കളിയിലുമെത്തി. ദുഹർ

നമസ്കാരാനന്തരം നബി(സ) സഹാബികളോട് പറഞ്ഞു. അവർക്കിടയിൽ ചില അനിഷ്ടകാര്യങ്ങളുണ്ടായിട്ടുണ്ട്. അത് രമ്യമായി പരിഹരിക്കണം. നമുക്കങ്ങോട്ടു പോകാം. ഹസ്രത്ത് ബിലാലിനോട് പറഞ്ഞു. അസ്വർ നമസ്കാരത്തിന് സമയമായാൽ ഞാനെത്തിയിട്ടില്ലെങ്കിൽ അബൂബക്കറിനോട് ഇമാമായിരിക്കാൻ പറയുക. അങ്ങനെ അസറിന് സമയമായപ്പോൾ ബിലാൻ ബാങ്ക് കൊടുത്തു. നമസ്കാരത്തിന് സമയമായിട്ടും തിരുമേനിയെ കാണാതിരുന്നപ്പോൾ അബൂബക്കറിന്റെ അരികത്ത് വന്ന് ബിലാൽ പറഞ്ഞു. നബിക്ക് ജമാഅത്തിനെത്താൻ കഴിയാത്ത പ്രശ്നമുണ്ടായിട്ടുണ്ടാവും. നമസ്കാരത്തിന് സമയം ആവുകയും ചെയ്തു, താങ്കൾക്ക് ഇമാമത്ത് നിന്ന് കൂടയോ? താങ്കളുടെ ഇഷ്ടം പോലെ, അതെ അദ്ദേഹം ഉത്തരം നൽകി. ബിലാൻ ഇഖാമത്ത് വിളിച്ചു. അബൂബക്കർ മുന്നിലേക്കെത്തി തക്ബീർ ചൊല്ലി നമസ്കാരത്തിൽ പ്രവേശിച്ചു. ജനങ്ങളെല്ലാവരും അബൂബക്കറിനെ പിൻതുടർന്നു. അപ്പോഴാണ് തിരുമേനി എത്തുന്നത്. സ്വഫിൽ റസൂലിനെ കണ്ടു. ആളുകൾ കൈകൊട്ടാൻ തുടങ്ങി. അബൂബക്കർ നമസ്കാരം തുടങ്ങിയാൽ ഒരിക്കലും തിരിഞ്ഞുനോക്കാറില്ല. എന്നാൽ ജനങ്ങളുടെ കയ്യടി വർദ്ധിച്ചപ്പോൾ തിരിഞ്ഞുനോക്കി. അപ്പോൾ അദ്ദേഹം തിരുമേനിയെ കണ്ടു. അബൂബക്കർ പതുക്കെ പിന്നോട്ട് പിൻവാങ്ങാൻ തുടങ്ങി. അവിടെ തന്നെ നിൽക്കൂ എന്ന് ആംഗ്യരൂപേണ നബി സൂചന നൽകി. അപ്പോൾ അബൂബക്കർ അല്ലാഹുവിനെ സ്തുതിക്കുകയും വാഴ്ത്തുകയും ചെയ്തശേഷം ഒന്നാം സ്വഫിലേക്ക് പിൻവാങ്ങി. അപ്പോൾ നബി മുന്നോട്ട് നിൽക്കുകയും ഇമാമാകുകയും ചെയ്തു. നമസ്കാരം കഴിഞ്ഞപ്പോൾ ജനങ്ങൾക്കഭിമുഖമായി തിരിഞ്ഞു നബി ചോദിച്ചു. ജനങ്ങളെ എന്തുകൊണ്ടാണ് നിങ്ങൾക്ക് നമസ്കാരത്തിൽ പുതിയൊരു സംഭവമുണ്ടായപ്പോൾ നിങ്ങൾ കയ്യടിച്ചത്? കയ്യടി സ്ത്രീകൾക്കുള്ളതാണല്ലോ? അങ്ങനെ നമസ്കാരത്തിൽ വല്ല വിശേഷമോ, സംശയമോ ഉണ്ടായാൽ സുബുഹാനല്ലാഹ് എന്നു പറയുക. തസ്ബീഹ് ചൊല്ലിയാൽ ഇമാം അത് ശ്രദ്ധിക്കുന്നതാണ്. പിന്നീട് നബി അബൂബക്കറിനോട് ചോദിച്ചു. ഞാൻ താങ്കളോട് അവിടെ തന്നെ തുടരൂ എന്ന് നിർദ്ദേശിച്ചപ്പോൾ താങ്കൾ

എന്തുകൊണ്ട് അവിടെ ഉറച്ചുനിന്നില്ല. അബൂബക്കർ പറഞ്ഞു. ദൈവദൂതന്റെ മുന്നിൽ അബുകുഹാഫയുടെ മകന് ഇമാമായി നമസ്കരിക്കാൻ അർഹത ഇല്ലാത്തതുകൊണ്ടു തന്നെ. (ബുഖാരി മുസ്ലീം)

ഇതിനോടനുബന്ധിച്ച മറ്റൊരു സംഭവവും കൂടി രേഖപ്പെടുത്തിയിട്ടുണ്ട്. ബഖീഇന്റെ വടക്ക് ഭാഗത്ത് താമസിക്കുന്ന അസ്വാഫിലേക്ക് സഅദ്ബിൻ അൽ റബീഅയുടെ പെൺകുട്ടികളുടെ അനന്തരസ്വത്ത് ഭാഗിക്കാനായി നബി തന്നെ പുറപ്പെട്ടു. ഇസ്ലാമിൽ അനന്തര സ്വത്തവകാശം പ്രാബല്യത്തിൽ വന്നശേഷം ആദ്യമായി അനന്തരമെടുക്കുന്ന പെൺകുട്ടികളും അവർ തന്നെയായിരുന്നു. ഒരു മദ്ധ്യപൂർവ്വാഹ്ന സമയത്താണ് നബി അവിടെ എത്തിയത്. അദ്ദേഹത്തിന് വേണ്ടി തയ്യാറാക്കിയ മാംസവും റൊട്ടിയും അവിടെ കൊണ്ടുവന്നു. തിരുമേനിയും കൂടെ ഉള്ളവരും അത് ആഹരിച്ചു. പിന്നീട് ദുഹർ നമസ്കാരത്തിന് വേണ്ടി നബിയും കൂടെയുള്ളവരും വുദു എടുത്തു. എല്ലാവരും ഒന്നിച്ച് ദുഹർ നമസ്കരിച്ചു. അനന്തരം സ്വത്ത് ഭാഗം വയ്ക്കുന്നതിൽ ശിഷ്ടമായതുകൂടി പൂർത്തിയാക്കി. അത് കഴിഞ്ഞപ്പോൾ അടുത്ത നമസ്കാരത്തിന് സമയമായി. അപ്പോൾ അവശേഷിച്ച ഭക്ഷണം കൂടി അവിടെ കൊണ്ടു വന്നു. തിരുമേനിയും കൂടെ ഉള്ളവരും അത്കൂടി ഭക്ഷിച്ചു. പിന്നീട് അസ്വർ നമസ്കരിച്ചു. തിരുമേനിയോ കൂടെ ഉള്ളവർ ആരും തന്നെ പുതുതായി വുദു എടുത്തില്ല.(അഹമ്മദ്,തബഖാത്ത് ബിൻ സഅമദ്)

# അസർ നമസ്കാരം

അസ്വർ ബാങ്ക് വിളിച്ചാൽ ജനങ്ങൾ നമസ്കാരത്തിനെത്തിച്ചേരുന്നതു വരെ നബി കാത്തിരിക്കും. അസറിനു മുമ്പ് നാലു റകഅത്ത് നമസ്കരിക്കാൻ തിരുമേനി ജനങ്ങളെ പ്രേരിപ്പിക്കാറുണ്ട്. അസറിനുമുമ്പ് നാല് റകഅത്ത് നമസ്കരിച്ചവനെ അല്ലാഹു അനുഗ്രഹിക്കട്ടെ.(അഹമ്മദ്, അബ്ദുദാവൂദ്, തുർമുദി, ഇബ്നുമാജ, നസാഇ) എന്ന് പ്രവാചകൻ പറഞ്ഞതായി മേലുദ്ധരിച്ച ഹദീസിൽ വ്യക്തമാക്കുന്നു. ജനങ്ങൾ പള്ളിയിൽ ഒരുമിച്ച് കൂടിയാൽ അസറിന്റെ ആദ്യ സമയത്ത് തന്നെ നമസ്കാരം ആരംഭിക്കുന്നു. സൂര്യൻ അപ്പോൾ വളരെ സജീവമായിട്ടായിരിക്കും ആകാശ ചക്രവാളത്തിലുണ്ടാവുക.

ഹസ്രത്ത് അനസ് പറയുകയാണ്. റസൂലിനേക്കാൾ അസർ നമസ്കാരത്തിന് ഏറ്റവും ധൃതികാണിച്ചിരുന്ന മറ്റൊരാളുമില്ല. അതിൽ ദുഹ്റിന്റെ പകുതിയോളമേ നബി പാരായണം നടത്താറുള്ളൂ. (ബുഖാരി,മുസ്ലീം)

അസർ നമസ്കാരം തീർന്നാൽ അനുചരൻമാർക്ക് അഭിമുഖമായിട്ട് നബിയിരിക്കും. എന്തെങ്കിലും നിർദ്ദേശം നൽകാനോ പറയാനോ ഉണ്ടെങ്കിൽ നബി അത് ചെയ്യും.

ഒരിക്കൽ അസർ കഴിഞ്ഞശേഷം അനുചരന്മാരോട് നബി ചോദിക്കയാണ്? ഞാനെന്തെങ്കിലും സംസാരിക്കണമോ അതല്ല, മിണ്ടാതിരിക്കണമോ? അവർ പറഞ്ഞു. നല്ല കാര്യമാണല്ലോ, പറഞ്ഞോളൂ. അതല്ലെങ്കിൽ ആ കാര്യം കൂടുതൽ അറിയുന്നത് അല്ലാഹുവിന്നും അല്ലാഹുവിന്റെ ദൂതർക്കുമായിരിക്കുമല്ലോ.

ഒരു മുസ്ലിം എപ്രകാരം വൃത്തിയും ശുദ്ധിയുള്ളവനുമായിരിക്കണമെന്ന് നിർദ്ദേശിക്കപ്പെട്ടുവോ, അപ്രകാരം പരിപൂർണ്ണ ശുദ്ധിയോടെ അഞ്ചുനേരത്തെ നമസ്ക്കാരം കൃത്യമായി നിർവ്വഹിച്ചവന്ന് ഓരോ നമസ്ക്കാരത്തിനിടയിലുള്ള പാപങ്ങൾക്കും ഇവ പ്രായശ്ചിത്തമാകുന്നതാണ്.(ബുഖാരി മുസ്ലിം, അഹമ്മദ്)

ഒരിക്കൽ അസർ നമസ്ക്കാരത്തിനുശേഷം ലഘുവായൊരു പ്രഭാഷണം നടത്തി. അതിൽ ഇങ്ങനെ പറഞ്ഞു. *നിങ്ങളിൽ ആര് വുദു - അംഗ ശുദ്ധി) എടുക്കുകയും പൂർണ്ണരൂപത്തിൽ ആ വുദു പൂർത്തീകരിച്ച ശേഷം അല്ലാഹു അല്ലാതെ ആരാധ്യനില്ലെന്നും, മുഹ മ്മദ് അല്ലാഹുവിന്റെ ദാസനും ദൂതനുമാണെന്നും ഞാൻ സാക്ഷ്യം വഹിക്കുന്നു എന്നു പറഞ്ഞാൽ സ്വർഗത്തിന്റെ കവാടങ്ങൾ എട്ടും അവന്ന് വേണ്ടി തുറക്കപ്പെടുന്നതും, അതിൽ ഏതിലൂടെയും അവ ന്ന് സ്വർഗ്ഗത്തിൽ കടക്കാവുന്നതുമാണ്.*

ഏതൊരു മുസ്ലിമും വുദു എടുക്കുകയും വുദു നല്ലവണ്ണം പൂർത്തീകരിച്ചശേഷം എഴുന്നേറ്റ് മനഃസാന്നിദ്ധ്യത്തോടെയും അല്ലാഹുവിനെ അഭിമുഖീകരിച്ചും രണ്ടു റകഅത് നമസ്ക്കരിച്ചാൽ സ്വർഗ്ഗമവന്ന് നിർബന്ധമായിതീരുന്നതാണ്.(മുസ്ലിം അഹമ്മദ് അബൂദാവൂദ്)

അസർ നമസ്ക്കാരത്തിനുശേഷം എല്ലാ ഭാര്യമാരുടെ അടുക്കലും നബി സന്ദർശനം നടത്തും. അവരെ ചുംബിക്കയും തന്റെ കരസ്പർശം കൊണ്ടവരെ സ്നേഹ ലീലയിൽ തരളിതരാക്കി അനുരാഗസീമയിലാക്കുകയും ചെയ്യും. എല്ലാവരെയും സന്ദർശിച്ച ശേഷം തന്റെ അന്നത്തെ വിശ്രമം ആരുടെ അടുത്താണോ അവരുടെ ചാരത്തേക്ക് നബി നീങ്ങും. ചിലപ്പോൾ എല്ലാ ഭാര്യമാരും അന്നത്തെ ഊഴക്കാരിയുടെ വീട്ടിൽ അസറിന്ന് ശേഷം ഒരുമിച്ച് കൂടുകയും ചെയ്യുന്നു. പകൽ സമയം കുറഞ്ഞ കാലാവസ്ഥയിലാണ് ഏറിയകൂറും ഇപ്രകാരം ചെയ്യാറുള്ളത്. തിരുമേനി അസ്വർ നമസ്ക്കാരം കഴിഞ്ഞു വീട്ടിലെത്തിയാൽ രണ്ട് റകഅത്ത് നമസ്ക്കരിക്കുന്നതാണ്. അങ്ങിനെയൊരു നമസ്ക്കാരം നബി തന്നെ നിരുത്സാഹപ്പെടുത്തിയ നിലക്ക് തന്നെ തിരുമേനി അത് നമസ്ക്കരിക്കാനുള്ള കാര

ണം ഭാര്യ ആയിശ(റ) പറയുന്നതിപ്രകാരമാണ്. അബുൽഖൈസ് ഗോത്രം ഇസ്ലാം ആശ്ലേഷിച്ചശേഷം കൂടുതൽ പഠിക്കാനും മനസ്സി ലാക്കുവാനുമായി നബിയുടെ അടുത്തെത്തിയത് ദുഹർ സമയത്താ യിരുന്നു. അവരുമായുള്ള കൂടിക്കാഴ്ചയും പഠന വിഷയങ്ങളുമായി ദുഹ്റിന്ന് ശേഷമുള്ള രണ്ട് റകഅത്ത് നമസ്ക്കാരം നബിക്ക് പാഴാ യി പോയി. പിന്നെ അന്നത് നമസ്ക്കരിച്ചത് അസറിന്ന് ശേഷമാണ്. പിന്നീടത് സ്ഥിരമായി നമസ്ക്കരിക്കുക നബിയുടെ പതിവായി മാറി. അങ്ങിനെയുള്ള സംഗതി തന്റെ ജീവിതക്രമത്തിലെ ഒരു ചിട്ടയായി മാറുകയായിരുന്നു. തന്റെ മരണം വരെ പിന്നെ ആ ര ണ്ട് റകഅത്തുകൾ ഉപേക്ഷിച്ചിരുന്നില്ല.(ബുഖാരി.മുസ്ലിം അഹമദ്).

അസറിന്റെ ശേഷം ഏറിയ സമയവും തിരുമേനി ചിലവഴി ച്ചിരുന്നത് തന്റെ വീട്ടിൽ പത്നിമാരോടൊപ്പമായിരുന്നു. ഇത്തരം സന്ദർഭങ്ങളിൽ സ്വകാര്യതക്കും ഉല്ലാസ, സ്നേഹപ്രകടനങ്ങൾ ക്കും പുറമെ അവരുടെയൊക്കെ ചോദ്യങ്ങൾക്കും സംശയങ്ങൾ ക്കും തന്മയത്തത്തോടെ അവ ദൂരീകരിച്ച് കൊടുക്കുകയും ദയാ പൂർണ്ണമായ പെരുമാറ്റവും ഹൃദയവിശാലതയോടെയും അവരെ വിജ്ഞാന കുതുകികളാക്കുകയും ചെയ്യുന്നു. ഹസ്രത്ത് ആയിശ ഇത്തരമൊരവസരത്തിൽ നബിയോട് ആരായുകയാണ്. ദൂതരെ. അങ്ങേക്ക് ഉഹ്ദു യുദ്ധ ദിവസത്തേക്കാൾ ഭയാനകവും ദാരുണ വുമായ ഒരു ദിവസം ഉണ്ടായിട്ടുണ്ടോ.? തിരുമേനി ആയിശയോട് പ്രതികരിക്കുന്നതിങ്ങനെ.

*നിന്റെ ജനങ്ങളിൽ നിന്ന് ഞാൻ അനുഭവിച്ചതൊക്കെ അനുഭവിച്ചു. അക്ബാ ദിവസം ഉണ്ടായതാണതിൽ ഏറ്റവും കഠിന വും കിരാതവും. അബൂയാലൈൽ അബ്ദുൽ കുലാബിനെ സഹാ യത്തിന്നായി സമീപിച്ചപ്പോഴായിരുന്നു അത്. ഞാൻ വിചാരിച്ച മറുപടി അയാളിൽ നിന്ന് എനിക്ക് ലഭിച്ചില്ല. അവിടെനിന്ന് ഞാൻ ദു:ഖിതനായി മടങ്ങി. ചിന്താധീനനായി കുറെ നടന്നു. ചിന്തയിൽ നിന്നുണർന്നപ്പോൾ ഞാൻ(ഖർനുൽ സഅബിൽ)ഖർനൽ മനാ സിൽ ആണ്. ഞാൻ തലയുയർത്തി. അപ്പോഴതാ മുകളിൽ ഒരു മേ ഘകൂട്ടം എനിക്ക് തണലിട്ട് കൊണ്ട്, അതിലതാ ജിബ്രിൽ അദ്ദേഹം*

*എന്നെ വിളിച്ചു പറഞ്ഞു. താങ്കളെപറ്റി ജനങ്ങൾ പറഞ്ഞതും അവർ താങ്കൾക്ക് തന്ന മറുപടിയും അല്ലാഹു കേട്ടിരിക്കുന്നു. താങ്കളുടെ അടുക്കലിതാ പർവ്വതങ്ങളുടെ കാര്യങ്ങൾ നോക്കുന്ന മലക്കിനെ അല്ലാഹു നിയോഗിച്ചിരിക്കുന്നു. താങ്കൾ കല്പിക്കുന്ന എന്തും അദ്ദേഹം ചെയ്യും. അപ്പോഴേക്കുമതാ മലക്കുൽ ജിബാൽ എന്നെ വിളിക്കുന്നു. അദ്ദേഹം എന്നോട് സലാം ചൊല്ലി. എന്നിട്ടദ്ദേഹം പറഞ്ഞു. മുഹമ്മദ്! താങ്കൾ ഉദ്ദേശിക്കുന്നതെന്തോ അതുതന്നെ ഞാൻ ചെയ്യാം.*

മക്കത്തെ ആ രണ്ടു പർവ്വതങ്ങൾ അവർക്ക്മേൽ വീഴ്ത്താൻ താങ്കൾ ഉദ്ദേശിക്കുന്നുവെങ്കിൽ അത് ഞാൻ ചെയ്തുതരാം. നബി അപ്പോൾ ഉത്തരം പറഞ്ഞതിങ്ങനെ. *എന്നാൽ ഞാനുദ്ദേശിക്കുന്നത് ഏകനായ അല്ലാഹുവെ മാത്രം ആരാധിക്കുന്ന, ആ അല്ലാഹുവിൽ ഒന്നിനെയും പങ്ക് ചേർക്കാത്ത, തലമുറകളെ അവരുടെ മുതുകുകളിൽ നിന്ന് അല്ലാഹു ഇനി പുറത്തുകൊണ്ടുവരണമെന്നാണ്* (ബുഖാരി)

തന്റെ സ്നേഹധർമ്മിണിയും വിശ്വസ്തയും വിശുദ്ധയുമായ ഖദീജയുടെ മരണം വലിയ വേദനയായിരുന്നു. തന്റെ എല്ലാമായിരുന്ന പിതൃവ്യൻ അബൂത്വാലിബിന്റെ വിയോഗം കൂടി ആയപ്പോൾ ദു:ഖവും സങ്കടവും നിരാശക്കും പുറമെ ഖുറൈശികൾക്ക് മുഹമ്മദിനെ ഇനി എന്തും ചെയ്യാമെന്ന ധൈര്യവും കൂടി അധികരിച്ച പോലെയായി. കുത്സിത ശ്രമങ്ങളും മൃഗങ്ങൾപോലും നാണിക്കുന്ന നിഷ്ഠുര ചെയ്തികളും കാരണമായി തെല്ലൊരു ആശ്വാസത്തിനും സാന്ത്വനത്തിനുമായി അദ്ദേഹം മക്കയുടെ അതിർത്തിയിൽ തൊട്ടടുത്ത് കിടക്കുന്ന താഇഫിലേക്ക് പോകുന്നു. അവിടുന്ന് തനിക്കനുഭവിക്കേണ്ടിവന്ന തിക്താനുഭവങ്ങളുടെ വളരെ ദുരിത പൂർണ്ണമായ കദനകഥ വിവരിച്ച് കൊടുക്കുകയാണ് നബി. ശോചനീയമായ ചില വേദനകളുടെ ചുരുൾകെട്ടുകൾ ആണ് ആയിശക്ക് മുന്നിൽ അഴിച്ച് വെച്ചത്. ദഅ്വത്ത് രംഗത്ത് തന്റെ പ്രിയതമന് ഏൽക്കേണ്ടിവന്ന ദുരിതങ്ങളും പ്രയാസങ്ങളുമറിഞ്ഞപ്പോൾ അത് തന്റെ ജീവിതത്തിലും സ്വായത്തമാക്കാൻ ആഗ്രഹിക്കുന്ന സ്നേഹഭാജനമായി

രുന്നു ആയിശ.! എന്നിട്ടും തിരുമേനിയുടെ ആ വലിയ മനസ്സിന്റെ തേട്ടവും മൂകമായ പ്രാർത്ഥനയും എന്തായിരുന്നു?

തന്റെ വഫാത്തിന് മുമ്പ് തന്നെ തന്റെ പ്രാർത്ഥനകൾ സാക്ഷാൽകൃതമായതും നന്ദിയോടെയും ചാരിതാർത്ഥ്യത്തോടും കൂടി നബി(സ)അനുഭവിക്കയും കാണുകയുമുണ്ടായി. ബഹുദൈവാരാധകരുടെ മുതുകുകളിൽ നിന്ന് ഭൂജാതരായ സന്താനങ്ങൾ തൗഹീദിന്റെ വാഹകരും ചുണക്കുട്ടികളും ജേതാക്കളും നേതാക്കളുമായിമാറിയത്. തങ്ങളുടെ ദേഹവും ദേഹിയും സത്യസാക്ഷ്യത്തിന് വേണ്ടി അടിയറ വെക്കുന്നത്.

ഇതേ നേരത്ത് തന്നെയാണ് മറ്റൊരുദിവസം ആയിശയുടെ ഒരു സംശയം നബി(സ) ദൂരീകരിച്ച് കൊടുക്കുന്നത്. എന്ത് സംശയമുണ്ടായാലും അത് ചോദിച്ച് പഠിക്കുന്നതിൽ അതീവ ഉത്സുകയായിരുന്നു കൂർമ്മ ബുദ്ധിയുള്ള മഹതി ആയിശ. തിരുമേനി പറയുകയുണ്ടായി. അന്ത്യനാളിൽ ആരെങ്കിലും തീക്ഷ്ണ വിചാരണക്ക് വിധേമായാൽ അയാൾ ശിക്ഷിക്കപ്പെട്ടത് തന്നെ. അപ്പോൾ അതിൽ സംശയമുന്നയിച്ച് ആയിശ ചോദിക്കയാണ് നാം അവനെ ലളിതമായ വിചാരണക്ക് വിധേയനാക്കും(ഖുർആൻ84/8) എന്നാണല്ലോ അല്ലാഹു പറഞ്ഞിട്ടുള്ളത്.? അപ്പോൾ നബി ഉത്തരം കൊടുത്തു. അത് കേവലം ഒരു പരിശോധനമാത്രമാണ്. വിചാരണയല്ല. ആരെങ്കിലും കണിശമായ വിചാരണക്ക് വിധേയമായാൽ അവൻ ശിക്ഷിക്കപ്പെട്ടത് തന്നെ.(ബുഖാരി, മുസ്ലിം)

മറ്റൊരവസരത്തിൽ തിരുമേനിയുടെ മറ്റൊരു ഭാര്യയായ ഹഫ്സ (റ) നബിയോട് ചോദിക്കുന്നതിങ്ങനെ. തിരുമേനി അവരോട് പറഞ്ഞു. അല്ലാഹു ഉദ്ദേശിച്ചാൽ ബദറിലും ഹുദൈബിയ്യയിലും പങ്കെടുത്തവരും നരകത്തിൽ പ്രവേശിക്കില്ലെന്ന് ഞാനാശിക്കുന്നു. പ്രതീക്ഷിക്കുന്നു. അപ്പോൾ ഹഫ്സ ചോദിച്ചു? അതെ ദൂതരെ, നരകത്തിന്നടുത്ത് വരാത്തവരായി നിങ്ങളിൽ ആരും തന്നെയില്ല. നിന്റെ രക്ഷിതാവിന്റെ ഖണ്ഡിതവും നടപ്പിലാക്കപ്പെടുന്നതുമായ ഒരു തീരുമാനമാകുന്നു അത് (ഖുർആൻ 19/71) എന്നാണല്ലോ അല്ലാഹു പറഞ്ഞിട്ടുള്ളത്.? ഒരു മറുചോദ്യത്തിലൂടെ അതിന്ന്

തിരുമേനി ഉത്തരം നൽകുന്നു. പിന്നീട് ധർമ്മനിഷ്ഠ പാലിച്ചവരെ നാം രക്ഷപ്പെടുത്തുകയും അക്രമികളെ മുട്ടുകുത്തിയവരായിക്കൊണ്ട് നാം അതിൽ വിട്ടേക്കുകയും ചെയ്യുന്നതാണ്. (ഖുർആൻ 19/72)എന്ന് അല്ലാഹു പറഞ്ഞത് നീ കണ്ടില്ലയോ.(മുസ്ലിം,അഹമ്മദ് ഇബ്നുമാജ).

അവരെ ഓർമ്മയുടെയും ബുദ്ധിയുടെയും വെട്ടത്തിലേക്ക് നയിക്കുകയാണ് തിരുമേനി ഇത്തരം സന്ദർഭങ്ങളിൽ ചെയ്തിരുന്നത്. തിരുമേനി കൂടി പങ്കെടുക്കണമെന്ന് ആഗ്രഹിക്കുന്ന ചില പരിപാടിയിലേക്ക് അദ്ദേഹത്തെ അസ്വർ നമസ്ക്കാരത്തിനു ശേഷം സഖാക്കൾ ക്ഷണിക്കാറുമുണ്ട്.

പ്രവാചകൻ അത്തരം ക്ഷണങ്ങൾ സന്തോഷപൂർവ്വം സ്വീകരിക്കുകയും ചെയ്യും. അതിൽപെട്ട ഒരു സംഭവം സലമ ഗോത്രത്തിലെ ഒരാൾ നബിക്കരികിൽ വന്ന് പറയുന്നു. റസൂലേ ഞങ്ങൾക്കൊരു ബലിയറുക്കുവാനുണ്ട്, താങ്കളാ കർമ്മത്തിന് പങ്ക് കൊള്ളണമെന്ന് ഞങ്ങളാഗ്രഹിക്കുന്നു. ചില സഹാബികളോടൊത്ത് നബി അവിടെ എത്തിചേർന്നപ്പോഴാണ് ബലികർമ്മം നടന്നിട്ടില്ലെന്ന് മനസ്സിലായത്. ഉടനെ അതറുത്ത് മാംസകഷണങ്ങളാക്കി വേവിക്കുകയും സൂര്യൻ അസ്തമിക്കുന്നതിന് മുമ്പായി അവരെല്ലാവരും അത് ഭക്ഷിക്കുകയും ചെയ്തു.(മുസ്ലിം)

നോക്കൂ! ചുട്ട് പൊള്ളുന്ന കഠിന കഠോരമായ അത്യുഷ്ണകാലത്താണ് ബനൂസലമക്കാരന്റെ ഈ ക്ഷണം, തിരുമേനി സ്വീകരിക്കുന്നത്. മദീനയിലെ ഏറ്റവും വടക്ക് ഭാഗത്താണീ സ്ഥലം. മാത്രവുമല്ല മസ്ജിദുന്നബവിയിൽനിന്ന് ഏറെ ദൂരമുള്ള സ്ഥലം. എന്നിട്ടും നബിയത് സ്വീകരിച്ചത് അവരുടെ സന്തോഷത്തിൽ ആത്മാർത്ഥമായി പങ്കെടുത്ത് അവർക്ക് അനുഗ്രഹവും ആശിർവാദവും പ്രോത്സാഹനവും അർപ്പിക്കാൻ വേണ്ടിയായിരുന്നു. തിരുനബിയുടെ സാന്നിദ്ധ്യം എന്ത് മാത്രം ആഹ്ലാദമാണ് അവർക്കുണ്ടാക്കിയിട്ടുണ്ടാവുക. ആ അവർണ്ണനീയ സംഭവം എത്രയെത്ര നാളത്തേക്കാണ് അയവിറക്കാനും ഓർത്ത് ഓർത്ത് സന്തോഷിക്കുവാനും ബനൂസലമക്കാർക്ക് നൽകിയിരിക്കുക. അവരോടൊപ്പം ജീവിക്കുന്ന പ്ര

വാചകൻ അദ്ദേഹം എല്ലാവർക്കും സുഖകരമായ ഒരു സാന്നിദ്ധ്യ മായിരുന്നു. ശത്രുവും മിത്രവും ഒരുപോലെ അദ്ദേഹത്തിന്റെ കാരു ണ്യം അനുഭവിച്ചു. അനുചരന്മാർ, ബന്ധുക്കൾ, അയൽപക്കക്കാർ, അപരിചിതർ, എല്ലാവരെയും പരിഗണിച്ചുകൊണ്ട് അദ്ദേഹം ഹൃദ്യ മായി പെരുമാറി. പാവങ്ങളുടെ ആവശ്യങ്ങൾ വീഴ്ചകൂടാതെ നിറവേറ്റികൊടുത്തു.

# അസ്തമയത്തിന്ശേഷം

മഗ്രിബ് ബാങ്ക് വിളിച്ചാൽ പിന്നെ ഒട്ടും താമസിക്കാതെ തിരുമേനി നമസ്ക്കാരത്തിന് വേണ്ടി പുറപ്പെടുന്നു. അപ്പോൾ തന്റെ അനുചരൻമാർ മസ്ജിദുന്നബവിൽ വെച്ച് രണ്ട് റകഅത്ത് നമസ്ക്കരിക്കയാവും!

ഇത്തരം രണ്ട് റകഅത്ത് നമസ്ക്കരിക്കാനായി സ്വഹാബത്തിനെ റസൂൽ പ്രോത്സാഹിപ്പിക്കുകയും ചെയ്യുന്നു. മഗ്രിബ് നിർബന്ധ നമസ്ക്കാരത്തിന് മുമ്പ് രണ്ട് റകഅത്ത് നമസ്ക്കരിക്കു എന്ന് മൂന്ന് തവണ നബി ആവർത്തിച്ച് പറഞ്ഞ ശേഷം തുടർന്ന് പറഞ്ഞത്! അത് ഉദ്ദേശിക്കുന്നവർ എന്നാണ്. അത് നിർബന്ധ സ്വഭാവം ഒഴിവാക്കാനാണെന്നാണ് ഭാഷ്യം. മഗ്രിബ് ബാങ്കിന്റെയും ഇഖാമത്തിന്റെയും ഇടയിൽ ലഘുവായ സമയമേയുള്ളു എന്നത്കൊണ്ട് രണ്ട് റകഅത്തുകളും ഏറ്റവും ലഘുവാക്കിയാണ് നമസ്ക്കരിക്കേണ്ടതും. (ബുഖാരി,മുസ്ലിം,അബൂദാവൂദ്,അഹമ്മദ്)

തിരുമേനി പള്ളിയിലെത്തിയാൽ ഉടനെ ഇഖാമത്ത് കൊടുക്കുകയും മഗ്രിബ് നമസ്ക്കാരത്തിൽ പ്രവേശിക്കുകയും ചെയ്യുന്നു. മഗ്രിബ് അതിന്റെ ഏറ്റവും ആദ്യ സമയത്ത് തന്നെ നിർവ്വഹിക്കുന്നു. ഇരുട്ടാകുന്നതിന്ന് മുമ്പ് തന്നെ നമസ്ക്കാരത്തിൽ നിന്ന് നബി പിരിഞ്ഞിരിക്കും.ഒരാൾ തന്റെ അമ്പെയ്താൽ പകലിന്റെ നേരിയ പ്രകാശമുള്ളത്കൊണ്ട് അമ്പിന്റെ കുറ്റി എവിടെയാണ് വീണതെന്ന് അറിയാൻ കഴിയുന്നു.
(ബുഖാരി,മുസ്ലിം.അഹ്മദ്,അബൂദാവൂദ്)

## മഗ്‌രിബ് നമസ്ക്കാരത്തിൽ ഖുർആൻ പാരായണം

മഗ്‌രിബ് നമസ്ക്കാരം ലളിതമായിട്ടായിരിക്കും നിർവ്വഹിക്കാറ്. ലഘുവായ സൂറത്തുകൾ, വളരെ ചുരുക്കമായിട്ടും ചിലപ്പോൾ മാത്രം ദീർഘിപ്പിച്ചിരുന്നതായും കാണാവുന്നതാണ്. ഒരിക്കൽ സൂറത്തുൽ അഹ്റാഫ് മറ്റൊരിക്കൽ സൂറത്തുൽ അത്തൂറും നബി പാരായണം ചെയ്തിരുന്നു.

തന്റെ ജീവിതത്തിൽ ഏറ്റവും അവസാനത്തെ നമസ്ക്കാരം സഹാബികളോടൊത്ത് ജമാഅത്തായി നമസ്ക്കരിച്ചത് മഗ്‌രിബ് നമസ്ക്കാരമായിരുന്നു. അതിൽ അദ്ദേഹം പാരായണം ചെയ്തിരുന്നത് സൂറ അൽമുർസലാത്ത് ആയിരുന്നു.(ബുഖാരി, മുസ്ലിം അഹ്മദ് അബൂ ദാവൂദ്)

മഗ്‌രിബിന്ന് ശേഷം മറ്റ് നമസ്ക്കാരങ്ങളിലേത് പോലെ തിരുമേനി പ്രഭാഷണം നടത്താറില്ല. ജനങ്ങൾ തങ്ങളുടെ അത്താഴത്തിനും വിശ്രമങ്ങൾക്കും വേണ്ടിയുള്ള ധൃതിപിടിച്ച സമയമാണപ്പോൾ. തിരുമേനിയും മഗ്‌രിബിന്ശേഷം വീട്ടിലേക്ക് പോവുന്നു. മഗ്‌രിബിന്റെ ശേഷമുള്ള രണ്ട് റകഅത്ത് നമസ്ക്കാരം അവിടെ വെച്ച് നമസ്ക്കരിക്കയും ചെയ്യും.(മുസ്ലിം.അഹമ്മദ്, അബൂദാവൂദ്) മഗ്‌രിബ് നമസ്ക്കാരാനന്തരമാണ് സാധാരണ തിരുമേനി അത്താഴം കഴിക്കാറ്. നോമ്പ്കാരനാണെങ്കിൽ മാത്രം മഗ്‌രിബ് നമസ്ക്കാരത്തിന് മുമ്പ് ഭക്ഷണം കഴിക്കും. (ബുഖാരി)

തങ്ങളുടെ രാത്രി നേരത്തെ അത്താഴത്തിന് മദീനയിലെ ദരിദ്രരെ കൂടി പങ്ക് കൊള്ളിക്കണമെന്ന് തിരുമേനി സ്വഹാബത്തിനെ ഉപദേശിക്കയും നിർദ്ദേശിക്കയും ചെയ്യും. നബി(സ) പറയാറുണ്ട്. ആരുടെ അടുത്ത് രണ്ടാൾക്കുള്ള ആഹാരമുണ്ടോ അവൻ മൂന്നാമതൊരാളെ കൂടി കൊണ്ടുപോവട്ടെ. നാലാളുടെ ഭക്ഷണമുണ്ടോ അഞ്ചാമതും ആറാമതൊരാളെയും കൂടി കൊണ്ടുപോവട്ടെ (ബുഖാരി. മുസ്ലിം. അഹ്മദ്)

തിരുമേനി തന്റെ വീട്ടിൽ ഭക്ഷണം ഉള്ളപ്പോൾ പത്തോളം ദരിദ്രൻമാരുമായി വീട്ടിലേക്ക് പോവും. ചില നേരത്ത് അദ്ദേഹത്തിന് തന്നെ അത്താഴത്തിന് വെറും പച്ചവെള്ളവും ഈത്തപഴവു

മായിരിക്കും ഉണ്ടാവുക. പല ദിവസങ്ങളിലും പച്ചയായ, മനുഷ്യന് ആഹരിക്കാൻ കഴിയുന്ന ഒരു വസ്തുവുമില്ലാതെ ആ ഗൃഹം ഒന്നാകെ മുഴു പട്ടിണിയായിരിക്കും. (ബുഖാ രി, മുസ്ലിം, അഹ്മദ് തുർമുദി, ഇബ്നുമാജ ത്വബ്റാനി, ബൈഹഖി)

ഒരിക്കൽ തിരുമേനിയുടെ അടുത്ത് വിശന്ന് വലഞ്ഞൊരാൾ വന്നു. വിശന്നൊട്ടിയ വയറും ക്ഷീണിതമുഖവുമായി. പ്രവാചകനോടയാൾ ആഹാരം ആവശ്യപ്പെട്ടു. ഉടനെ തിരുമേനി ഭാര്യമാരിൽ ഒരാളുടെ അടുത്തേക്ക് എന്തെങ്കിലും ഭക്ഷണമുണ്ടോ എന്നന്വേഷിച്ച് ആളെ അയച്ചു. ഒരു വസ്തുവും അവരുടെ അടുത്തില്ലെന്നാണ് വിവരം ലഭിച്ചത്. അപ്രകാരം സകലഭാര്യമാരിലേക്കും ആളെ അയച്ചെങ്കിലും അവരുടെ ആരുടെ പക്കലും ഒന്നുമില്ലാത്ത വിവരമാണ് കിട്ടിയത്. പള്ളിയിൽ അപ്പോഴുണ്ടായിരുന്ന സഹാബികളോട് ഇന്ന് രാത്രി ഇയാൾക്ക് ആഥിത്യം നൽകാനാരുണ്ട്? എന്ന് അന്വേഷിച്ചപ്പോൾ. അബൂ ത്വൽഹത്തുൽ അൻസാരി ഞാൻ കൊണ്ട് പോവാം റസൂലേ,എന്ന് പറഞ്ഞ് അന്ന് രാത്രി അദ്ദേഹത്തിന്റെ വീട്ടിൽ അയാൾക്ക് ആതിഥ്യം നൽകി.(ബുഖാരി, മുസ്ലിം)

ഇല്ലായ്മക്കാരെയും ദുരിതമനുഭവിക്കുന്നവരെയും പട്ടിണിപ്പാവങ്ങളെയും തിരുമേനി സ്വന്തം ജീവിതത്തോട് ചേർത്തുനിറുത്തുകയും ആദരിക്കുകയും ചെയ്തുവെന്നതാണ് ഈ ചരിത്രത്തിന്റെ പ്രസക്തി. തിരുമേനി സുപ്ര വിരിച്ച് നിലത്തിരുന്നാണ് ആഹാരം കഴിക്കാറ്. (ബുഖാരി,അഹമ്മദ തുർമുദി ഇബ്നുമാജ)

ആഹാരം കഴിക്കുമ്പോൾ ബിസ്മില്ലാഹ്, അല്ലാഹുവിന്റെ നാമത്തിൽ ആരംഭിക്കുന്നു എന്ന് പറഞ്ഞശേഷമാണ് ആഹരിക്കുന്നതും വെള്ളം കുടിക്കുന്നതും.

തിരുമേനി പാത്രത്തിന്റെ അരികിൽ നിന്ന് മൂന്ന് വിരലുകൾ കൊണ്ടായിരിക്കും ആഹരിക്കുക, പാത്രത്തിന്റെ ഉച്ചിയിൽ നിന്നല്ല ഏറ്റവും അരികത്ത് നിന്ന് കഴിക്കണമെന്ന് നബി ഉപദേശിക്കയും ചെയ്യും. അതിലാണ് അനുഗ്രഹമുള്ളതെന്ന് അദ്ദേഹം പറയാറുമുണ്ട്.(മുസ്ലിം.അഹമ്മദ് ദാരിമി,അബൂദാവൂദ്)

ഭക്ഷണകാര്യത്തിൽ വേണ്ടാത്ത നിഷ്കർഷതയോ ചിട്ടവട്ട സമ്പ്രദായങ്ങളോ ഉണ്ടായിരുന്നില്ല. ലളിതമായതും ആയാസ രഹിതമായതും ഉള്ളത് എന്താണോ അത് കഴിക്കും.

കുടുംബത്തിലെത്തിയാൽ നബി ചോദിക്കുക നിങ്ങളുടെ അടുത്ത് എന്തെങ്കിലുമുണ്ടോ. ഭക്ഷിക്കാനായി എന്നായിരിക്കും.! ചിലപ്പോൾ അവരുടെ ഉത്തരം. ഒന്നുമില്ലല്ലോ റസൂലേ എന്നായിരിക്കും. അല്ലെങ്കിൽ സുർക്ക മാത്രമെയുള്ളുവല്ലോ,അപ്പോൾ സുർക്കയെ പുകഴ്ത്തിക്കൊണ്ട് അവരെ നിരാശപ്പെടുത്താതെ നബി അരുളുന്നു. സുർക്ക എത്ര നല്ല കറി. ഒരു ഭക്ഷണ സാധനത്തെയും നബി കളിയാക്കുകയോ, ആക്ഷേപിക്കയോ ഇല്ല. തനിക്ക് ഇഷ്ടപ്പെട്ടാൽ അത് കഴിക്കും.ഇല്ലെങ്കിലോ അത് ഉപേക്ഷിക്കയും ചെയ്യും. (മുസ്ലിം.അഹ്മദ്,ദാരിമി)

തന്റെ അനുചരൻമാരുമായി ഭക്ഷണത്തിനിരിക്കുമ്പോൾ അതൊരു വിജ്ഞാനത്തിന്റെയും ആഹ്ലാദത്തിന്റെയും അവസ്ഥയിലായിട്ടായിരിക്കും കലാശിക്കുന്നത്. ഹസ്രത്ത് അബുസലമയുടെ പുത്രൻ ഉമർ എന്ന കുട്ടി നന്നേ ചെറുപ്പം മുതലെ റസൂലിന്റെ മടിയിലൂടെയാണ് വളർന്നത്. അബൂസലമയുടെ വിയോഗത്തിന് ശേഷം ഉമ്മു സൽമ(റ)യെ തിരുമേനി വിവാഹം ചെയ്തപ്പോൾ (മുമ്പ് അബുസലമക്കുണ്ടായിരുന്ന കുട്ടിയായിരുന്നു അത്). ദത്തു പുത്രനായിട്ടല്ല തന്റെ സ്വന്തം പുത്രനെപ്പോലെ സ്നേഹവും വാത്സല്യവും അറിവും ആ കുട്ടിയ്ക്ക് നബി നൽകി. നബിയോടൊപ്പമായിരുന്നു ആ ബാലൻ ആഹാരം കഴിക്കാറ്. കുട്ടിയുടെ കൈ ഭക്ഷണത്തളികയുടെ നാനാഭാഗത്തേക്കും പരതി നടക്കും. തളികയുടെ ചുറ്റുമുള്ള മാംസം കയിലിട്ടെടുക്കുകയും ചെയ്യും. അപ്പോൾ റസൂൽ കുട്ടിയോട് വാത്സല്യപൂർവ്വം ഉപദേശിക്കുന്നു. കുഞ്ഞേ, ബിസിമില്ലാഹ് എന്നു പറയൂ. വലത് കൈകൊണ്ട് ഭക്ഷണം കഴിക്കുക. തളികയിൽ നിന്റെ തൊട്ടടുത്ത ഭാഗത്ത് നിന്ന് തുടങ്ങുക. ഹസ്രത്ത് ഉമർബിൻ സലമ (റ) വലുതായതിനുശേഷം ഇതോർത്തു പറയാറുണ്ട്. പിന്നെ ഇതേ രൂപത്തിലായിരുന്നു എന്റെ ഭക്ഷണരീതി. (ബുഖാരി, മുസ്ലിം, അഹ്മദ്).

ഒരവസരത്തിൽ തിരുമേനിക്ക് പള്ളിയിൽ റൊട്ടിയും മാംസവുമുള്ള ഒരു വലിയ തളികയെത്തി. അതിൽനിന്ന് ആടിന്റെ ചണ്ണ പ്രത്യേകമായി നബി തിരഞ്ഞെടുത്തു. ആടു മാംസത്തിലെ നബിക്കിഷ്ടപ്പെട്ട ഭാഗമാണ് അതിന്റെ ചണ്ണ. അത് പല്ല് കൊണ്ട് കടിച്ചു പിടിച്ചുകൊണ്ട് നബി പറഞ്ഞു. ഖിയാമത്ത് നാളിൽ ഞാനായിരിക്കും ജനനായകൻ. മറ്റൊരു പ്രാവശ്യംകൂടി അത് കടിച്ചുകൊണ്ട് വീണ്ടും നബിയതാവർത്തിച്ചു. സ്വഹാബികൾ അതെപറ്റി ഒന്നും ചോദിക്കാതിരുന്നപ്പോൾ തിരുമേനി അവരോട് ചോദിച്ചു? അതെന്തുകൊണ്ടാണെന്ന് എന്താണ് നിങ്ങളൊന്നും ചോദിക്കാത്തത്? അപ്പോൾ അവർ ചോദിച്ചു.? അതെന്തുകൊണ്ടാണ് ദൂതരെ. റസൂൽ പറയുകയാണ്. പരലോകത്ത് മുൻഗാമികളെയും പിൻഗാമികളെയുമെല്ലാം ഒരൊറ്റ മരുഭൂമിയിൽ (മൈതാനം) ഒരുമിച്ച് കൂട്ടപ്പെടും. അവിടെ വിളിച്ച് പറയുന്ന ഒരാളുടെ ശബ്ദം അവർ കേൾക്കുന്നതാണ്. എല്ലാവരുടെയും കാഴ്ച ആ ഭാഗത്തേക്കായിരിക്കും. അവരുടെ ശിരസ്സുകൾക്കു നേരെ സൂര്യൻ താഴ്ന്ന് വരുന്നു. അപ്പോൾ അവരുടെ ശിരസ്സുകളിൽ ചൂട് കഠിനമാകയും (സൂര്യന്റെ) താഴ്ച അവർക്ക് അസഹ്യമാകുകയും ചെയ്യും. അവർക്ക് സഹിക്കാൻ സാധിക്കാത്തത്ര ബുദ്ധിമുട്ടുകളും ദുരിതങ്ങളും വർദ്ധിക്കയും ചെയ്യുന്നു. അവർ അന്യോന്യം ചോദിക്കയും പറയുകയും ചെയ്യാൻ തുടങ്ങി. നിങ്ങളിപ്പോൾ എന്തൊരവസ്ഥയിലാണെന്നും നിങ്ങൾക്ക് വന്നെത്തിയ മഹാവിപത്ത് എന്താണെന്നും നിങ്ങൾ അറിയുകയും മനസ്സിലാക്കയും ചെയ്യുന്നില്ലേ? നിങ്ങളുടെ രക്ഷിതാവിനോട് ശുപാർശ ചെയ്യാൻ കഴിയുന്ന ആരെയെങ്കിലും നിങ്ങൾക്കറിയുമോ? ഒരു കൂട്ടർ പറഞ്ഞു. ആദ്യപിതാവായ ആദമിന്റെ അടുത്തേക്ക് പോകൂ. അപ്പോൾ അവർ ആദമിന്റെ അടുത്തെത്തി പറയാൻ തുടങ്ങി. ഓ ആദം. അങ്ങ് മനുഷ്യകുലത്തിന്റെ പിതാവാണ്. അങ്ങയെ അല്ലാഹു അവന്റെ കരംകൊണ്ടാണ് സൃഷ്ടിച്ചിട്ടുള്ളത്. മലക്കുകളോട് അങ്ങേക്ക് സാഷ്ടാംഗം ചെയ്യാൻ കല്പിച്ചു. താങ്കൾക്കവർ സുജൂദ് ചെയ്തു. അങ്ങയെ സ്വർഗ്ഗത്തിൽ വസിപ്പിക്കയും ചെയ്തു. അങ്ങ് അങ്ങയുടെ രക്ഷിതാവിങ്കൽ ഞങ്ങൾക്ക് വേണ്ടി ശുപാർശ ചെയ്യുമോ? ഞങ്ങൾ ആപതിച്ച ഈ വിഷമഘട്ടം താങ്കളും കാണു

ന്നുണ്ടല്ലോ. വലിയ ദുരന്തത്തിലാണ് ഞങ്ങൾ. അപ്പോൾ ആദം പറയുകയാണ്. *എന്റെ നാഥൻ വലിയ ദേഷ്യത്തിലാണിന്ന്. ഇതു പോലൊരു കോപം ഇതിന് മുമ്പോ,പിമ്പോ ഉണ്ടായിട്ടില്ല. (സ്വർഗ്ഗത്തിൽ ആ വൃക്ഷത്തിനോടടുക്കരുതെന്ന് എന്നെ വിലക്കി. ഞാനതിന് എതിര് കാണിച്ചു. നഫ്സി...നഫ്സീ (എന്റെ ആത്മാവ്, എന്റെ ആത്മാവ്) അത് കൊണ്ട് ഞാനല്ലാത്ത ആരുടെ അടുത്തെങ്കിലും നിങ്ങൾ പോവൂ.* നൂഹിന്റെ അരികെ പോകൂ. അങ്ങനെ അവരെല്ലാവരും നൂഹ് നബി (അ)മിന്റെ അടുത്തേക്ക് പോവുന്നു. അവർ അദ്ദേഹത്തിന്റെ അരികെ ചെന്ന് പറയുകയാണ്. ഓ നൂഹ്!! ഭൂലോകത്തേക്കുള്ള ആദ്യ പ്രവാചകൻ (റസൂൽ) ആണ് താങ്കൾ. നന്ദിയുള്ള ദാസൻ എന്ന് താങ്കൾക്ക് നാമകരണം ചെയ്യപ്പെട്ടിട്ടുണ്ട്. ഞങ്ങളുടെ ഈ ഗുരുതരാവസ്ഥ താങ്കൾ കാണുകയും അറിയുകയും ചെയ്യുന്നുണ്ടല്ലോ. താങ്കളുടെ രക്ഷിതാവിന്റെയടുക്കൽ ഞങ്ങൾക്ക് വേണ്ടി താങ്കൾ ശുപാർശ ചെയ്യുമല്ലോ? അദ്ദേഹം മറുപടി പറയുന്നതിങ്ങനെ.

*ഇന്ന് എന്റെ നാഥൻ വലിയ ദേഷ്യത്തിലാണ്. ഇതുപോലൊരു ദേഷ്യം ഇതിന്ന് മുമ്പോ പിമ്പോ ഉണ്ടായിട്ടില്ല. നഫ്സീ, നഫ്സീ (എന്റെ കാര്യമേ, എന്റെ കാര്യമേ) നിങ്ങൾ മുഹമ്മദ് റസൂലിന്റെ അടുത്ത് പോവൂ.* അവരെല്ലാവരും എന്റെ അടുത്ത് വരുന്നു. തിരുമേനി പറയുന്നു.!

അല്ലാഹുവിന്റെ അർശിന്റെ (സിംഹാസനത്തിന്റെ) ചുവട്ടിൽ ഞാൻ സാഷ്ടാംഗത്തിൽ വീഴും. അപ്പോൾ വിളിച്ച് പറയപ്പെടും. ഓ മുഹമ്മദ് തലയുയർത്തൂ. ശുപാർശ ചെയ്തോളൂ. ശുപാർശ സ്വീകരിക്കപ്പെടും ചോദിച്ചോളൂ. നൽകപ്പെടും.(ബുഖാരി മുസ്ലീം, തുർമുദി)

തിരുമേനി ഭക്ഷണം കഴിച്ച് വിരമിച്ചാൽ ആ വിരലുകൾ ഈമ്പും. തിന്ന പാത്രത്തിലെ അവശിഷ്ടങ്ങൾവരെ നല്ലോണം തുടച്ച് ഈമ്പണമെന്ന് നബി നിർദ്ദേശിക്കുകയും ചെയ്യുന്നു. തിരുമേനി ഓർമിപ്പിക്കാറുണ്ട്. നിങ്ങളുടെ ഏത് ഭക്ഷണത്തിലാണ് ബർക്കത്തുള്ളതെന്ന് നിങ്ങൾക്കറിയില്ല. ഭക്ഷണത്തളിക എടുത്ത് മാറ്റിയാൽ

റസൂൽ ഇപ്രകാരം പ്രാർത്ഥിക്കുന്നു. *അല്ലാഹുവിനാകുന്നു അനേകമനേകം സ്തുതികൾ. അവൻ പരിശുദ്ധനാണ്. വളരെയധികം നന്മകളുള്ളവനും ഞങ്ങൾ കഴിച്ച ഭക്ഷണം ഞങ്ങൾക്ക് മതിയാവുന്നതല്ല.(തുടർന്നും നിന്റെ അനുഗ്രഹങ്ങൾ ഞങ്ങൾക്ക് ആവശ്യമാണ്.) ഇത് ഞങ്ങൾ വിടപറയുന്ന അവസാനത്തെ ഭക്ഷണവുമല്ല. നാഥാ നിന്നെ ആശ്രയിക്കാതെ ഒരിക്കലും ജീവിക്കുക സാധ്യമല്ല. ഞങ്ങളുടെ നാഥനെ ഞാൻ സ്തുതിക്കുന്നു. അല്ലാഹുവേ നീ ഭക്ഷിപ്പിക്കുകയും കുടിപ്പിക്കുകയും ചെയ്തു. ഐശ്വര്യം നൽകുകയും സംതൃപ്തി നൽകുകയും ചെയ്തു. മാർഗ്ഗ ദർശനം ചെയ്യുകയും ജീവൻ നിലനിർത്തിതരികയും ചെയ്തു. അതിനാൽ നീ നൽകിയ അനുഗ്രഹത്തിന് നിനക്ക് സ്തുതി.* (ബുഖാരി, മുസ്ലീം, അഹമ്മദ്, നസാതു)

ഭക്ഷണത്തിന് ശേഷം തിരുമേനി വായ കഴുകി വൃത്തിയാക്കും. പാൽ കുടിച്ചാലും അങ്ങനെ തന്നെ. പാലിനെ കുറിച്ച് പറയാനുള്ളത്, നിശ്ചയം അതിന്ന് കൊഴുപ്പുണ്ട് എന്നാണ്.(ബുഖാരി മുസ്ലീം)രാത്രി അത്താഴം കഴിഞ്ഞാൽ രാവിലെ തയ്യാറാക്കി വെക്കുന്ന കാരക്കയുടെയോ, ഉണക്ക മുന്തിരിയുടെയോ തേനിന്റെയോ ചാർ അദ്ദേഹം കുടിക്കും. അതിന് തീരെയും ലഹരിയോ, ഭ്രമമോ ഉണ്ടാവില്ല. അത് വേവിക്കാതെ ഉണ്ടാക്കുന്നതാണ്.

അതേ പോലെ കാലത്ത് പ്രാതലിന് ശേഷവും രാത്രി തയ്യാറാക്കിയ ചാറുകൾ കഴിക്കുന്നു.(മുസ്ലീം) ഭക്ഷണം കഴിക്കാൻ നബിയോടൊത്ത് തന്റെ ഭാര്യമാർ ആരെങ്കിലുമുണ്ടെങ്കിൽ ആ വേളകൾ ഹൃദ്യമായ പെരുമാറ്റം കൊണ്ടും നർമ്മ ഭാഷണം കൊണ്ടും തിരുമേനി സജീവമാകുന്നു. നബി അത്തരം സന്ദർഭങ്ങളിൽ അനുസ്മരിക്കുന്നതിങ്ങനെ. *നിന്റെ ഭാര്യയുടെ വായയിലേക്ക് നീ നൽകുന്ന ഒരുരുള ഭക്ഷണമുണ്ടല്ലോ. അതൊരു ധർമ്മ നിഷ്ഠയാണ്. സദഖയാണ്.* (ബുഖാരി, മുസ്ലീം) വീട്ടിലെ തിരുമേനിയുടെ പെരുമാറ്റം ഭാര്യ ആയിശ വിവരിക്കുന്നത് ഇപ്രകാരമാണ്. *എനിക്ക് ആർത്തവമുണ്ടാകുമ്പോൾ തിരുമേനി എന്നെ ഒപ്പം ആഹാരം കഴിക്കാൻ ക്ഷണിക്കും. അല്പം മാത്രം മാംസം ശേഷിച്ച എല്ലു കഷ്ണം*

*എനിക്ക് കൂടി ഭാഗിച്ച് തരും. ഞാനൊന്ന് കടിച്ച് ഈമ്പി അവിടെ വക്കും. അതേ എല്ലിൻ കഷ്ണം തന്നെ തിരുമേനി എടുത്ത് ഈമ്പും. എന്റെ വായകൊണ്ട് ഞാൻ എവിടെ ഈമ്പിയോ അതേ സ്ഥലത്താവും തിരുമേനിയും ഈമ്പുന്നത്. കുടിക്കാൻ വെള്ളം കൊണ്ടുവരാൻ നബി ആവശ്യപ്പെടും. അദ്ദേഹം കുടിക്കുന്നതിന് മുമ്പ് അതെനിക്ക് തരും. ഞാനത് കുടിച്ച് ബാക്കി കോപ്പ അവിടെ വെക്കും. ആ കോപ്പയിൽ എന്റെ വായ വച്ച അതേ സ്ഥാനത്ത് തന്നെ നബിയുടെ വായയും സമമായി വച്ച് നബി വെള്ളം കുടിക്കും.* (മുസ്ലീം, അബൂ ദാവൂദ്, അഹമ്മദ്)

തീവ്ര സ്നേഹത്തിന്റെ മകുടോദാഹരണം. നിഷ് കപടവും അനുരാഗവായ്പും ഉൾക്കൊള്ളുന്ന അഗാധ സമർപ്പണത്തിന്റെ വികാര മൂർച്ഛ. ആയിശക്ക് ഒരിക്കലും മറക്കാനാവാത്ത ആനന്ദ നിർവൃതി. അപ്പോൾ താൻ കഴിച്ച ഭക്ഷണ സത്ത് ശരീരത്തിൽ നിന്ന് ഹൃദയത്തിലേക്കും സ്വന്തം ആത്മാവിലേക്കുമാണ് എത്തിച്ചേരുന്നതെന്ന് മഹതി അറിയുന്നു. അംബര ചുംബിയായ കൊട്ടാരമല്ലല്ലൊ തന്റെ ഭർതൃഗൃഹം. അതൊരു അനുഗ്രഹീത ദൈവികാരാധനാലയമായിരുന്നു. ചെളിക്കട്ട കൊണ്ട് നിർമ്മിച്ച ചെറ്റക്കുടിലിലെ ചെളി കൊണ്ട് മെഴുകിയ തറയായിരുന്നു തന്റെയും പ്രവാചകന്റെയും ഒറ്റ മുറിയുള്ള മാണിക്യ കൊട്ടാരം. അവിടെ നിന്നാണ് ലോകം ദർശിച്ച സ്ഫോടകാത്മകമായ വൈജ്ഞാനിക, സാമ്പത്തിക, രാഷ്ട്രീയ, കാര്യങ്ങളുടെ സുവർണ്ണ പ്രകാശം ഉദയം ചെയ്തത്: ആ വീട്ടിലെ മെത്ത, വൈക്കോൽ കൊണ്ട് ഉണ്ടാക്കിയതായിരുന്നു. ആ ഭവനത്തിലെ അടുക്കളയിൽ നിന്ന് മാസങ്ങളോളം പുക ഉയർന്നിരുന്നില്ല. പാചകത്തിന് പറ്റുന്ന ഒരു ആഹാര വസ്തുവും അവിടെ ഇല്ലായിരുന്നത് തന്നെ കാരണം. ആ പരിശുദ്ധ കുടുംബത്തിന്റെ ആ കാലം ആയിശ ഓർക്കുന്നു. അന്ന് കാരക്കയും വെറും ജലവും മാത്രമായിരുന്നു അവർക്കുണ്ടായിരുന്നത്. തിരുമേനിയുടെ പത്നിമാർക്ക് വീട്ടുവേലക്കാരില്ലായിരുന്നു. വേണ്ടത്ര വസ്തുക്കളും ഉണ്ടായിരുന്നില്ല. പരിമിതിക്ക് അനുസൃതമായ ഏറ്റവും ലളിതമായ വസ്തുക്കൾ മാത്രം. തിരുമേനി ഒരിക്കലും സ്വർണ്ണമോ വെള്ളിയോ സൂക്ഷിച്ചിരുന്നില്ല. തനിക്ക് പാരിതോഷികം ലഭിക്കുന്നതും കിട്ടു

ന്നതുമെല്ലാം പാവങ്ങൾക്ക് അദ്ദേഹം ദാനം നൽകി. അല്പം ബാർലി ഒഴികെ മറ്റൊന്നും വീട്ടിലുണ്ടായിരുന്നില്ല. തന്റെ ഭർത്താവിന്റെ സ്വഭാവമാണ് ഏറ്റവും ആകർഷകമായത്, ആയിശ പറയാറുണ്ട്. റസൂലിന്റെ സ്വഭാവം അതിലളിതവും അതീവ ലോലവുമായിരുന്നു. സദാസമയം മാപ്പുകൊടുക്കാനായിരുന്നു ആഗ്രഹം. മാപ്പിനേക്കാൾ നല്ലതാണ് ശിക്ഷ എങ്കിൽ മാത്രമേ, ശിക്ഷക്കൊരുങ്ങാറുള്ളൂ. അദ്ദേഹത്തിന്റെ ചിന്തയും വാക്കും പ്രവൃത്തിയും സദാ നില കൊണ്ടിരുന്നത് തന്റെ നാഥന്റെ പ്രീതിക്കും പ്രതിഫലനത്തിനും വേണ്ടി മാത്രമായിരുന്നു. അദ്ദേഹം അല്ലാഹുവിനെ മാത്രമാണ് ഭയപ്പെട്ടിരുന്നത്.അവനിൽ മാത്രമാണ് വിശ്വാസം അർപ്പിച്ചിരുന്നത്. (സംഗ്രഹം, ബുഖാരി, മുസ്ലീം)

# ഇശാ നമസ്കാരം

ഇശാനമസ്കാരം വരെ റസൂൽ തന്റെ വീട്ടിൽ ഉണ്ടാവും. ഇശാഇന്റെ ബാങ്ക് വിളിച്ചാൽ മറ്റ് നമസ്കാര ജമാഅത്തുകളെ പോലെ ധൃതിയിൽ അത് നടത്താറില്ല. ജനം പള്ളിയിലെത്തിയിട്ടുണ്ടെന്ന് വിവരം ലഭിക്കുകയും അല്ലെങ്കിൽ അതറിയുകയും ചെയ്താൽ ഉടനെയും, അതല്ലെങ്കിൽ കുറച്ചു താമസിച്ചുമാണ് ഇശാ ജമാഅത്തായി നമസ്കരിക്കാറ്. ആളുകൾക്ക് പ്രയാസം ഇല്ലായിരുന്നുവെങ്കിൽ ഇശാഇന്റെ ജമാഅത്ത് പിന്തിപ്പിക്കുന്നതാണ് എനിക്കിഷ്ടമെന്ന് നബി പറയാറുണ്ട്.(ബുഖാരി മുസ്ലീം അഹമ്മദ്)

ഒരിക്കൽ ഇശാനമസ്കാരം കുറെ നേരം പിന്തിപ്പിച്ചു. ഉമർ (റ)വന്ന് നബിയോട് പറഞ്ഞു. റസൂലെ സ്ത്രീകളും കുട്ടികളും ഉറങ്ങിത്തുടങ്ങിയല്ലോ. നമസ്കാരത്തിനുവേണ്ടി ജനങ്ങൾ എത്തിയപ്പോൾ തിരുമേനി പറയുകയാണ്. എന്റെ സമുദായത്തിന് ബുദ്ധിമുട്ടില്ലായെന്ന് ഞാൻ മനസ്സിലാക്കിയിരുന്നുവെങ്കിൽ ഈ സമയത്ത് നമസ്കരിക്കാനായിരുന്നു ഞാൻ നിർദ്ദേശിക്കുക.(ബുഖാരി മുസ്ലീം)

ഒരു ദിവസം രാത്രി ഇശാനമസ്ക്കാരത്തിന് ഇഖാമത്ത് വിളിച്ചു. അപ്പോഴാണ് ഒരാൾ എഴുന്നേറ്റ് തിരുമേനിയോട് പറയുന്നത്. ദൂതരെ അങ്ങയോട് എനിക്ക് ചിലകാര്യങ്ങൾ പറയാനുണ്ട്. അയാളോടൊപ്പം സ്വകാര്യം പറഞ്ഞുകൊണ്ട് നബി നീങ്ങി. ആ രഹസ്യ സംഭാഷണം വളരെ ദീർഘിപ്പിച്ചതുകാരണം ചിലയാൾക്കാർ അപ്പോൾ ഉറങ്ങാൻ തുടങ്ങി.(മുസ്ലീം, അഹമ്മദ്, അബൂദാവൂദ്)

നമസ്കാരത്തിന്റെ എല്ലാ പൂർണ്ണതയോടും ഗുണനിലവാരത്തിലും ജമാഅത്ത് നമസ്കാരങ്ങൾ മറ്റുള്ളവരേക്കാൾ തിരുമേനി ലഘൂകരിച്ചിരുന്നു. നബിയുടെ അനുചരൻ ഹസ്രത്ത് അനസ് (റ) പറയുകയാണ്. വളരെ ലഘുവായിട്ടും എന്നാൽ അതിന്റെ സമ്പൂർണ്ണതയോടും കൂടി റസൂലിന്റെ ഒപ്പമല്ലാതെ ഞാൻ നമസ്കരിച്ചിട്ടില്ല. (മുസ്ലീം അഹമ്മദ്, തുർമുദി, നസാഇ)

തിരുമേനി സംഘ നമസ്കാരം നിർവ്വഹിക്കുമ്പോൾ നമസ്കാരസമയത്ത് ചെറിയ കുട്ടികളുടെ കരച്ചിൽ കേട്ടാൽ ഖുർആനിലെ ഏറ്റവും ലഘുവായ സൂറത്തുകളേ പാരായണയം ചെയ്യാറുള്ളൂ. അദ്ദേഹം അത് സംബന്ധിച്ച് പറയുന്നത്. *നമസ്കാരം ദീർഘിപ്പിക്കണമെന്ന ഉദ്ദേശത്തോടെയായിരിക്കും ഞാൻ നമസ്കാരത്തിൽ പ്രവേശിക്കാറ്. അപ്പോഴായിരിക്കും ശിശുവിന്റെ കരച്ചിൽ കേൾക്കുന്നത്. അപ്പോൾ നമസ്കാരം വളരെ ലഘൂകരിക്കുന്നു. നമസ്കാരത്തിലുള്ള ആ കുട്ടിയുടെ മാതാവിന് ഉണ്ടാകുന്ന മാനസിക വിഷമം മനസ്സിലാക്കി ഞാൻ നമസ്കാരം ലഘൂകരിക്കുന്നു.*(ബുഖാരി, മുസ്ലീം, അഹമ്മദ്, അബൂദാവൂദ്)

വല്ല അത്യാവശ്യ സംഭവവികാസങ്ങളുമുണ്ടെങ്കിലെ ഇശാക്ക് ശേഷം തിരുമേനി പ്രഭാഷണം നടത്താറുള്ളൂ. അതിൽ ചിലത്. തിരുമേനി തന്റെ ജീവിതത്തിലെ അവസാന കാലത്ത് ഒരു ദിവസം ഇമാമായതിന് ശേഷം എഴുന്നേറ്റ് ഞങ്ങളോട് അഭിസംബോധന ചെയ്തുകൊണ്ട് ചോദിച്ചു. *ഈ രാവിനെകുറിച്ച് നിങ്ങൾക്കെന്തറിയാം? ഈ രാവ് മുതൽ 100 കൊല്ലം തികയുമ്പോഴേക്ക് ഇന്നീ ഭൂമുഖത്ത് ജീവിച്ചിരിക്കുന്നവരാരും ഉണ്ടായിരിക്കുന്നതല്ല.* (ബുഖാരി മുസ്ലീം അബീദാവുദ് തുർമുദി)

ഇശാനമസ്കാരം പിന്തിപ്പിച്ച മറ്റൊരു ദിവസം നമസ്കാരത്തിന് ശേഷം റസൂൽ പറഞ്ഞു. *അറിയുക, ജനങ്ങൾ നമസ്കരിക്കുകയും നിദ്രയിലാവുകയും ചെയ്തു. എന്നാൽ നിങ്ങളോ നമസ്കാരം പ്രതീക്ഷിച്ച് കൊണ്ട് നമസ്കാരത്തിൽ തന്നെയായിരുന്നു.* (ബുഖാരി , മുസ്ലീം)

ഒരു ദിവസം തിരുമേനി എന്തോ ചില അവശ്യ കാര്യങ്ങളിൽ

മുഴുകിയ കാരണം ഇശാ നമസ്കാരം അർദ്ധരാത്രി വരെയായി. അന്നത്തെ ആ നമസ്കാരത്തിൽ പങ്കെടുത്തവരോട് നമസ്കാരാന ന്തരം തിരുമേനി പറഞ്ഞതിങ്ങനെ. *നിങ്ങൾ പോകാൻ വരട്ടെ, ഒരു കാര്യം അറിയിക്കാനുണ്ട്. മനുഷ്യരിൽ നിങ്ങളല്ലാതെ ഭൂമിയിൽ ആരും ഈ സമയത്ത് നമസ്കരിക്കുന്നില്ല. ഇത് അല്ലാഹു നിങ്ങളി ൽ ചൊരിഞ്ഞ ഒരനുഗ്രഹമാണ്. അതിൽ നിങ്ങൾ സന്തോഷിച്ച് കൊള്ളുക.* നബിയിൽ നിന്നും കേട്ട സന്തോഷ വാർത്തയിൽ സന്തു ഷ്ടരായി താന്താങ്ങളുടെ വസതികളിലേക്ക് ഓരോരുത്തരും സന്തോഷത്തോടെയാണ് മടങ്ങിയത്. ഈ കാര്യംകൂടി അബൂമൂസ (റ)കൂട്ടി ചേർത്ത് പറയുന്നു.

തിരുമേനി ഇശാഇന് ശേഷമുള്ള പ്രഭാഷണങ്ങളും സഹാ ബികളുമായുള്ള മറ്റ് സംസാരങ്ങളും നന്നെ ചുരുക്കുമായിരുന്നു. ആളുകളുടെ നിദ്രയ്ക്കും വിശ്രമത്തിനും വിഘാതമായിക്കൂടാ എ ന്ന് കരുതിയായിരുന്നു ഇങ്ങനെ ചെയ്തിരുന്നത്.(ബുഖാരി, മുസ്ലീം) തിരുമേനി നമസ്കാരത്തിൽ നിന്ന് വിരമിച്ചാൽ (സലാംവീട്ടിയാൽ) സ്ത്രീകൾ പോയിക്കഴിയുന്നത് വരെ സ്വസ്ഥാനത്ത് തന്നെയിരി ക്കും. തിരുമേനി പള്ളിയിൽ നിന്ന് പുറപ്പെടുന്നതിന് മുമ്പായി സ്ത്രീകൾ തങ്ങളുടെ വീടുകളിൽ എത്തിച്ചേർന്നിട്ടുമുണ്ടാകും. നബി തന്റെ മുസല്ലയിൽ നിന്ന് എഴുന്നേൽക്കുമ്പോൾ മറ്റാൾക്കാരും പുരുഷൻ മാരുമൊക്കെയും എഴുന്നേൽക്കുന്നു. (ബുഖാരി; മുസ്ലീം; അഹമ്മദ്)

# തിരുമേനിയുടെ രാത്രികൾ

ഇശാ നമസ്കാരത്തിനുശേഷം തന്റെ വീട്ടിലേക്ക് മടങ്ങുന്ന റസൂൽ (സ) ഇശാഇന്റെ ശേഷമുള്ള രണ്ടു റകഅത്ത് റവാതിബ് വീട്ടിൽ വെച്ചാണ് നമസ്കരിക്കാറ്. പിന്നെ തന്റെ ഭാര്യയോട് നർമ്മ സല്ലാപത്തിലും സംഭാഷണത്തിലും ഏർപ്പെടും. നിദ്രയ്ക്കു മുമ്പുള്ള നബിയുടെ സ്നേഹമസൃണവും ഹൃദ്യവുമായ കുശലവും അവരെ കോൾമയിർ കൊള്ളിക്കുകയും ആനന്ദസാഗരത്തിലാക്കുകയും ചെയ്യുന്നു. ചില സന്ദർഭങ്ങളിൽ ഈ നേരത്ത് തിരുമേനി തന്റെ ചില അനുയായികളുടെ വീടുകളിലാണ് സന്ദർശനം നടത്താറുള്ളത്. ഇതേ നേരത്ത് തന്നെയായിരിക്കും ഹസ്രത്ത് അബൂബക്കറിന്റെ വീട്ടിൽ വെച്ച് തിരുമേനി പ്രധാനപ്പെട്ട ചില ആഭ്യന്തര പ്രശ്നങ്ങൾ ഹസ്രത്ത് ഉമർ ഫാറൂഖിനോടൊന്നിച്ച് ചർച്ച നടത്തുന്നത്. ആ ചർച്ചകളിൽ ആണ് ആഭ്യന്തരത്തിനു പുറമെ രാജ്യത്തിന്റെ പൊതു വിഷയങ്ങളും ഒട്ടനവധി മറ്റു കാര്യങ്ങളും ചർച്ചാവിധേയമാവുക. ചർച്ചകൾക്ക് ശേഷം തിരുമേനിയെ രണ്ടുപേരും അനുഗമിക്കും. പിന്നെ മൂന്ന് പേരും പള്ളിയിൽ പ്രവേശിക്കുകയും (ബുഖാരി, മുസ്ലീം) രണ്ടു റകഅത്ത് നമസ്കരിക്കകയും ചെയ്യും.

അത്തരം ചില സമയങ്ങളിൽ വഴിയിലൂടെ നടക്കുമ്പോൾ തന്റെ അനുചരൻമാരുടെ വീടുകളിൽ നിന്ന് ഖുർആൻ പാരായണം കേൾക്കും. അത് അതീവ ശ്രദ്ധയോടെ കേൾക്കുകയും ഖുർആനിന്റെ ആ മാധുര്യം ആസ്വദിക്കുകയും ചെയ്യുന്നു. ഒരു ദിവസം അബു മുസൽ അശ്അരിയുടെ വീട്ടിന്നരികിലൂടെ നടന്ന് പോകുമ്പോൾ അദ്ദേഹത്തിന്റെ ശ്രവണമധുരമായ ഖുർആൻ പാരായണം കേട്ട്

അവ ശ്രവിക്കുകയും പ്രഭാതത്തിൽ അബുമൂസയെ കണ്ടുമുട്ടിയപ്പോൾ അദ്ദേഹത്തെ അഭിനന്ദിച്ച് കൊണ്ട് തിരുമേനി പറഞ്ഞു, *അബുമൂസാ...കഴിഞ്ഞരാത്രി താങ്കളുടെ ഖുർആൻപാരായണം ഞാൻ കേട്ടു.ദാവൂദ്(അ)ന് നൽകപ്പെട്ട പോലെയുള്ള സുന്ദര (കാവ്യാത്മക)ശബ്ദമാണ് താങ്കൾക്കും അല്ലാഹു നൽകീട്ടുള്ളത്.* (ബുഖാരി, മുസ്ലീം, അഹമ്മദ്,ത്വബ്‌റാനി)

ഒരു ദിവസം രാത്രി റസൂൽ പള്ളിയിൽ പ്രവേശിച്ചപ്പോഴുണ്ട് ഹസ്രത്ത് അബ്ദുല്ലാഹി ബിൻ മസ്ഊദ്(റ)സൂറത്ത് അന്നിസാഅ് മനോഹരമായി പാരായണം ചെയ്ത് നമസ്കരിക്കുന്നു. ആ പാരായണം ശ്രദ്ധാപൂർവ്വം ശ്രവിച്ച റസൂൽ തന്റെ ഒപ്പമുണ്ടായിരുന്ന അബൂബക്കറിനോടും ഉമറിനോടും പറയുകയാണ്. *വിശുദ്ധ ഖുർആൻ അവതരിപ്പിക്കപ്പെട്ടപോലെ പച്ചയായി വല്ലവനും പാരായണം ചെയ്യുന്നത് ഇഷ്ടപ്പെടുന്നുവെങ്കിൽ അയാൾ ഇബ്നു ഉമ്മു അബ്ദിന്റെ പാരായണത്തിൽ ഓതിക്കൊള്ളട്ടെ.* (അഹമ്മദ് 'ഇബ്നുമാജ ഇബ്നുഖുസൈമ, ഇബ്ൻഹിബ്ബാൻ ത്വബ്‌റാനി ബൈഹഖി)

തിരുമേനി പള്ളിയിൽ പ്രവേശിക്കുമ്പോൾ അവിടെ ഉണർന്നിരിക്കുന്നവർക്ക് മാത്രമേ സലാം പറയുകയുള്ളൂ. പ്രവാചക പള്ളിയിൽ അക്കാലത്ത് വീടും കുടിലും ഇല്ലാത്ത മദീനയിലെ നിരവധി ദരിദ്രരായ പാവങ്ങൾ താമസിച്ചിരുന്നു. അവരുടെ ആരുടേയും നിദ്രക്ക് ഭംഗം വരുത്താത്ത നിലക്കായിരുന്നു റസൂലിന്റെ സലാം. വീട്ടിൽ പ്രവേശിക്കുന്നതിനുമുമ്പായി പള്ളിയിൽവച്ച് രണ്ട് റകഅത്ത് നമസ്കരിക്കുകയും ചെയ്യും.(അദബുൽ മുഫ്റദു ബുഖാരി,മുസ്ലീം,അഹമ്മദ്)

വീട്ടിലെത്തി നിദ്രക്കൊരുങ്ങിയാൽ വളരെ നേരിയ വസ്ത്രമാണ് തിരുമേനി ധരിക്കുക. പഴകിയ ഒരു ശീല തന്റെ ശയ്യക്കറ്റത്ത് വിരിക്കും. തന്റെ രണ്ടു വസ്ത്രങ്ങളും ഉരിഞ്ഞു അവിടെ തൂക്കിയിടുകയും ചെയ്യും. പിന്നെ ഭാര്യയുടെ പുതപ്പിനുള്ളിലേക്ക് വലിയും. അദ്ദേഹത്തിന്റെ വിരിപ്പ് തോലിന്റെ ഉള്ളിൽ ഈത്തപ്പന ഓല നിറച്ചതായിരുന്നു. തന്റെ തലയണയും ഈത്തപ്പനപ്പട്ട നിറച്ചത് തന്നെ. ഭാര്യക്കും ഭർത്താവിനും കൂടി ഒരു തലയിണയായിരുന്നു

ഉണ്ടായിരുന്നത്.(ബുഖാരി അബ്ദുൽ മുഹ്റദ്, മുസ്ലീം,അഹ്മദ്) നിദ്രക്കൊരുങ്ങുമ്പോൾ തന്റെ മിസ്വാക്ക് (ബ്രഷ്) തലയുടെ ഭാഗത്ത് താൻ നിദ്രയിൽ നിന്ന് എപ്പോഴാണോ എഴുന്നേൽക്കുന്നത് അപ്പോൾതന്നെ ദന്തശുദ്ധി വരുത്താനായി കരുതിവെക്കുന്നു. (ബുഖാരി, മുസ്ലീം) ദന്തശുദ്ധി വരുത്തിയാൽ മിസ്വാക്ക് തന്റെ ഭാര്യ ആയിശയുടെ പക്കൽ കഴുകി വൃത്തിയാക്കാനായി ഏൽപ്പിക്കും. മഹതി ആയിശ തിരുമേനിയുടെ കുടിനീർ അംശം തനിക്ക് ലഭിക്കാനായി അപ്പോൾ തന്റെ കൂടി ദന്തശുദ്ധി വരുത്തിയിട്ടേ അവരത് കഴുകി പ്രവാചകനെ ഏൽപ്പിക്കാറുള്ളൂ. (അബൂദാവൂദ്, ബൈഹഖി)

പിന്നീട് പ്രവാചകൻ തന്റെ ഇണയുമായി പ്രേമസല്ലാപങ്ങളിലും സ്വകാര്യ നർമ്മഭാഷണങ്ങളിലും ഏർപ്പെടുന്നു. സ്നേഹനിധിയും മാതൃകാഭർത്താവുമായ റസൂലിന്റെയും അദ്ദേഹത്തെ ഏറ്റവും ഇഷ്ടപ്പെടുകയും എപ്പോഴും കണ്ടുകൊണ്ടിരിക്കാൻ ഏറെ ആഗ്രഹിക്കുകയും ചെയ്യുന്ന ഭാര്യയുടേയും ഇടയിൽ രാത്രിയുടെ നിശ്ചലതയിലും ശാന്തസുന്ദരമായ മദീന നഗരിയുടെ നിശബ്ദതയിലും ലയിച്ച് അവർ ഒന്ന് ചേരുന്നു. ചേരുമ്പോഴുണ്ടാകുന്ന മാനുഷികഭാവം അവർണ്ണനീയം. ഭാര്യ ആർത്തവകാരി ആണെങ്കിൽ കൂടി അവരുമായി സംയോഗമല്ലാത്ത സഹശയനവും ആശ്ലേഷവും ചുംബന പ്രക്രിയകളുമുണ്ടാവും. റസൂലിന്റെ പ്രിയതമ ആയിശ പറയുന്നു. വലിയ അശുദ്ധകാരായിരിക്കെ ഞാനും നബിയും ഒരേ പാത്രത്തിൽ നിന്ന് കുളിക്കുമായിരുന്നു. ഞാൻ ആർത്തവകാരിയായാൽ(ഉറക്കറയിൽ)മുണ്ടുടുക്കാൻ എന്നോട് പറയും. ഞാനപ്രകാരം ചെയ്യും. നബി എന്നോട് ചേർന്ന് കിടക്കും. മറ്റൊരു നിവേദനത്തിൽ കാണുന്നത്. ഞങ്ങളാരെങ്കിലും (ഭാര്യമാർ) ആർത്തവകാരികളാവുകയും തിരുമേനി അവളോടൊപ്പം കിടക്കാൻ ഉദ്ദേശിക്കുകയും ചെയ്താൽ ആർത്തവത്തിന്റെ മൂർദ്ധന്യഘട്ടത്തിൽ മുണ്ടുടുക്കാൻ കൽപ്പിക്കയും പിന്നെ ഒപ്പം കിടക്കുകയും ചെയ്യുമായിരുന്നു. തിരുമേനിയെ പോലെ തന്റെ വികാരത്തെ നിയന്ത്രിച്ചുനിർത്താൻ നിങ്ങൾക്കാർക്കെങ്കിലും കഴിയുമോ? ആയിശ ചോദിക്കുന്നു.(ബുഖാരി,മുസ്ലിം)

അല്ലാഹു തന്റെ സൃഷ്ടികളിൽ പാകിയ സ്നേഹത്തിന്റെ

വിത്തിൽ നിന്ന് ഉല്പാദിക്കപ്പെടുന്ന ഭാര്യാ, ഭർത്താക്കന്മാർക്കിടയിലുള്ള യഥാർത്ഥ പ്രണയത്തിന്റെയും ഗാഢവും ശാന്തവുമായ സ്നേഹത്തിന്റെയും ത്രസിക്കുന്ന സത്യമാണ് നാം ഇവിടെ കാണുന്നത്. റസൂലിന്റെ മറ്റൊരു ഭാര്യ ഉമ്മുൽ മുഅ്മിനീൻ ഹസ്രത്ത് ഉമ്മു സലമ(റ)പറയുന്നു. ഞാൻ നബിയോടൊപ്പം അദ്ദേഹത്തിന്റെ പുതപ്പിനുള്ളിലായിരിക്കുമ്പോൾ ഒരു നാൾ ആർത്തവത്തിന്റെ പ്രാരംഭദശ എനിക്കനുഭവപ്പെട്ടു. പുതപ്പിൽ നിന്ന് മെല്ലെ ഇഴഞ്ഞു മാറാൻ ഞാൻ ശ്രമിച്ചു. അന്നേരം നബി ചോദിക്കുന്നു. ആർത്തവം ഉണ്ടാകുന്നോ. അങ്ങിനെ ഞാൻ മനസ്സിലാക്കുന്നു എന്ന് മറുപടി പറയുമ്പോൾ അദ്ദേഹം എന്നോട് പറയുന്നത്, മനുഷ്യപുത്രികൾക്ക് അല്ലാഹു നിശ്ചയിച്ചതാണല്ലോയിത്.

ഞാൻ അതിന്ന് വേണ്ട മുൻകരുതലെടുത്ത് മടങ്ങിവരുമ്പോൾ തിരുമേനി പറയും, എന്റെ പുതപ്പിനുള്ളിലേക്ക് വരൂ. അദ്ദേഹത്തോടൊപ്പം എന്നെ കിടത്തുകയും ഞങ്ങൾ ഒന്നാകെ ശയിക്കുകയും ചെയ്യും.(ബുഖാരി,മുസ്ലിം അഹമ്മദ്)ജനാബത്തുകാരനായാൽ (വലിയ അശുദ്ധി) ദേഹം ശുദ്ധി വരുത്തി നിദ്രക്ക് മുമ്പ് തന്നെ കുളിക്കും. ചിലപ്പോൾ ഉറങ്ങി എഴുന്നേൽക്കുമ്പോഴായിരിക്കും കുളിക്കുക (മുസ്ലിം അഹ്മദ്)

തിരുമേനി നിദ്രക്ക് വേണ്ടി വിരിപ്പിൽ പ്രവേശിക്കുമ്പോൾ വിവിധതരം പ്രാർത്ഥനകൾ ചൊല്ലിയിരുന്നതായി ഉദ്ധരിക്കപ്പെട്ടിട്ടുണ്ട്. അതിൽ ചിലത്. *അല്ലാഹുവേ, എന്റെ ആത്മാവിനെയിതാ ഞാൻ നിന്നിലേക്ക് ഏല്പിച്ചിരിക്കുന്നു. എന്റെ മുഖത്തെ ഞാൻ നിന്നിലേക്ക് തിരിച്ചിരിക്കുന്നു. എന്റെ കാര്യങ്ങൾ നിന്നിലേക്ക് ഞാൻ ഭരമേൽപ്പിച്ചിരിക്കുന്നു. നിന്റെ പ്രതിഫലം ആശിച്ചും നിന്റെ ശിക്ഷ ഭയന്നും ഞാൻ നിന്നിലേക്ക് അഭയം പ്രാപിച്ചിരിക്കുന്നു. നിന്നിൽ നിന്നും അകന്ന ഒരഭയസ്ഥാനവും രക്ഷാസങ്കേതവുമില്ല. നീ ഇറക്കിയ വേദത്തിലും നീ നിയോഗിച്ച പ്രവാചകനിലും ഞാൻ വിശ്വസിച്ചിരിക്കുന്നു.*(ബുഖാരി, മുസ്ലിം)

മറ്റൊരു പ്രാർത്ഥന. *ഞങ്ങളെ ആഹരിപ്പിക്കയും കുടിപ്പിക്കുകയും ഞങ്ങൾക്ക് മതിയാക്കിതരികയും അഭയം നല്കുകയും*

*ചെയ്ത അല്ലാഹുവിന്ന് സർവ്വ സ്തുതിയും. അഭയം നൽകാനും മതിവരുത്താനുമായി ആരുമില്ലാത്ത എത്ര പേരുണ്ട്!*

പിന്നീട് തന്റെ ഇരുകരങ്ങളുടെയും മുൻകൈ ഒരുമിച്ച് കൂട്ടി അതിലൂതിക്കൊണ്ട് സൂറത്തുൽ ഇഖ്‌ലാസും(ഖുൽഹുവല്ലാഹു അഹദ്) മുഅവ്വദതൈനിയും (ഖുൽ അഹൂദ് ബി റബ്ബിൽ ഫലഖ്) (ഖുൽ അഹൂദ് ബിറബ്ബിന്നാസ്) പാരായണം ചെയ്തു തലയിൽ തടവുകയും പിന്നെ താഴോട്ട് മുഖത്തും മുൻവശങ്ങളിലും പിന്നീട് ശരീരത്തിലുടനീളവും മൂന്ന് തവണ ഇപ്രകാരം ചെയ്തു തടവാറുണ്ടായിരുന്നു.(ബുഖാരി, മുസ്ലിം)

പിന്നെ വലതുഭാഗം ചരിഞ്ഞു വലത്തെ കൈ വലത്തെ കവിളിന് താഴെ വെച്ച് കിടക്കുന്നു. അപ്പോൾ തിരുമേനി ഇപ്രകാരം തേടുകയും ചെയ്യുന്നു. *അല്ലാഹുവേ,നിന്റെ ദാസൻമാരെ പുനരുദ്ധീകരിക്കപ്പെടുമ്പോൾ നിന്റെ ശിക്ഷയിൽ നിന്ന് എന്നെ കാത്തു രക്ഷിക്കേണമേ..*(ബുഖാരി മുസ്ലിം) മറ്റൊരു പ്രാർത്ഥന. *ഏഴ് ആകാശങ്ങളുടെയും ഭൂമിയുടെയും മഹത്തായ സിംഹാസനത്തിന്റെയും രക്ഷിതാവായ അല്ലാഹുവേ,ഞങ്ങളുടെയും മറ്റ് എല്ലാ വസ്തുക്കളുടെയും രക്ഷിതാവേ,വിത്ത് പിളർത്തി മുളപ്പിക്കുന്നവനും, തൌറാത്തിന്റെയും ഇഞ്ചീലിന്റേയും ഖുർആനിന്റെയും അവതാരകനുമായ അല്ലാഹുവേ, ഏതൊന്നിന്റെ മുർദ്ധാവ് നിന്റെയും പിടിയിലാണോ അതിന്റെയെല്ലാം നാശത്തിൽ നിന്നും നിന്നോട് ഞാൻ രക്ഷതേടുന്നു. അല്ലാഹുവേ നീയാണ് ആദ്യം, നിനക്ക് മുമ്പ് യാതൊരു വസതുവുമില്ല. നീയാണ് അന്ത്യം നിനക്ക് ശേഷം മറ്റൊന്നില്ല. നീയാണ് ബാഹ്യം,നിനക്ക് മീതെ മറ്റൊന്നില്ല. നീ നിഗൂഢനാകുന്നു.നിനക്കതീതമായി യാതൊന്നുമില്ല.ഞങ്ങളുടെ കടം നീ വീട്ടിത്തരേണമേ ദാരിദ്ര്യത്തിൽനിന്ന് ഐശ്വര്യമാക്കേണമേ* (ബുഖാരി അദബുൽ മുഫ്റദ്, മുസ്ലീം) ചില ദിവസങ്ങളിൽ വിശുദ്ധ ഖുർആൻ നിന്ന് സൂറ: സജ്ദ, മുൽക്,സുമർ,അൽ ഇസ്റാഅ് എന്നിവ പാരായണം ചെയ്യുന്നു. മറ്റൊരിക്കൽ സൂറത്തുൽ ബഖറയിലെ അവസാനത്തെ രണ്ട് ആയത്തുകളും ഓതുന്ന ആയത്തുൽ കുർസിയ്യ് ഓതി പിശാചിൽ നിന്ന് സംരക്ഷണം തേടാനും പ്രാർത്ഥിക്കാനും തിരുനബി നിർദ്ദേശിക്കുന്നു.

അതുകഴിഞ്ഞ് തിരുമേനി പൂർണ്ണ നിദ്ര പ്രാപിക്കുന്നു. ചിലപ്പോൾ കൂർക്കംവലിയും കേൾക്കാം. തിരുമേനി രാത്രിയിൽ ഒരു വശത്ത് നിന്ന് മറ്റൊരുവശത്തേക്ക് തിരിഞ്ഞു കിടക്കുമ്പോൾ നബി പ്രാർത്ഥിക്കുന്നതിങ്ങനെയാണ്. *അല്ലാഹുവല്ലാതെ ഒരാരാധ്യനുമില്ല. അവൻ ഏകനും സർവ്വാധിപനുമാണ്. ആകാശങ്ങളുടെയും ഭൂമിയുടേയും അവ രണ്ടിന്റെയും ഇടക്കുള്ളതിന്റെയും രക്ഷിതാവാണ്. അവൻ അജയ്യനും ധാരാളം പൊറുക്കുന്നവനുമാണ്.* (ബുഖാരി, മുസ്ലിം).

മറ്റൊരു പ്രാർത്ഥന ഇപ്രകാരമാണ്. *ദൃശ്യവും അദൃശ്യവും അറിയുന്ന അല്ലാഹുവേ, ആകാശങ്ങളുടെയും ഭൂമിയുടേയും സൃഷ്ടാവും എല്ലാ വസ്തുക്കളുടേയും രക്ഷിതാവും രാജാധിരാജനുമായ അല്ലാഹുവേ, നീയല്ലാതെ ഒരാരാധ്യനുമില്ലെന്ന് ഞാൻ സാക്ഷ്യം വഹിക്കുന്നു. എന്റെ ദേഹത്തിന്റെ ഉപദ്രവത്തിൽനിന്നും, പിശാചിന്റെ ഉപദ്രവത്തിൽനിന്നും അവന്റെ ശിർക്കിൽ നിന്നും ഞാൻ നിന്നോട് രക്ഷതേടുന്നു. ഞാൻ എന്റെ ദേഹത്തോട് തെറ്റ് ചെയ്യുന്നതിൽ നിന്നും, ഒരു മുസ്ലീമിന് നേരെ തെറ്റ് പ്രവർത്തിക്കുന്നതിൽ നിന്നും ഞാൻ നിന്നോട് രക്ഷ തേടുന്നു. പിന്നെ രാത്രിയുടെ പകുതി ഭാഗം വരെ തിരുമേനി നിദ്രയിൽ ലയിക്കുന്നു. ഈ ഉറക്കമാണ് തിരുമേനിയുടെ ഏറ്റം ദീർഘമായ നിദ്ര.*(ബുഖാരി മുസ്ലിം).

റസൂലിന്റെ ശിഷ്യൻ ഹസ്രത്ത് അനസ്സ് പറയുകയാണ്. നബി(സ)ധാരാളമായി പ്രാർത്ഥിച്ചിരുന്നത്. *അല്ലാഹുവേ, ഈ ലോകത്തും പരലോകത്തും നീ ഞങ്ങൾക്ക് നന്മ നൽകേണമേ, നരകശിക്ഷയിൽനിന്ന് ഞങ്ങളെ നീ രക്ഷിക്കേണമേ എന്നായിരുന്നു.* (ബുഖാരി, മുസ്ലിം) പ്രാർത്ഥനകളിലൂടെയും ചിന്തകളിലൂടെയും, കർമ്മധാരയിലൂടെയും സർവ്വശക്തനായ അല്ലാഹുവുമായി ആഴമുള്ളതും, എക്കാലവും നിലനിൽക്കുന്നതുമായ ബന്ധം വളർത്തിയെടുക്കാൻ തന്റെ അനുയായികളെ അദ്ദേഹം ഉപദേശിക്കുന്നു. അല്ലാഹുവിനെ സംബന്ധിച്ച അവബോധവും ഓർമ്മയും പ്രവാചകൻ സ്വയം ഉപദേശിച്ചത് പോലെ അപ്രകാരം ജീവിച്ച് കാണിക്കയുമുണ്ടായി. അല്ലാഹുവിനെകുറിച്ച് ഓർക്കാതിരിക്കയോ, ആ അല്ലാഹുവുമായുള്ള ആശയ വിനിമയം മുറിഞ്ഞുപോകുകയോ, ചെയ്ത ഒ

രു നിമിഷവും പ്രവാചക ജീവിതത്തിലുണ്ടായിട്ടില്ല. ജീവിതത്തിലെ എല്ലാ സന്ദർഭങ്ങളിലും തിരുമേനിയുടെ നാവിൽ പച്ചപിടിച്ചിട്ടുണ്ടായിരുന്നത് അല്ലാഹുവിനെക്കുറിച്ചുള്ള സ്മരണകളും..ദിക്റുകളും.. ആയിരുന്നു.

ഓരോരുത്തരും പ്രാർത്ഥിക്കേണ്ട രീതി എങ്ങിനെയാണെന്ന് തിരുമേനി പറയാറുണ്ട്. *അല്ലാഹുവേ, നീ ഉദ്ദേശിക്കുകയാണെങ്കിൽ എനിക്ക് പൊറുത്തുതരേണമേ, നീ ഉദ്ദേശിക്കുകയാണെങ്കിൽ എന്നോട് കരുണകാണിക്കേണമേ, എന്ന് നിങ്ങളാരും പറയരുത്. വളരെ ഉറപ്പായിതന്നെ പ്രാർത്ഥിക്കുക. നിർബന്ധപൂർവ്വം അല്ലാഹുവിനെക്കൊണ്ട് കാര്യങ്ങൾ നിർവ്വഹിപ്പിക്കാൻ ആർക്കും സാദ്ധ്യമല്ല.*(ബുഖാരി,മുസ്ലിം).റസൂൽ ഓർമ്മിപ്പിക്കുന്നു.ഒരാൾ *പ്രാർത്ഥിച്ചു. എന്നിട്ട് എനിക്ക് ഉത്തരം ലഭിച്ചില്ലല്ലോ എന്ന് ധൃതിപ്പെടാതിരിക്കുവോളം നിങ്ങളുടെ പ്രാർത്ഥന സ്വീകരിക്കപ്പെടുന്നതാണ്* (ബുഖാരി, മുസ്ലിം)

തിരുമേനിയുടെ ഒരു പ്രാർത്ഥന. ആയിശ(റ) പറയുകയാണ്. തിരുമേനി പറയാറുണ്ട്. *അല്ലാഹുവേ. അലസത, വാർധക്യത്തിലുണ്ടാവുന്ന ആലസ്യം, കുറ്റകൃത്യങ്ങൾ,കടബാദ്ധ്യത,ഖബറിലെ പരീക്ഷണങ്ങളും ശിക്ഷയും,നരകത്തിലെ പരീക്ഷണങ്ങളും ശിക്ഷകളും,സമ്പന്നതമൂലമുള്ള പരീക്ഷണങ്ങളിൽ നിന്നുളവാകുന്ന തിന്മകൾ,ദാരിദ്ര്യത്തിൽ നിന്നുളവാകുന്ന പരീക്ഷണം, മസീഹുദ്ദജ്ജാലിന്റെ പരീക്ഷണങ്ങൾ എന്നിവയിൽ നിന്നും ഞാൻ നിന്നോട് രക്ഷതേടുന്നു. അല്ലാഹുവേ, എന്നിൽ നിന്നും എന്റെ തെറ്റുകളെ ഹിമം കൊണ്ടും മഞ്ഞുകട്ടക്കൊണ്ടും കഴുകി ശുദ്ധീകരിക്കേണമേ! വെള്ള വസ്ത്രത്തെ അഴുക്കിൽ നിന്ന് ശുദ്ധീകരിക്കപ്പെടുന്നത് പോലെ എന്റെ ഹൃദയത്തെ പാപങ്ങളിൽനിന്നും നീ ശുദ്ധീകരിക്കേണമേ, കിഴക്കിനെയും പടിഞ്ഞാറിനെയും നീ പരസ്പരം അകറ്റിയത് പോലെ എന്നെയും എന്റെ പാപങ്ങളെയും നീ പരസ്പരം അകറ്റേണമേ.*(ബുഖാരി, മുസ്ലിം)

# രാത്രിയുടെ തുടക്കം

അർദ്ധരാത്രിയോ, അതിന്ന് തൊട്ടല്പം മുമ്പോ പിമ്പോ തിരുമേനി ഉറക്കത്തിൽ നിന്ന് ഉണരുന്നു. കരങ്ങൾകൊണ്ട് മുഖത്തെ ഉറക്കച്ചടവ് തുടച്ചുനീക്കി മിസ്‌വാക്കെടുത്ത് ദന്തശുദ്ധി വരുത്തുന്നു. ആകാശത്തേക്ക് നയനങ്ങളുയർത്തി അല്ലാഹുവിന്റെ സൃഷ്ടി വൈഭവത്തെ പ്രകീർത്തിച്ചും അതെ സംബന്ധിച്ച് ചിന്തിച്ചും അല്ലാഹുവിനെ വാഴ്ത്തിയും രാത്രിയുടെ നിശബ്ദതയിൽ ലയിച്ചും അല്ലാഹുവിന്റെ വാക്കുകൾ ഓർക്കുകയും ചെയ്യുന്നു. പരിശുദ്ധ ഗ്രന്ഥത്തിലെ മൂന്നാം അദ്ധ്യായമായ ആലു ഇംറാനിലെ 190, മുതൽ 200 വരെയുള്ള വചനങ്ങൾ തിരുമേനി പാരായണം ചെയ്യുകയും ചെയ്യുന്നു. *തീർച്ചയായും ആകാശങ്ങളുടേയും ഭൂമിയുടേയും സൃഷ്ടിപ്പിലും രാപകലുകൾ മാറി മാറി വരുന്നതിലും ബുദ്ധിയുള്ളവർക്ക് പല ദൃഷ്ടാന്തങ്ങളുമുണ്ട്., നിന്ന് കൊണ്ടും ഇരുന്ന് കൊണ്ടും കിടന്ന് കൊണ്ടും അല്ലാഹുവിനെ ഓർമ്മിക്കയും ആകാശങ്ങളുടെയും ഭൂമിയുടേയും സൃഷ്ടിപ്പിനെ പറ്റി ചിന്തിച്ചു കൊണ്ടിരിക്കുകയും ചെയ്യുന്നവരത്രെ അവർ.(അവർ പറയും)ഞങ്ങളുടെ രക്ഷിതാവേ,നീ നിർത്ഥകമായി സൃഷ്ടിച്ചതല്ലായിത്. നീ എത്രയോ, പരിശുദ്ധൻ. അതിനാൽ നരക ശിക്ഷയിൽ നിന്ന് ഞങ്ങളെ നീ കാത്ത് രക്ഷിക്കേണമേ.ഞങ്ങളുടെ രക്ഷിതാവേ,നീ വല്ലവനേയും നരകത്തിൽ പ്രവേശിപ്പിച്ചാൽ അവനെ നീ നിന്ദ്യനാക്കി കഴിഞ്ഞു. അക്രമികൾക്ക് സഹായികളായി ആരുമില്ല താനും.*

ഞങ്ങളടെ രക്ഷിതാവേ, സത്യവിശ്വാസത്തിലേക്ക് വിളിക്കുന്ന ഒരു പ്രബോധകൻ നിങ്ങൾ നിങ്ങളുടെ രക്ഷിതാവിൽ വിശ്വ

സിക്കുവിൻ എന്ന് പറയുന്നത് ഞങ്ങൾ കേട്ടു. അങ്ങനെ ഞങ്ങൾ വിശ്വസിച്ചിരിക്കുന്നു. ഞങ്ങളുടെ രക്ഷിതാവേ, അതിനാൽ ഞങ്ങളുടെ പാപങ്ങൾ ഞങ്ങൾക്ക് നീ പൊറുത്ത് തരികയും ഞങ്ങളുടെ തിന്മകൾ ഞങ്ങളിൽ നിന്ന് നീ മായ്ച്ചുകളയുകയും ചെയ്യേണമേ, പുണ്യവാളന്മാരുടെ കൂട്ടത്തിലായി ഞങ്ങളെ നീ മരിപ്പിക്കുകയും ചെയ്യേണമേ.

ഞങ്ങളുടെ രക്ഷിതാവേ, നിന്റെ ദൂതന്മാർ മുഖേന ഞങ്ങളോട് നീ വാഗ്ദാനം ചെയ്തത് ഞങ്ങൾക്ക് നൽകുകയും ഉയിർത്തെഴുന്നേൽപ്പിന്റെ നാളിൽ ഞങ്ങൾക്ക് നീ നിന്ദ്യത വരുത്താതിരിക്കുകയും ചെയ്യേണമേ. നീ വാഗ്ദാനം ലംഘിക്കുകയില്ല, തീർച്ച. അപ്പോൾ അവരുടെ രക്ഷിതാവ് അവർക്ക് ഉത്തരം നൽകി. പുരുഷനാകട്ടെ സ്ത്രീയാകട്ടെ നിങ്ങളിൽ നിന്നും പ്രവർത്തിക്കുന്ന ഒരാളുടേയും പ്രവർത്തനം ഞാൻ നിഷ്ഫലമാക്കുകയില്ല. നിങ്ങളിൽ ഓരോ വിഭാഗവും മറ്റു വിഭാഗത്തിൽ നിന്ന് ഉൽഭവിച്ചവരാകുന്നു. (ആണും പെണ്ണും വ്യത്യസ്ത വർഗ്ഗങ്ങളും അല്ല.) മനുഷ്യവർഗത്തിലെ രണ്ടു വിഭാഗങ്ങൾ മാത്രമാണ്. സൽകർമ്മം ചെയ്യുന്നത് ആണായാലും പെണ്ണായാലും ഒരു പോലെയെന്ന് വിവക്ഷ). ആകയാൽ സ്വന്തം നാട് വെടിയുകയും സ്വന്തം വീടുകളിൽ നിന്ന് പുറത്താക്കപ്പെടുകയും, എന്റെ മാർഗ്ഗത്തിൽ മർദ്ദിക്കപ്പെടുകയും, യുദ്ധത്തിലേർപ്പെടുകയും, കൊല്ലപ്പെടുകയും ചെയ്തിട്ടുള്ളവരാരോ അവർക്ക് ഞാൻ അവരുടെ തിന്മകൾ മാപ്പ് കൊടുക്കുന്നതും, താഴ് ഭാഗത്തുകൂടി അരുവികളൊഴുകുന്ന സ്വർഗ്ഗ തോപ്പുകളിൽ അവരെ ഞാൻ പ്രവേശിപ്പിക്കുന്നതുമാണ്. അല്ലാഹുവിങ്കൽ നിന്നുള്ള പ്രതിഫലമത്രെ അത്. അല്ലാഹുവിന്റെ പക്കലാണ് ഉത്തമമായ പ്രതിഫലമുള്ളത്. സത്യനിഷേധികൾ നാടുകളിലെങ്ങും സ്വൈരവിഹാരം നടത്തിക്കൊണ്ടിരിക്കുന്നത് നിന്നെ ഒരിക്കലും വഞ്ചിതനാക്കികളയരുത്. തുച്ഛമായ ഒരു സുഖാനുഭൂതിയും അനുഭവമാകുന്നു. അത്, പിന്നീട് അവർക്കുള്ള സങ്കേതം നരകമത്രെ. അതെത്ര മോശമായ വാസസ്ഥലം. എന്നാൽ തങ്ങളുടെ രക്ഷിതാവിനെ സൂക്ഷിച്ച് ജീവിച്ചതാരോ അവർക്കാണ് താഴ് ഭാഗത്ത് കൂടി നീരരുവികളൊഴുകുന്ന സ്വർഗ്ഗതോപ്പുകളുള്ളത്. അവരതിൽ നിത്യവാസികള

ളായിരിക്കും. അല്ലാഹുവിന്റെ പക്കൽ നിന്നുള്ള സൽക്കാരം! അല്ലാഹുവിന്റെ അടുക്കലുള്ളതാകുന്നു പുണ്യവാൻമാർക്ക് ഏറ്റവും ഉത്തമം. തീർച്ചയായും വേദക്കാരിൽ ഒരു വിഭാഗമുണ്ട്. അല്ലാഹുവിലും, നിങ്ങൾക്കവതരിക്കപ്പെട്ട വേദഗ്രന്ഥത്തിലും അവർ വിശ്വസിക്കും (അവർ) അല്ലാഹുവോട് താൽപര്യമുള്ളവരായിരിക്കും. അല്ലാഹുവിന്റെ വചനങ്ങൾ വിറ്റ് അവർ തുച്ഛമായ വില വാങ്ങുകയില്ല. അവർക്കാകുന്നു തങ്ങളുടെ രക്ഷിതാവിങ്കൽ അവരർഹിക്കുന്ന പ്രതിഫലമുള്ളത്.

തീർച്ചയായും അല്ലാഹു അതിവേഗം കണക്ക് നോക്കുന്നവനാകുന്നു. സത്യവിശ്വാസികളെ, നിങ്ങൾ ക്ഷമിക്കുകയും ക്ഷമയിൽ മികവ് കാണിക്കുകയും, പ്രതിരോധ സന്നദ്ധരായിരിക്കുകയും ചെയ്യുക. നിങ്ങൾ അല്ലാഹുവിനെ സൂക്ഷിച്ച് ജീവിക്കുക. നിങ്ങൾ വിജയം പ്രാപിച്ചേക്കാം (വി. ഖുർആൻ 3/190 - 200)പ

ഒരു വിശ്വാസി സാധാരണ ദിവസം പതിനേഴ് റകഅത്താണ് നമസ്ക്കരിക്കുന്നതെങ്കിൽ പ്രവാചകൻ ജീവതകാലം മുഴുവൻ ദിവസവും നാൽപതോളം റകഅത്തുകൾ നമസ്ക്കരിച്ചു. പാതിരാവിലെ പ്രാർത്ഥന ഒരിക്കൽ പോലും അദ്ദേഹം ഒഴിവാക്കിയില്ല. ദീർഘനേര നമസ്ക്കാരം കാരണം പലപ്പോഴും അദ്ദേഹത്തിന്റെ കാലുകൾ നീരു വന്നു വീർത്തു.. ഒരിക്കൽ ആയിശ ചോദിച്ചു.എന്തിനാണിത്രയും ബുദ്ധിമുട്ടുന്നത്. അല്ലാഹു സ്വർഗ്ഗം ഇപ്പോൾ തന്നെ അങ്ങേക്ക് നല്കിയിട്ടുണ്ടല്ലോ.? അപ്പോൾ നബി പറഞ്ഞത്. ഞാൻ നന്ദിയുള്ള, സേവകനായ ദാസനെപ്പോലെ പെരുമാറേണ്ടയോ.? തിരുമേനിയുടെ പ്രാർത്ഥനകൾ അന്ധമായ ഭയത്തിൽനിന്നും വിസ്മയത്തിൽ നിന്നുമല്ല, അല്ലാഹുവോടുള്ള അനന്തമായ സ്നേഹത്തിൽ നിന്നും ആത്മാർത്ഥമായ ആരാധനയിൽ നിന്നും ഉയർന്നു വന്നതായിരുന്നു. പാതിരാവിലെ തഹജ്ജുദ് നമസ്ക്കാരത്തിന്നൊരുക്കം ഇപ്രകാരമായിരുന്നു. സ്വഗൃഹത്തിൽ കെട്ടിത്തൂക്കിയ വെള്ള പാത്രത്തിൽ നിന്ന് തന്റെ കൈവശമുള്ള പാത്രത്തിലേക്ക് വെള്ളമൊഴിച്ച് അത് കൊണ്ട് വുളു എടുക്കുന്നു. പരിപൂർണ്ണമായ വുളു കരുതലോടും സൂക്ഷ്മതയോടും കൂടി ജലം ഉപയോഗിച്ചുള്ള അംഗ സ്നാനം.

പിന്നീട് അദ്ദേഹം ധരിച്ചിരുന്ന പഴയതുണി മാറ്റി മറ്റൊരു തുണിയും മുണ്ടും ധരിക്കുന്നു. ശേഷം ഖിയാമുലൈലി (രാത്രി നമസ്ക്കാരം) ആരംഭിക്കുന്നു. (ബുഖാരി മുസ്ലിം) തഹജ്ജുദ് നമസ്ക്കാരത്തിനുള്ള ഒരുക്കം എന്ന നിലയിൽ ചിലപ്പോൾ ദിക്റുകളായ തസ്ബീഹ്, തഹ്മീദ്,തക്ബീർ,തഹ്ലീൽ എന്നിവ റസൂൽ ഉരുവിടും (സുബഹാനല്ലാഹ് അൽഹംദുലില്ലാഹ്,അല്ലാഹുഅക്ബർ,ലാഇലാഹഇല്ല ഇല്ലാഹ്) ഉമ്മുൽ മുത്ത്അമീനിൻ ഹസ്രത്ത് അയിശ പറയുകയാണ്. അർദ്ധ രാത്രിയായാൽ പത്ത് പ്രാവശ്യം *അല്ലാഹു അക്ബർ* എന്നും, പത്തു തവണ *അൽഹംദുലില്ലാഹ്* എന്നും, പത്ത് പ്രാവശ്യം *സുബ് ഹാനല്ലാഹി വബിഹംദിഹി* എന്നും, പത്ത് തവണ *സുബ്ഹാന അൽ മലിക്കുൽ ഖുദ്ദൂസ്,* എന്നും പറഞ്ഞശേഷം *അസ്തഗ്ഫി റുല്ലാഹ്,* എന്ന് പത്തു പ്രാവശ്യവും *ലാഇലാഹ ഇല്ലല്ലാഹ്* എന്ന് പത്തു തവണയും ചൊല്ലുന്നു. ഇതു കഴിഞ്ഞ ശേഷം *അല്ലാഹുവേ ദുനിയാവിന്റെ കുടുസ്സുകളിൽനിന്നും ഖിയാമത്ത് നാളുകളിലെ പ്രയാസങ്ങളിൽ നിന്നും ഞാനിതാ നിന്നോട് ശരണം പ്രാപിക്കുന്നു* എന്നു കൂടി പത്ത് പ്രാവശ്യം പറഞ്ഞശേഷം ഖിയാമ്മു ലൈലിക്കുള്ള പ്രക്രിയകളിലേക്ക് പ്രവേശിക്കുന്നു. ആദ്യം ലഘുവായ രണ്ടു റകഅത്തുകൾ നമസ്ക്കരിച്ചാണ് ദീർഘസമയമുള്ള നമസ്ക്കാരത്തിന് തുടക്കം കുറിക്കുന്നത്. തനിക്ക് ലഭിച്ച പ്രവാചകത്വ നിറവിൽ തന്റെ ജീവിതത്തിലെ ഓരോ ചലനത്തിലും, ഇരിക്കുമ്പോഴും നടക്കുമ്പോഴും തിന്നുമ്പോഴും കിടക്കുമ്പോഴും ഉറങ്ങുമ്പോഴും ഉണർന്ന്കൊണ്ടിരിക്കുമ്പോഴുമൊക്കെ അല്ലാഹുവിനോടുള്ള അതിരില്ലാത്ത ഭക്തിയും തന്റെ ഉള്ളിന്റെ ഉള്ളിൽ നിന്ന് ഉയർന്ന് വന്ന ആരാധനകളും കൊണ്ടും അല്ലാഹുവിനെ കുറിച്ചുള്ള ഓർമ്മയിലും വിചാരത്തിലും പുളകം കൊള്ളുകയും മുഴുകുകയും നിർവൃതിയിലാവുകയുമായിരുന്നു തിരുമേനി ചെയ്തിരുന്നത്.

നബിയുടെ ആത്മാവ് അർശിലേക്കുയർന്നപോലെ, ഏകാന്ത പഥികനായി, രാത്രിയുടെ നിശബ്ദതയിൽ അല്ലാഹുവിൽ ലയിക്കുന്ന അല്ലാഹുവിന്റെ സൃഷ്ടികളിൽ ഏറ്റവും അധികം അല്ലാഹുവിനെ അറിഞ്ഞവൻ മുഹമ്മദ് നബി. ഏറ്റവും പൂർണ്ണമായ ഈമാ

നിന്റെയും തഖ്‌വയുടെയും ഒന്നാം സ്ഥാനം അലങ്കരിക്കുന്ന ശക്തനായ സത്യവിശ്വാസിയും റസൂൽതന്നെ. നിങ്ങളേക്കാൾ അല്ലാഹുവിനെ സൂക്ഷിക്കുന്നവനും അറിയുന്നവനും ഞാനാണ്. തിരുമേനി സഹാബികളോട് പറയാറുണ്ട്.(ബുഖാരി,അഹ്മദ് അബൂദാവൂദ്, ഇബ്‌നു ഖുസൈമ).

തന്റെ രക്ഷിതാവിന്റെ പ്രഭകൊണ്ടും പ്രകാശം കൊണ്ടും ആവരണം ചെയ്യപ്പെടുന്ന റസൂലുല്ലാഹി, അദ്ദേഹം പറഞ്ഞതും കാണിച്ച് തന്നതുമൊക്കെ സത്യം. പാതിരാത്രിയിലെ തന്റെ രക്ഷിതാവുമായുള്ള രഹസ്യ സമാഗമത്തിലെ പ്രാർത്ഥനകളും അപേക്ഷകളും യാഥാർത്ഥ്യം. അദ്ദേഹം പറഞ്ഞതും ചെയ്തതുമെല്ലാം പുണ്യം. ആ രാത്രികളിൽ ഹൃദയം അലിഞ്ഞുള്ള അദ്ദേഹത്തിന്റെ പ്രാർത്ഥനകളിൽ ചിലത്. *അല്ലാഹുവേ, ജിബിരീൽ, മീഖാഈൽ ഇസ്റാഫീൻ എന്നീ മലക്കുകളുടെ നാഥാ, ആകാശഭൂമികളുടെ സൃഷ്ടാവേ, ദൃശ്യാദൃശ്യങ്ങളറിയുന്നവനേ, നിന്റെ ദാസൻമാർ പരസ്പരം ഭിന്നിച്ച വിഷയത്തിൽ അവർക്കിടയിൽ വിധി കൽപ്പിക്കുന്നത് നീയാണല്ലോ. ഏതൊരു സത്യത്തെ കുറിച്ച് ഭിന്നിപ്പുണ്ടായിരുന്നുവോ അതിലേക്ക് നിന്റെ സഹായത്തെ എനിക്ക് നീ വഴി കാണിക്കേണമേ, തീർച്ചയായും നീ ഉദ്ദേശിക്കുന്നവരെ നീ ചൊവ്വായ മാർഗ്ഗത്തിൽ ചേർക്കുന്നു.* (മുസ്ലിം, അഹമ്ദ് അബൂദാവൂദ്, തുർമുദി), ഹസ്രത്ത് അബ്ദുല്ലാ ഇബ്നു അബ്ബാസിൽ നിന്നു റിപ്പോർട്ട് ചെയ്ത വേറൊരു പ്രാർത്ഥന ഇപ്രകാരമാണ്. *അല്ലാഹുവേ സർവ്വ സ്തുതിയും നിനക്ക് മാത്രം. ആകാശഭൂമികളുടെയും അവയിലുള്ളവരുടെയും പ്രകാശം നീയത്രെ!,നിനക്ക് സർവ്വ സ്തുതിയും ആകാശഭൂമികളെയും അവയിലുള്ളവരെയും നിയന്ത്രിക്കുന്നവൻ നീയാണ്. നിനക്കാണ് സർവ്വ സ്തുതിയും. ആകാശഭൂമികളുടെയും അവയിലുള്ളവരുടെയും ആധിപത്യം നിനക്കാണ്. നിനക്കാണ് എല്ലാ സ്തുതിയും, നീയാണ് പരമസത്യം. നിന്റെ വാഗ്ദാനം സത്യമാണ്. നിന്നെ ദർശിക്കാൻ കഴിയും എന്നതും സത്യമാണ്. നിന്റെ വചനം സത്യമാണ്. സ്വർഗ്ഗവും നരകവും സത്യമാണ്. നബിമാർ സത്യമാണ് മുഹമ്മദ് നബിയും സത്യമാണ്. അന്ത്യനാളും സത്യമാണ്. അല്ലാഹുവേ, നിനക്ക് ഞാൻ കീഴ്പ്പെട്ടിരിക്കുന്നു. നിന്നിൽ ഞാൻ വിശ്വസി*

ച്ചിരിക്കുന്നു. നിന്നിൽ ഞാൻ ഭരമേൽപ്പിക്കുകയും നിന്നിലേക്ക് മടങ്ങുകയും ചെയ്തിരിക്കുന്നു. നിനക്ക് വേണ്ടി (നിന്റെ) പിൻബലത്തോട് കൂടി ഞാനിതാ എതിരാളികളോട് സംവദിച്ച് കൊണ്ടിരിക്കുന്നു. നിന്നെയാണ് ഞാൻ വിധി കർത്താവാക്കിയിരിക്കുന്നത്. അതിനാൽ എനിക്ക് ഞാൻ മുമ്പ് ചെയ്തുപോയതും പിന്നീട് ചെയ്തു പോയതും രഹസ്യമായി ചെയ്തതും പരസ്യമായി ചെയ്തതുമായ എല്ലാ പാപങ്ങളും പൊറുത്തു തരേണമേ, നീയാണ് മുന്തിക്കുന്നവൻ. നീയാണ് പിന്തിക്കുന്നവനും. നീയല്ലാതെ ഒരാരാധ്യനുമില്ല. അല്ലാഹുവിന്നല്ലാതെ ഒരു ശക്തിയുമില്ല. അവനിൽനിന്നല്ലാതെ ഒരു സഹായവുമില്ല.(ബുഖാരി, മുസ്ലിം).

മറ്റൊരു പ്രാർത്ഥന. ഋജുമാനസനും അനുസരണമുള്ളവനുമായികൊണ്ട് എന്റെ മുഖം ഞാനിതാ ആകാശ ഭൂമികളെ സൃഷ്ടിച്ചവന്റെ നേരെ തിരിച്ചിരിക്കുന്നു. ഞാൻ ബഹുദൈവ വിശ്വാസികളിൽപെട്ടവനല്ല. തീർച്ചയായും എന്റെ നമസ്ക്കാരവും, ബലിയും, ജീവിതവും, മരണവും സർവ്വലോക രക്ഷിതാവായ അല്ലാഹുവിന്ന് വേണ്ടിയുള്ളതാണ്. അവന്ന് ഒരു പങ്കുകാരനുമില്ല. അതാണ് എന്നോട് കല്പിക്കപ്പെട്ടിട്ടുള്ളത്. ഞാൻ മുസ്ലീമീങ്ങളിൽ പെട്ടവനാകുന്നു. അല്ലാഹുവേ.നീയാണ് രാജാവ്, നീയല്ലാതെ ആരാധ്യനില്ല. നീ എന്റെ നാഥനാണ്. ഞാൻ നിന്റെ ദാസനും അടിമയുമാണ്. ഞാൻ എന്റെ ദേഹത്തോട് അക്രമം പ്രവർത്തിക്കുകയും എന്റെ കുറ്റം ഞാനിതാ ഏറ്റ് പറയുകയും ചെയ്യുന്നു. അതിനാൽ എന്റെ എല്ലാ പാപങ്ങളും എനിക്ക് നീ പൊറത്ത് തരേണമേ! തീർച്ചയായും നീയല്ലാതെ പാപങ്ങൾ പൊറുക്കനാരുമില്ല, എന്നെ നീ സൽസ്വഭാവങ്ങളിലേക്ക് നയിക്കേണമേ! സൽസ്വഭാവങ്ങളിലേക്ക് നയിക്കാൻ മറ്റാരുമില്ല. ദു:സ്വഭാവങ്ങൾ എന്നിൽനിന്നും നീ തിരിച്ചു കളയേണമേ, ദുസ്വഭാവം തിരിച്ച് കളയുവാനും നീയല്ലാതെ മറ്റാരുമില്ല. നിന്റെ വിളിക്കുത്തരം ചെയ്യാൻ ഞാൻ സദാ സന്നദ്ധനാണ്. നന്മകൾ മുഴുവനും നിന്റെ കൈവശമാണ്. തിന്മകൾ നിന്നിലേക്ക് ചേർക്കപ്പെടുന്നതല്ല. ഞാൻ നിന്നെക്കൊണ്ട് നിലകൊള്ളുന്നവനും നിന്നിലേക്ക് മടങ്ങുന്നവനുമത്രെ! നീ സർവ്വഗുണ സമ്പൂർണ്ണനും അത്യുന്നതനുമാണ്. നിന്നോട് ഞാൻ മാപ്പിന്ന് അപേക്ഷിക്കയും നിന്നോട് പ

*ശ്വാത്തപിച്ച് മടങ്ങുകയും ചെയ്യുന്നു* (മുസ്ലിം, അഹ്മദ്, അബൂദാവൂദ്, തുർമുദി, നസാഇ)

രാത്രിയേറെ കഴിഞ്ഞുള്ള ഈ അപേക്ഷാ തേട്ടങ്ങൾക്ക് ആകാശത്തിലെ നക്ഷത്രങ്ങളും ഭൂമിയിലെ പർവ്വതനിരകളുമൊക്കെ നിത്യസാക്ഷികളാണല്ലോ. രാത്രിയുടെ ആറാം യാമം വരെയുള്ള തഹജ്ജൂദ് നമസ്ക്കാരത്തിന് വിത്ർ നമസ്ക്കരിക്കാനായി തന്റെ പ്രേയസിയെകൂടി വിളിച്ചുണർത്തും, ആയിശാ(റ)പറയുകയാണ്. വിത്റാകുമ്പോൾ (ഒറ്റ റക്അത്ത് )എന്നെ വിളിച്ചുണർത്തും. അപ്പോൾ തിരുമേനിയോടൊപ്പം ഞാൻ വിത്റ് നമസ്ക്കരിക്കുന്നു (ബുഖാരി)

റസൂലിന്റെ തഹജ്ജൂദിലെ പാരായണം തർത്തീലോടെ ആയിരിക്കും. കാരുണ്യത്തിന്റെ സ്പർശമുള്ള വചനങ്ങളിൽ കൂടിയാണ് പാരായണം കടന്ന് പോകുന്നതെങ്കിൽ തനിക്ക് ആ കാരുണ്യത്തിന് തേടിക്കൊണ്ടും ശിക്ഷയുടെ കാര്യം സ്പർശിച്ചു കൊണ്ടുള്ള ആയത്തുകളാണെങ്കിൽ അത്തരം വിഷയങ്ങളിൽ ശരണത്തിന് പ്രാർത്ഥിച്ചുകൊണ്ടും തസ്ബീഹിന്റെ വചനങ്ങളാണെങ്കിൽ അല്ലാഹുവിനെ മഹത്വപ്പെടുത്തീട്ടുമല്ലാതെ പ്രവാചകൻ മുന്നോട്ട് പാരായണം നടത്തുകയില്ല. (മുസ്ലിം അഹ്മദ് ഇബ്നുമാജ, നസാഇ) റകഅത്തിന്റെ എണ്ണത്തേക്കാൾ അതിന്റെ വണ്ണത്തിനും വർണ്ണത്തിനുമായിരുന്നു നബി പ്രാധാന്യം നല്കിയിരുന്നത്. റകഅത്തിന്റെ ദൈർഘ്യം വളരെ നീളുന്നതായിരിക്കും. ഹ.ഇബ്നു മസൂഊദ് പറയുന്നു. ഒരിക്കൽ നബിയോടൊത്ത് ഖിയാമു ലൈലിക്ക് ഞാൻ ഒപ്പം കൂടി. നമസ്ക്കാരം ദീർഘ ദീർഘമായി കൊണ്ടിരുന്നപ്പോൾ എന്റെ മനസ്സിലൊരു ദുഷ്ട ചിന്തയുണ്ടായി. എന്തായിരുന്നു താങ്കളപ്പോൾ ഉദ്ദേശിച്ചതെന്ന് അദ്ദേഹത്തോട് ചോദിച്ചപ്പോൾ അദ്ദേഹം പറഞ്ഞതിങ്ങനെ. ഇരിക്കാനൊരുങ്ങുകയും നമസ്ക്കാരത്തിൽ നിന്ന് ഒഴിവാകാനും കരുതി(ബുഖാരി, മുസ്ലിം, അഹ്മദ്)

പ്രവാചകൻ തന്റെ വഫാത്തി(വിയോഗം)ന് കുറച്ച് മുമ്പ് ആരോഗ്യം പറ്റെ ശോഷിച്ചപ്പോഴും സംഘ നമസ്ക്കാരം ഒഴിവാക്കാതിരിക്കാനും അതിൽ പങ്ക് കൊള്ളാനും രണ്ട് അനുചരന്മാരുടെ

സഹായത്തോടെ പള്ളിയിലെത്തി. മരണം തൊട്ടടുത്ത് നിൽക്കുമ്പോഴും ജമാഅത്ത് നമസ്ക്കാരത്തിന് പങ്കെടുക്കാൻ മൂന്ന് വട്ടം എഴുന്നേൽക്കാൻ ശ്രമിച്ചു. നന്നെ അവശനായിരുന്ന അദ്ദേഹം ഓരോ തവണയും ബോധരഹിതനായി വീഴുകയായിരുന്നു.

അദ്ദേഹത്തിന്റെ ദീർഘമേറിയ രാത്രി നമസ്ക്കാരം പതിനൊന്ന് റകഅത്തിൽ ഒരിക്കലും അധികരിച്ചിരുന്നില്ല. അതിലെ റൂകുഉകളും സുജൂദുകളുമൊക്കെ സമയക്രമത്തിൽ നിർത്തുന്നതിന്ന് സമമായിരുന്നു.(ബുഖാരി,മുസ്ലിം,അഹ്മദ്,ഇബ്നുമാജ, ഇബ്നുഖുസൈമ, അബൂദാവൂദ്, തുർമുദി,നസാഇ, ഇബ്ന്നു ഹിബ്ബാൻ ബൈഹഖി ഫത്ഹുൽബാരി)

റുകൂഇൽ ഇപ്രകാരം പ്രാർത്ഥിക്കാറുണ്ട്. അല്ലാഹുവേ നിനക്ക് വേണ്ടി ഞാൻ റുകൂഅ് ചെയ്തിരിക്കുന്നു. നിന്നിൽ വിശ്വസിക്കുകയും നിനക്ക് ഞാൻ കീഴ്പെടുകയും ചെയ്തിരിക്കുന്നു. എന്റെ കേൾവിയും കാഴ്ചയും മസ്തിഷ്ക്കവും മാംസവും മജ്ജയും മറ്റെല്ലാ ഞരമ്പുകളും എന്റെ പാദങ്ങൾ നിലകൊള്ളുന്നതുമെല്ലാം ലോക രക്ഷിതാവായ അല്ലാഹുവിന്ന് കീഴ്പ്പെട്ടിരിക്കുന്നു. മഹത്വവും മേന്മയും രാജാധികാരങ്ങളും സർവ്വാധിപത്യമുള്ള അല്ലാഹുവിനെ ഞാൻ പ്രകീർത്തിക്കയും ചെയ്യുന്നു. മലക്കുകളുടെയും റൂഹിന്റെയും(ജിബ്‌രീൽ)രക്ഷിതാവായ അല്ലാഹുവിനെ ഏറെ പ്രകീർത്തിക്കയും വളരെയധികം വാഴ്ത്തുകയും ചെയ്യുന്നു. (മുസ്ലിം, അബൂദാവൂദ്, അഹ്മദ് നസാഇ) ഖിയാമുല്ലൈലിയിൽ സുജൂദിലും റസൂൽ ധാരാളം പ്രാർത്ഥിക്കുന്നു. അദ്ദേഹം സഹാബികളെ ഇങ്ങനെ ഓർമ്മപ്പെടുത്താറുണ്ട്. സുജൂദിലായിരിക്കെയാണ് ഒരു ദാസൻ തന്റെ രക്ഷിതാവിനോട് ഏറ്റവും അടുത്തിട്ടുള്ളത്. അത് കൊണ്ട് നിങ്ങളതിൽ പ്രാർത്ഥന വർദ്ധിപ്പിക്കുക. (മുസ്ലിം, അഹമദ്, അബൂ ദാവൂദ്, നസാഇ,ത്വബ്റാനി,ബൈഹഖി)

സുജൂദിൽ തിരുമേനി പറയുന്ന പ്രാർത്ഥനകൾ ചിലത് *അല്ലാഹുവേ,നിനക്കാണ് ഞാൻ സാഷ്ടാംഗം ചെയ്തിട്ടുള്ളത്. നിന്നിലാണ് ഞാൻ വിശ്വസിച്ചിട്ടുള്ളത്. നിനക്കാണ് സകലം ഞാൻ സമർപ്പിച്ചിട്ടുള്ളത്. നീയാണ് എന്റെ രക്ഷിതാവ്. എന്റെ മുഖം അതിനെ*

*സൃഷ്ടിക്കുകയും രൂപപ്പെടുത്തുകയും അതിന്ന് കണ്ണും കാതും കീറുകയും ചെയ്തവന്ന് സുജൂദ് ചെയ്തിരിക്കുന്നു. അല്ലാഹു ഏറ്റവും നല്ല സ്രഷ്ടാവാണ്. അവൻ ഏറെ അനുഗ്രഹീതനുമാണ്.*

അല്ലാഹുവേ,എന്റെ പാപം മുഴുവൻ നീ പൊറുത്ത് തരേണമേ, അതിലെ ഗുരുതരമായതും, നിസ്സാരമായതും പരസ്യമായതും സൂക്ഷ്മവും പ്രകടവുമെല്ലാം അല്ലാഹുവേ, നിന്റെ തൃപ്തി കൊണ്ട്, നിന്റെ കോപത്തിൽ നിന്ന് രക്ഷതേടുന്നു. നിന്റെ മാപ്പ് കൊണ്ട് നിന്റെ ശിക്ഷയിൽ നിന്ന് രക്ഷതേടുന്നു. നീ നിന്നെ സ്തുതിച്ചത് പോ ലെ കണക്കില്ലാതെ ഞാൻ നിന്നെ സ്തുതിക്കയും ചെയ്യുന്നു. മലക്കുകളുടേയും റൂഹിന്റെയും (ജിബ്രീൽ) രക്ഷിതാവായ അല്ലാഹുവിനെ പരിശുദ്ധപ്പെടുത്തുകയും മഹത്വപ്പെടുത്തുകയും ചെയ്യുന്നു.(മുസ്ലിം, അഹമ്മദ്, അബൂദാവൂദ് തുർമുദി, ഇബ്ന്നുമാജ). മൂന്ന് റകഅത്തുകളിലായാണ് തിരുമേനി വിത്റ് നമസ്ക്കരിക്കാറ്. ഒന്നാമത്തെ റകഅത്തിൽ സൂറത്തുൽ അഅ്ലയും (സബ്ബിഹിസ്മ റബ്ബികൽ അഅ്ലാ) രണ്ടാമത്തെ റകഅത്തിൽ അൽകാഫിറൂനും (കുൽ യാ അയ്യുഹൽ...) മൂന്നാമത്തെ റകഅത്തിൽ സൂറത്തുൽ ഇഖ്ലാസും (കുൽ ഹുവല്ലാഹു അഹദ്) എല്ലാത്തിലും ഫാത്തിഹക്ക് ശേഷമായിരുന്നു നബി പരായണം ചെയ്യാറുണ്ടായിരുന്നത്. ചിലപ്പോൾ മൂന്നാമത്തെ റകഅത്തിൽ സൂറത്തുൽ ഇഖ്ലാസിന്റെ കൂടെ മുഅവ്വദ തൈനിയും ഉൾപ്പെടുത്തിയിരുന്നു.(അഹ്മദ്, അബൂദാവൂദ്, തുർമുദി, ഇബ്ന്നുമാജ)

വിത്റു നമസ്ക്കാരം അവസാനിച്ചാൽ സുബുഹാന, അൽമലക്കിൽ ഖുദുസ്സ് എന്ന് മൂന്ന് തവണ തിരുമേനി പറഞ്ഞിരുന്നു. അവസാന തവണ നീട്ടിയും ഉച്ചത്തിലുമായിരുന്നു പറഞ്ഞിരുന്നത്. (അഹമ്മദ്, നസാഇ, ബൈഹഖി)

ഒരു മുറി മാത്രമുള്ള ഒരു കൂരയിലായിരുന്നുവല്ലോ തിരുമേനി തന്റെ പ്രിയപ്പെട്ട ആയിശയോടൊപ്പം താമസിച്ചിരുന്നത്. സ്ഥലത്തിന്റെ കുറവ് മൂലം ചിലപ്പോൾ ഭാര്യയുടെ വിരിപ്പിലായിരിക്കും നബിയുടെ സുജൂദ്, ആ കാലത്ത് വീടുകളിൽ വിളക്കുകളും വിരളമായിരുന്നു. വിലങ്ങനെ കിടക്കുന്ന ആയിശയുടെ കാലുകൾ സുജൂദി

ൽ പോകുമ്പോൾ നബി നീക്കിവെക്കും. അത്രയും കുടുസ്സായ മുറിയിലുള്ള തന്റെ നമസ്ക്കാരം അയിശക്ക് ബുദ്ധിമുട്ടുണ്ടാക്കുമോ എന്ന് ശങ്കിച്ച് പള്ളിയിൽ വെച്ചാകും ചിലപ്പോൾ രാത്രി നമസ്ക്കാരം. ഒരിക്കൽ രാത്രി സമയത്ത് വിരിപ്പിൽ നബിയെ തപ്പിയപ്പോൾ കാണ്മാനില്ല. ഞാനദ്ദേഹത്തെ തിരഞ്ഞപ്പോൾ അദ്ദേഹത്തിന്റെ പാദഭാഗം എന്റെ കയ്യിൽ തടഞ്ഞു. അദ്ദേഹത്തിന്റെ കാല് പള്ളിയിലേക്ക് തിരിച്ചായിരുന്നു ഉണ്ടായിരുന്നത്. അദ്ദേഹം ഇങ്ങിനെ പ്രാർത്ഥിക്കുന്നത് ഞാൻ കേട്ടു. *അല്ലാഹുവേ! നിന്റെ തൃപ്തി കൊണ്ട് ഞാൻ നിന്റെ കോപത്തിൽ നിന്ന് രക്ഷതേടുന്നു. നിന്റെ മാപ്പ് കൊണ്ട് നിന്റെ ശിക്ഷയിൽ നിന്നും രക്ഷതേടുന്നു. നിന്നിൽ നിന്നും ഞാൻ നിന്നോട് രക്ഷ തേടുന്നു. നീ നിന്നെ പ്രശംസിച്ചത് പോലെ കണക്കില്ലാതെ ഞാൻ നിന്നെ സ്തുതിക്കയും ചെയ്യുന്നു.* (മുസ്ലിം -മുവത്വം ഇമാം മാലിക്ക്.അഹമ്മദ് അബൂദാവൂദ്, നസാഇ, ഇബ്നുമാജ) മുതലായവർ ഉമ്മുൽ മുഅ്മിനീൻ ഹസ്രത്ത് ആയിശയിൽ നിന്ന് ഉദ്ധരിച്ചത്.

# രാത്രിയുടെ നിശബ്ദതയിൽ

ഒരിക്കൽ തഹ്ജുദിന്റെ സമയവും രാത്രിയുടെ അന്ത്യയാമവും കഴിഞ്ഞപ്പോൾ തന്റെ പുത്രി ഫാത്തിമയുടെ വീട്ടിലെത്തി റസൂൽ അവരെ തട്ടിയുണർത്തി പറയുന്നു. അല്ല! നിങ്ങൾ രണ്ടുപേരും എഴുന്നേറ്റ് നമസ്ക്കരിക്കുന്നില്ലയോ. അപ്പോൾ(ജാമാതാവ്) ഹസ്രത്ത് അലി മറുപടിയായി പ്രതികരിച്ചതിങ്ങനെ. തിരു ദൂതരെ, ഞങ്ങൾക്ക് നിർബന്ധമായിട്ടുള്ളതല്ലാതെ ഞങ്ങൾ നമസ് ക്കരിക്കുന്നില്ല. ഞങ്ങളുടെ ആത്മാക്കൾ അല്ലാഹുവിന്റെ കൈകളി ലാകുന്നു. അവൻ ഉദ്ദേശിച്ചാൽ ഞങ്ങളെ എഴുന്നേൽപ്പിക്കും. അങ്ങ നെ പറഞ്ഞപ്പോൾ റസൂൽ സ്ഥലം വിട്ടു. ഞങ്ങളോട് തിരിച്ചൊന്നും പറഞ്ഞില്ല. പിന്തിരിഞ്ഞ് പോകുമ്പോൾ റസൂൽ തന്റെ തുടയിൽ അടിച്ച് കൊണ്ട് ഇങ്ങനെ പറയുന്നത് ഞാൻ കേട്ടു. ഖുർആനിലെ ഒരു ആയത്തിന്റെ വാൽകഷണം. മനുഷ്യൻ അത്യധികം താർക്കി കനായിരിക്കുന്നു. ഖുർആൻ 18/54.(ബുഖാരി, മുസ്ലിം, അഹ്മദ്)

തിരുമേനി തന്റെ ജീവിതാന്ത്യകാലത്ത് രാത്രിയിൽ ബഖിഅ് എന്ന ശ്മശാനത്തിലേക്ക് പോകുമായിരുന്നു. ശ്മശാനത്തിൽ അന്ത്യനിദ്ര കൊള്ളുന്നവർക്ക് വേണ്ടി പ്രാർത്ഥിക്കയും അവർക്കൊ ക്കെ സലാം ചൊല്ലുകയും ചെയ്യും.

ആ വിഷയം തിരുമേനിയുടെ സഹധർമ്മിണി ആയിശ പറയുന്നതിങ്ങനെ. എന്റെ കൂടെയുള്ള ഒരു ദിവസം രാത്രി വളരെ കഴിഞ്ഞശേഷം തന്റെ തട്ടമെടുക്കുകയും രണ്ട് ചെരിപ്പുകളുമെടുത്ത് അത് ഊരി തന്റെ കാലിന്റ ഭാഗത്ത് വെയ്ക്കുകയും ചെയ്തു. ശേഷം തന്റെ ഉടുതുണിയുടെ ഒരറ്റം വിരിപ്പിൽ വിരിച്ചുകിടന്നു.

ഞാൻ ഉറങ്ങി എന്ന് അദ്ദേഹം കരുതിയ നേരത്ത് വളരെ സാവധാനത്തിൽ തന്റെ മുണ്ട് എടുക്കുകയും വളരെ പതുക്കെ ചെരുപ്പെടുത്ത് ധരിക്കുകയും ചെയ്തു. വാതിൽ തുറന്നു പുറത്ത് കടന്നതിനുശേഷം വാതിൽ ഏറ്റവും പതുക്കെ അടച്ചു. ഞാനെന്റെ മേലങ്കി ശിരസ്സിലണിഞ്ഞു. മുഖമക്കനയും വസ്ത്രവും ധരിച്ചു. പതുക്കെ എഴുന്നേറ്റു. അദ്ദേഹത്തിന്റെ കാലടികൾ പിന്തുടർന്നു. അങ്ങനെ അദ്ദേഹം ബഖീഅ് ശ്മശാനത്തിലാണ് എത്തിയത്. സുദീർഘമായ നിറുത്തമായിരുന്നു. നബി അവിടെ കുറെ നേരം പ്രാർത്ഥനാ നിരതനായി നിലകൊണ്ടു. മൂന്ന് പ്രാവശ്യമായിട്ട് തന്റെ ഇരുകരങ്ങളും ഉയർത്തി പ്രാർത്ഥിച്ചു. കുറച്ച് കഴിഞ്ഞു അവിടെനിന്നും പിരിഞ്ഞു.

റസൂൽ പിന്നീട് ധൃതിപെട്ടു നടന്നു. ഞാനും(അദ്ദേഹം അറിയാതെ)അത് പോലെ നടന്നു. പിന്നീട് റസൂൽ ഓടി. അദ്ദേഹത്തിന്റെ മുന്നിൽ ഞാൻ വേഗത്തിൽ വന്ന് വീട്ടിൽ പ്രവേശിച്ചു, ഇല്ല, ഞാൻ കിടക്കുമ്പോഴേക്കും അദ്ദേഹവും വീട്ടിൽ എത്തിച്ചേർന്നു. എന്തൊക്കെയുണ്ട് ആയിഷ.. എന്തു പറ്റി നിനക്ക് മനക്ലേശവും ആത്മസംഘട്ടനവും ഉള്ളതുപോലെ.? ഞാൻ പറഞ്ഞു. ഒന്നുമില്ലെന്ന്, അപ്പോൾ അദ്ദേഹം പറയുകയാണ്, നീ അത് വെളിപ്പെടുത്തുകയോ, അല്ലെങ്കിൽ എല്ലാം അറിയുന്നവൻ എനിക്ക് വെളിപ്പെടുത്തിതരികയോ ചെയ്യും. അപ്പോൾ കാര്യങ്ങൾ വിശദമായി ബോധിപ്പിച്ചു. അപ്പോൾ അദ്ദേഹം പറഞ്ഞു. എന്റെ മുമ്പിലായി ഒരു കറുത്ത സത്വം ഞാൻ കണ്ടിരുന്നത് നീ ആയിരുന്നല്ലേ, ഞാൻ പറഞ്ഞു അതെ. അപ്പോൾ റസൂൽ എന്റെ മാറിടത്തിൽ എനിക്ക് വേദനിക്കുമാറ് എന്നെ തള്ളീട്ടു റസൂൽ പറഞ്ഞു. അല്ലാഹുവും പ്രവാചകനും നിന്നോട് അക്രമം പ്രവർത്തിക്കുമെന്ന് നീ കരുതിയോ?. അപ്പോൾ ഞാൻ മറുപടി പറഞ്ഞു. ജനങ്ങൾ എന്ത് രഹസ്യമാക്കിയാലും അല്ലാഹുവിനതറിയുന്നതാണല്ലോ, നബി പറയുകയാണ്. അതെ നീ എന്നെ കാണുമ്പോൾ ജിബിരിൽ എന്റെ അടുത്ത് വന്ന് വിളിച്ചു. നിന്നെ ഒളിപ്പിച്ചു, നീയറിയാതെ ഞാനിന്നതിന് ഉത്തരമേകി.. ജിബിരീൽ അങ്ങോട്ട് പ്രവേശിക്കുമായിരുന്നില്ല. നീ അപ്പോൾ ശയ്യാവേഷത്തിലായിരുന്നല്ലോ. നിന്നെ വിളിച്ച് ഉണർത്തുന്നത് നിന്റെ നിദ്രക്ക് ഭംഗം വരുത്തുമെന്ന് കരുതി. നീ ഒറ്റക്കാകുമോ ഇവിടെ

എന്നൊരു നൊമ്പരവും എനിക്കുണ്ടായിരുന്നു. നിന്റെ രക്ഷിതാവായ അല്ലാഹു ബഖിഇലെ ഖബറാളികൾക്ക് വേണ്ടി പാപമോചനത്തിന് അപേക്ഷിക്കാൻ എനിക്ക് നിർദേശം നൽകി. അപ്പോൾ ഹസ്രത്ത് ആയിശ റസൂലിനോട് ചോദിച്ചു?. എങ്ങിനെയാണ് ദൂതരെ അവർക്ക് വേണ്ടി പാപമോചനം നടത്തേണ്ടത്. തിരുമേനി പറഞ്ഞു. *നീ പറഞ്ഞോളൂ, മുഅ്മിനുകളും മുസ്ലീമുകളുമായി (മരിച്ച്) ശ്മശാനത്തിലുള്ളവരെ! അല്ലാഹുവിന്റെ രക്ഷയും സമാധാനവും. (സലാം)നിങ്ങൾക്കുണ്ടാവട്ടെ. നമ്മളിൽ നിന്ന് മുൻകൂട്ടി മറഞ്ഞു പോയവർക്കും പിന്നിൽ വരുന്നവർക്കുമൊക്കെ അല്ലാഹു കരുണാകടാക്ഷങ്ങൾ വർദ്ധിപ്പിക്കട്ടെ. ഞങ്ങളും അല്ലാഹു ഉദ്ദേശിക്കുമ്പോൾ നിങ്ങളോടൊപ്പം വന്ന് ചേരേണ്ടവരാകുന്നു.* പിന്നീട് എല്ലാ പാതി രാത്രികൾക്ക് ശേഷവും ബഖിഇൽ പോയി തിരുമേനി ഇങ്ങനെയും പ്രാർത്ഥിക്കുന്നു. *സത്യവിശ്വാസികളിൽ അന്ത്യവിശ്രമം കൊള്ളുന്നവരെ അല്ലാഹുവിന്റെ രക്ഷയും സമാധാനവും നിങ്ങളിലുണ്ടാവട്ടെ. നിങ്ങൾക്ക് വാഗ്ദാനം നൽകപ്പെട്ടത് വന്നുകഴിഞ്ഞു. നാളെ ഞങ്ങളുടെ അവസരമാണ്. ഞങ്ങളും അല്ലാഹു ഉദ്ദേശിക്കുമ്പോൾ അവിടെ വന്ന് ചേരേണ്ടവരാണ്. അല്ലാഹുവേ, ബഖിഇൽ ഖർഖദിലെ ആളുകൾക്ക് നീ പാപമോചനം നല്കേണമേ.* (മുസ്ലീം, അബൂ ദാവൂദ്)

ഇസ്ലാമിക വിജയവും,അറേബ്യക്കുണ്ടാക്കിയ നേട്ടങ്ങളും, സത്യ ദീനിന്റെ സ്വാതന്ത്ര്യ പ്രവർത്തനവും, അല്ലാഹു റസൂലിനും സ്വഹാബത്തിനും നല്കിയ വമ്പിച്ച നേട്ടങ്ങളും, അത് മൂലമുള്ള പരിവർത്തനങ്ങളും കൺകുളിർക്കെ കാണാനും ഹൃദയംഗമമായി അനുഭവിക്കാനും ആസ്വദിക്കാനും കഴിയാതെ അതിന്ന് മുമ്പ് മൺമറഞ്ഞു പോയ അനുചരൻമാരോടുള്ള സഹാനുഭൂതിയും അവരോടുള്ള ആത്മാർത്ഥമായ കടപ്പാടുകളും സ്നേഹമാർന്ന വികാരങ്ങളുമാണ് തിരുമേനിയിൽ നിന്ന് ഇപ്പോൾ ദർശിക്കപ്പെടുന്നത്. ഏറെക്കുറെ തന്റെ ദൗത്യത്തിന്റെയും വേർപാടിന്റെയും അവസാനമായെന്ന് ഒരു സൂചനയും കൂടി ഇതിലുണ്ട്.

ഏവരും സുഖസുഷുപ്തിയിൽ ലയിച്ച് കൊണ്ടിരിക്കുമ്പോൾ

ആ സ്നേഹമയി റസൂൽ ദുനിയാവിൽവെച്ച് ഒന്നും നേടിയിട്ടില്ലാത്ത തന്റെ അനുചരൻമാരോടുള്ള നിസ്സീമമായ പ്രാർത്ഥനാ നിർഭരമായ മനസ്സ് അതെത്ര ശ്ളാഘനീയം. തന്റെ പ്രചോദനത്തിന്റെയും പ്രവാചക നിയോഗത്തിന്റെയും പര്യവസാനമായെന്നും ദുനിയാവിൽ നിന്ന് തന്റെ ഉന്നതമായ രക്ഷിതാവിന്റെ അടുക്കലേക്ക് യാത്രയാകാനുള്ള അവസരത്തിന്റെ നാന്ദിയായിരുന്നു ഇതൊക്കെയെന്നും നബി മനസ്സിലാക്കുന്നു.

വിവിധ ദേശങ്ങളിൽ നിന്നുള്ള നിവേദക സംഘങ്ങളുടെ ആധിക്യമോ, അറേബ്യ തന്റെ കരങ്ങൾക്കുള്ളിൽ അമർന്ന ശേഷമുള്ള രാജ്യഭാരത്തിന്റെ തിരക്കോ, അനുദിനം വർദ്ധിച്ചുകൊണ്ടിരിക്കുന്ന ഇസ്ലാമിക വികാസ വിശാലതയുടെ ആധിക്യമോ തന്റെ ഉറ്റവരും ഉടയവരുമായ തങ്ങളിൽനിന്ന് വേർപ്പിരിഞ്ഞുപോയ ത്യാഗീവര്യരായ സഹാക്കളുടെ ഖബറുകൾ സന്ദർശിക്കാനും അവർക്കായി മോക്ഷപ്രാർത്ഥന നടത്താനും തിരുമേനിയുടെ ആർദ്രമനസ്സിനു കഴിഞ്ഞു. അദ്ദേഹമാണ് ലോകത്തിന്റെ തിരുദൂതർ.

മരിച്ചവരോടും ജീവിച്ചു കൊണ്ടിരിക്കുന്നവരോടും മൂകഭാഷയിൽ വിട ചോദിക്കുന്ന പ്രവാചകൻ, തന്റെ സർവ്വശക്തനും കരുണാനിധിയുമായ അല്ലാഹുവിന്റെ പരമോന്നതവും ഉദാത്തവുമായ ലോകത്ത് എത്തിച്ചേരാനുള്ള ഉൽക്കടമായ അഭിനിവേശത്തിലാണ്.

മനുഷ്യരോട് മുഴുവനായും മുസ്ലീംകളോട് പ്രത്യേകിച്ചും മുഹമ്മദ് നബിക്കുള്ള സ്നേഹത്തെ വിവരിക്കുന്ന ഖുർആനിക സൂക്തം 9/128 ൽ കാണാം. *തീർച്ചയായും നിങ്ങൾക്കിതാ നിങ്ങളിൽ നിന്നുതന്നെയുള്ള ഒരു ദൈവദൂദൻ വന്നിരിക്കുന്നു. നിങ്ങൾ കഷ്ടപ്പെടുന്നത് അസഹ്യമായി അനുഭവപ്പെടുന്നവനും നിങ്ങളുടെ കാര്യത്തിൽ അതീവ തത്പരനുമാണ്. അദ്ദേഹം. സത്യവിശ്വാസികളോട് ഏറെ കൃപയും കാരുണ്യമുള്ളവനുമത്രെ!*

ഖുർആൻ പറയുന്ന കാര്യങ്ങളുടെ തനിയാവർത്തനമായിരുന്നു അദ്ദേഹത്തിന്റെ ജീവിതം. തന്റെ കൂടെ ഒമ്പതു വർഷം ഒരു നിഴലായ് ജീവിച്ച തന്റെ പ്രിയസഖിയും പ്രേയസിയുമായ ആയിഷ പറയുന്നു. അദ്ദേഹം (റസൂൽ ) ഒരിക്കലും ആരെ കുറിച്ചും മോശം

പറഞ്ഞിട്ടില്ല. തിന്മയെ തിന്മകൊണ്ട് തടുക്കുന്നതിനു പകരം അദ്ദേഹം തന്നോട് തെറ്റ് ചെയ്തവർക്ക് മാപ്പ് നൽകുകയായിരുന്നു. അനീതിയിൽ നിന്ന് അദ്ദേഹം വിട്ടുനിന്നു. അദ്ദേഹം പ്രതികാരം ആഗ്രഹിച്ചില്ല. വേലക്കാരിയേയോ,അടിമയേയോ,മിണ്ടാപ്രാണികളെയോ പോലും അദ്ദേഹം ഉപദ്രവിച്ചിട്ടില്ല. ഏത് അഭ്യർത്ഥനകൾക്കും എപ്പോഴും ചെവികൊടുക്കും. അത് ആരിൽ നിന്നുമാകട്ടെ. (അഹമ്മദ് അബൂദാവൂദ്, തുർമുദി).

മനുഷ്യന് ഈ ലോകത്ത് ജീവിക്കാൻ ഒരു വഴിയാത്രക്കാരൻ അത്യാവശ്യ ചിലവുകൾക്ക് വേണ്ടി കരുതുന്ന പണം മതിയെന്ന് പ്രവാചകൻ പലവട്ടം പറയുകയും ഉണർത്തുകയും ചെയ്തിട്ടുണ്ട്. മറ്റുള്ളവരെ ഉദ്ദേശിച്ച് മാത്രമല്ല ഈ ഉപദേശം. അദ്ദേഹം കിടന്നിരുന്ന പായയുടെ പരുക്കൻ അടയാളങ്ങൾ അദ്ദേഹത്തിന്റെ ദേഹത്ത് കണ്ട് വിഷമം തോന്നിയ ചില അനുയായികൾ ഞങ്ങൾ മൃദുലമായ കിടക്ക തരാമെന്ന് പറഞ്ഞപ്പോൾ അദ്ദേഹത്തിന്റെ മറുപടി ഇപ്രകാരമായിരുന്നു. *ഈ ലോകവും ഞാനും തമ്മിൽ എന്തു ബന്ധം? ഒരു യാത്രക്കാരൻ വഴിയരികിലെ ഒരു മരത്തണലിൽ വിശ്രമിക്കുന്നതിന് തുല്യമായതിനുമേൽ മാത്രമേ എനിക്കു അവകാ ശമുള്ളൂ. അവരുടെ അപേക്ഷ നബി (സ്നേഹപൂർവ്വം) നിരസിച്ചു.* (അഹമ്മദ്, തുർമുദി, ഇബ്നു മാജ)

ഏത് മനുഷ്യനെയും സ്വാധീനിക്കുന്ന അത്യുന്നതമായ സാത്വിക വിശുദ്ധിയുള്ള തിരുമേനിയുടെ ജീവിതം മാനവികതയുടെ സമ്പൂർണ്ണ മാതൃക മാത്രമായിരുന്നു. ആ പരിപാവനത്വവും നിഷ്കളങ്കതയും ഹൃദയങ്ങളെ ഹഠാദാകർഷിക്കുകയും മനുഷ്യനെ വിനയാന്വിതനാക്കുകയും ചെയ്തു. റസൂൽ അരുളിയതായി അടുത്ത അനുയായി ഹസ്രത്ത് അബുഹുറൈ പറയുന്നു. *അനുഗ്രഹമുടയവനും ഉന്നതനുമായ അല്ലാഹു എല്ലാ രാത്രിയും അതിന്റെ ഒടുവിലത്തെ മൂന്നിലൊരുഭാഗം ശേഷിക്കുന്ന സമയത്ത് ഏറ്റവും സമീപ (ഒന്നാം)വാനത്തേക്ക് ഇറങ്ങിവരുന്നു. എന്നിട്ട് അല്ലാഹു ചോദിക്കുന്നത്. എന്നെ വിളിച്ച് പ്രാർത്ഥിക്കാനാരുണ്ട്? ഞാനവന്ന് ഉത്തരം ചെയ്യാം. എന്നോട് ചോദിക്കാനാരുണ്ട്, ഞാൻ വന്നുനൽകാം.*

*എന്നോട് പാപമോചനത്തിന് പ്രാർത്ഥിക്കാനാരുണ്ട്. ഞാനവന്ന് പൊറുത്തു കൊടുക്കാം.* (ബുഖാരി മുസ്ലീം)

രാത്രിയുടെ ആറിൽ ഒരുഭാഗം ബാക്കിയാകുമ്പോൾ തിരുമേനി അൽപ്പം കൂടി നിദ്രയിലേക്ക് നീങ്ങുന്നു. ഫജ്ർ നമസ്കാരവും വരാൻ പോകുന്ന പകലിലെ മറ്റ് ഉത്തരവാദിത്വങ്ങളും ഉന്മേഷത്തോടും സജീവമായും നിർവ്വഹിക്കുന്നതുകൊണ്ട് ഇത് അനിവാര്യവും അത്യാവശ്യവുമാണ്. കവിയായ അഹ്ദുല്ലാ ബിൻ റവാഹ: തിരുമേനിയെ പുരസ്കരിച്ച് പാടിയ ചില വരികളുണ്ട്. *ഞങ്ങളിൽ ദൈവദൂതനുണ്ട്. പ്രഭാതം പൊട്ടിവിടരുമ്പോൾ അദ്ദേഹം അല്ലാഹുവിന്റെ ഗ്രന്ഥം പാരായണം ചെയ്യുന്നു. അന്ധതക്കുശേഷം അദ്ദഹം നമുക്ക് നേർമാർഗ്ഗം കാട്ടിതന്നു. അദ്ദേഹം പറഞ്ഞതെല്ലാം സംഭവിക്കുമെന്ന് ഇപ്പോൾ ഞങ്ങളുടെ ഹൃദയങ്ങൾക്ക് നല്ല ഉറപ്പുണ്ട്. വിരിപ്പിൽ നിന്നും തന്റെ ശരീരത്തെ അകറ്റിക്കൊണ്ടാണ് അദ്ദേഹം രാത്രിസമയം കഴിച്ചുകൂട്ടുന്നത്. ബഹുദൈവ വിശ്വാസികളെ കൊണ്ട് അവരുടെ ശയ്യകൾക്ക് ഭാരമനുഭവപ്പെടുമ്പോഴായിരിക്കും അത്* (ബുഖാരി, മുസ്ലീം).

പ്രവാചകനിലൂടെ ലോകത്തിന് സംഭവിച്ച മാറ്റങ്ങളും പരിവർത്തനങ്ങളും വിസ്മയകരവും വിവരണാതീതവുമാണ്. ഒരു ദൈവനിയോഗിയിൽ നിന്നല്ലാതെ ഇത്തരമൊരു ഉത്തമ സംസ്കാരവും മാനവിക പദ്ധതികളും, സംശുദ്ധ സംസ്കരണവും ലഭിക്കുകയില്ല തന്നെ. അങ്ങനെ ലഭിച്ചിട്ടുമില്ല. തിരുമേനിയുടെ തുറന്ന ജീവിതം ആർക്കും പരിശോധിക്കാവുന്നതും പഠനവിധേയമാക്കാവുന്നതുമാണ്. എല്ലാ ഭാഷകളിലും അനുകൂലികളും പ്രതികൂലികളും അദ്ദേഹത്തെ അധികരിച്ച് ഗ്രന്ഥരചനകളും തൂലികാചർച്ചകളും നടത്തീട്ടുണ്ട്.

മുന്തിയ വിശ്വാസയോഗ്യന്മാരും സത്യസന്ധരും ത്യാഗമൂർത്തികളുമായ ഉൽകൃഷ്ട പണ്ഡിതൻമാരുടേയും ചരിത്രകാരന്മാരുടേയും സാക്ഷിത്വത്തിലും മേൽനോട്ടത്തിലും രേഖപ്പെടുത്തപ്പെട്ട സത്യസബന്ധമായ ചരിത്രം മുഹമ്മദ് നബിക്കല്ലാതെ മറ്റാർക്കാണുള്ളത്!.

തിരുമേനിയെ സ്നേഹിക്കുന്നവർ തങ്ങളുടെ മാതാപിതാക്കളെയും സന്താനങ്ങളെയും സ്നേഹിക്കുന്നതിനേക്കാളും, അറിയുന്നതിനേക്കാളും, നബിയെ സ്നേഹിക്കുകയും അറിയുകയും ചെയ്യുന്നു. തിരുമേനിയുടെ ജീവിതത്തിലൂടെ ഒരു ഓട്ടപ്രദക്ഷിണം നടത്തി ഊളിയിടുമ്പോൾ തിരുമേനിയെ ഏറ്റവും അധികം സ്വാധീനിച്ചിരുന്നത് അല്ലാഹുവിനോടുള്ള ഭക്തിപുരസ്സരവും ആത്മാർത്ഥപൂർവ്വവും നിർവ്വഹിക്കുന്ന നമസ്കാര കർമ്മമായിരുന്നുവെന്ന് മനസ്സിലാക്കാവുന്നതാണ്. നിർബന്ധ നമസ്കാരങ്ങളും റവാത്തിബു സുന്നത്തുകളും ഖിയാമുല്ലൈലിയുമായി അത് നീളുന്നു.

*പേടിയിലും സന്തോഷത്തിലും ആപത്തിലും ബുദ്ധിമുട്ടിലും യുദ്ധത്തിലും സമാധാനത്തിലുമെല്ലാം നമസ്കാരം. ക്ഷാമത്തിലും മരണത്തിലും സൂര്യഗ്രഹണത്തിലും ചന്ദ്രഗ്രഹണത്തിലും നോമ്പിലും ഹജ്ജിലും പെരുന്നാളിലും യാത്രയിലും അത്യാഹ്ളാദത്തിലുമെല്ലാം നബിയുടെ നിറക്കൂട്ട് നമസ്കാരമായിരുന്നു. തന്റെ കണ്ണ് കുളിരണിയുന്നത് നമസ്കാരത്തിലായിരിക്കുമ്പോഴാണെന്നാണ് റസൂൽ പറയാറ്.* (അമദ്,നസാഇ)

*അല്ലാഹുവിൽ നിന്ന് സകല വിജയങ്ങളും ലഭിക്കുന്നത് നമസ്കാരം കൊണ്ടാണെന്നും. ശാരീരികവും മാനസികവും ആത്മീയവുമായ ചൈതന്യവും ആശ്വാസവും സമാധാനവും സംതൃപ്തിയുമാണ് തനിക്ക് നമസ്കാരം നൽകുന്നതെന്നും നബി അറിയുകയും പ്രഖ്യാപിക്കുകയും ചെയ്യുന്നു.* തന്റെ പ്രിയപ്പെട്ട മുഅദ്ദീൻ ഹസ്രത്ത് ബിലാലിനോട് നബി നമസ്കാരത്തിന്റെ വൈകാരികത പ്രകടിപ്പിക്കുന്നതിങ്ങനെയാണ്. *അല്ലയോ ബിലാൻ. നമസ്കാരം മൂലം എനിക്ക് സംതൃപ്തിയും ആശ്വാസവും നൽകൂ.* (അഹമദ്, അബൂദാവൂദ്)നമസ്കാരത്തിന് ഇഖാമത്ത് കൊടുക്കുവാനാണ് നബിയുടെ അഭ്യർത്ഥന. മനോഹരവും വാചാലവുമായ വാക്ക്. !!!

എല്ലാ നമസ്ക്കാരങ്ങളും നബിക്ക് ഒരു പോലെ തന്നെ. ഏന്നാൽ ഏറ്റവും വലിയ ആരാധാനാ നിർവൃതി നബിക്ക് സമ്മാനിക്കുന്നത് ഖിയാമുല്ലൈലിയാണ് രാത്രി ഉറക്കമൊഴിച്ച് കൊണ്ടുള്ള ഖിയാമ് ചിട്ടകൾ അപഗ്രഥിക്കുന്ന ഒരാൾ അതു കണ്ടു

അത്ഭുതപരതന്ത്രനാവുകയാണ് ചെയ്യുക!.

താൻ മുൻകൂട്ടി പ്രവർത്തിച്ചതിന്റെയും, വരാനുള്ളതിന്റെയുമൊക്കെ ന്യൂനതകളടക്കം പാപമോചനം നൽകപ്പെട്ടതായിട്ടുള്ള അല്ലാഹുവിന്റെ സന്തോഷ വാർത്ത ലഭിച്ച റസൂൽ. ജീവിതത്തിൽ ഒരു പാപവും തെറ്റും ചെയ്തിട്ടില്ലാത്ത പാപരഹിതനും അത്യുത്തമനുമായ പ്രവാചക ശിരോമണി. എല്ലാ സൃഷ്ടിജാലങ്ങളെക്കാളും കൂടുതൽ സമയം പാപമോചന പ്രാർത്ഥനയിൽ ഏർപ്പെടുന്നു.! പ്രഭാതം പൊട്ടിവിരിയുമ്പാൾ തന്നെ എല്ലാ ദിവസവും കാലത്ത് നൂറ് പ്രാവശ്യം പാപമോചനം (ഇസ്തിഗഫാറ്) നടത്തുന്നു. ഒരേ സ്ഥലത്തും സമയത്തും വെച്ച് തന്നെ താഴെ പറയുന്നവ നൂറ് തവണ ആവർത്തിച്ചാവർത്തിച്ച് പറയുന്നു... *നാഥാ, എനിക്ക് പൊറുത്തു തരികയും എന്റെ പശ്ചാത്താപം സ്വീകരിക്കുകയും ചെയ്യേണമേ!!! നീ ഏറ്റവും അധികം പശ്ചാത്താപം സ്വീകരിക്കുന്നവനും പാപമോചനം നല്കുന്നവനുമാണ്.*(അദബുൽ മുഫ്റദിൽ ഇമാം ബുഖാരി, മുസ്ലിം, അഹ്മ്മദ് -ദാരിമി)

രാത്രി നമസ്കാരത്തിൽ ഇപ്രകാരമാണ് ഭക്ത്യാദരപൂർവ്വം ഇസ്തിഗ്ഫാറ് നടത്താറ്. *അല്ലാഹുവേ ഞാൻ മുന്തിച്ചതും, പിന്തിച്ചതും ഞാൻ രഹസ്യമാക്കിയതും പരസ്യമാക്കിതും, എന്നേക്കാളധികം നിനക്കറിയാമല്ലോ, അത് നീ എനിക്ക് പൊറുത്തു തരണമേ, മുന്തിക്കുന്നവനും, പിന്തിക്കുന്നവ നും നീ തന്നെ. നീയല്ലാതെ ഒരാരാധ്യനുമില്ല.* (ബുഖാരി മുസ്ലീം) അല്ലാഹുവിനോടുള്ള അനിർവചനീയമായ സ്നേഹവും കടപ്പാടുകളും കൊണ്ട് ഹൃദയാവർജ്ജകമായ നിലക്കുള്ള അങ്ങേഅറ്റത്തെ വണക്കവും അല്ലാഹുവിനെ സ്മരിക്കുന്നതിലും അനുഗ്രഹങ്ങൾ ഏറ്റുപറയുന്നതിലും ഒരിക്കലും ക്ഷീണിക്കാത്ത നാവും. സുഖമായി ഉറങ്ങുമ്പോഴും ഉറക്കത്തിൽ നിന്ന് എഴുന്നേല്ക്കുമ്പോഴും രാപകലുകളുമായി നാവിൽ നിന്ന് ഉരുവിട്ടുകൊണ്ടുരിക്കുന്ന ദിക്റുകളും അതെ, തന്റെ അടിമത്ത്വത്തിന്റെയും താഴ്മയുടെയും, നിഷ്കളങ്ക സ്നേഹത്തിന്റെയും എല്ലാ അർത്ഥങ്ങളും ഉൾക്കൊള്ളുന്ന നിഷ്കളങ്കമായ ഇബാദത്ത്! ഏകദൈവത്തിന് മാത്രമുള്ള

ആരാധന.!!!

റമദാൻ മാസം മുഴുവൻ നോമ്പനുഷ്ഠിക്കാൻ പ്രവാചക പ്രഭു ആഹ്വാനം ചെയ്യുന്നു. തിരുമേനിയാകട്ടെ ഇതൊക്കെ കൂടാതെ ആഴ്ച്ചതോറും രണ്ട് നോമ്പുകൾ പതിവായെടുത്തു. തിങ്കളും വ്യാഴവും അദ്ദേഹം നോമ്പനുഷ്ഠാനം തുടങ്ങുമ്പോൾ ഒരിക്കലും ഇനിയത് അവസാനിക്കില്ല എന്ന് തോന്നിപ്പോയതായി ഹസ്രത്ത് ആയിശാ പറയുന്നു. ചില റമദാനിൽ ഭക്ഷണം ഒന്നും കഴിക്കാതെ യൗമുൽ വിസ്വാൽ അനുഷ്ഠിച്ചിരുന്നു.(പകലോ രാത്രിയിലോ ഒരു ഭക്ഷണവും കഴിക്കാതെയുള്ള) ആ രൂപത്തിൽ അനുയായികൾ അനുകരിക്കാൻ ശ്രമിച്ചാൽ തിരുമേനി അത് വിലക്കുകയും തടയുകയും ചെയ്തിരുന്നു.(ബുഖാരി മുസ്ലിം)

ശഅബാൻ മാസത്തിലെ അധിക ഭാഗവും മറ്റ് എല്ലാ മാസങ്ങളിലെ എല്ലാ 13,14,15 തിയ്യതികളിലും "മുഹറം" മാസത്തിലെ ആദ്യ പത്തുകളിലും ശവ്വാൽ മാസത്തെ 6 ദിവസങ്ങളിലും, ദുൽ ഹജ്ജ് മാസത്തെ 9 നും റസൂൽ തിരുമേനി നോമ്പനുഷ്ഠിക്കുമായിരുന്നു. (അഹ്മദ്)

ധർമ്മപാത ഉപദേശിച്ച പ്രവാചകൻ തന്റെ അത്യുദാരതയിലൂടെ മറ്റുള്ളവർക്ക് വഴി കാണിച്ചുകൊടുത്തു. തന്റെ പക്കലുള്ളതെല്ലാം പൂർണ്ണ മനസ്സോടുകൂടി ദാനം ചെയ്തു. യുദ്ധാർജ്ജിത ധനങ്ങളിൽ നിന്ന് അനർഹമായത് യാതൊന്നും തനിക്കോ, തന്റെ കുടുംബത്തിനോ മാറ്റിവെച്ചില്ല. ചിലവുകൾ നന്നെ ലഘൂകരിച്ചും മാസങ്ങളോളം പട്ടിണി കിടന്നും ജീവിച്ചു. ആരെങ്കിലും എന്തെങ്കിലും പാരിതോഷികം നൽകുകയാണെങ്കിൽ ഉടൻ തന്നെ അത് പാവങ്ങൾക്കത് വിതരണം ചെയ്യും.

പരസ്പരം സ്നേഹിക്കാൻ തന്റെ അനുചരന്മാരോടും ജനസമൂഹത്തോടും എപ്പോഴും അദ്ദേഹം ഉപദേശിച്ചുകൊണ്ടിരുന്നു. അദ്ദേഹം പറഞ്ഞു. *നിങ്ങളിൽ ഒരാളും താൻ ഇഷ്ടപ്പെടുന്നത് തന്റെ സഹോദരന് വേണ്ടി കൂടി ഇഷ്ടപെടുന്നത് വരെ ഒരാളും സത്യവിശ്വാസിയാവുകയില്ല!!* (ബുഖാരി, മുസ്ലിം).

തന്റെ ഇബാദത്ത് കർമ്മങ്ങളിലാവട്ടെ. ദൗത്യപ്രബോധന ത്തിലാവട്ടെ, കുടുംബ ബന്ധ ബാദ്ധ്യതകളിലാവട്ടെ, അനുചര വൃന്ദ ത്തോടുള്ള കടപ്പാടുകളിലും സ്നേഹത്തിലുമാകട്ടെ, ഇനി സ്വന്തം കാര്യനിർവ്വഹണത്തിലുമാവട്ടെ, ഒന്നിലും ഒരു ന്യൂനതയും തിരുമേ നിക്ക് ഉണ്ടായിരുന്നില്ല. എല്ലാ കാര്യത്തിലും പൂർണ്ണത കൈവരി ക്കാൻ റസൂലിന്ന് സാധിച്ചു. ജീവിക്കുമ്പോൾ ജീവിതം ജീവിക്കാനു ള്ളതാണെന്ന് പറഞ്ഞറിയിച്ച പ്രവാചകൻ അരുളുന്നു. *താങ്കൾക്ക് താങ്കളുടെ ശരീരത്തോട് ചില ബാധ്യതകളുണ്ട്. രണ്ട് കണ്ണിനോടും ചില ബാദ്ധ്യതകളുണ്ട്. ഭാര്യയോടുമുണ്ട് ചില ബാദ്ധ്യതകൾ. അതിഥികളോടും, മക്കളോടും, സുഹൃത്തിനോടും ചില ബാദ്ധ്യതക ളുണ്ട്. ഓരോരുത്തർക്കും അവരവരുടെ ബാദ്ധ്യതകൾ നിറവേറ്റി കൊടുക്കുക.* (ബുഖാരി, മുസ്ലിം)

തിരുമേനി എല്ലാ അവകാശങ്ങളും അവകാശികൾക്ക് നീതിപൂർവ്വം നൽകി. തന്റെ ജീവിതത്തിലെ ഓരോ നിമിഷങ്ങളും ധൃതിപിടിച്ചതും സംഭവബഹുലവുമായിരുന്നു. എന്നാലത് പ്രശ്ന സങ്കീർണ്ണമോ, അപരിഹാര്യമോ ആയിരുന്നില്ല. ജോലിത്തിരക്കുക ളും അതിന്റെയൊക്കെ ഭാരവുമുണ്ടെങ്കിലും അദ്ദേഹത്തിന്റേ മന സ്സും ആത്മാവും ശാന്തവും ലോലവുമായിരുന്നു. അവിടെ വൈകാ രിക സംഘട്ടനങ്ങളോ ആത്മസംഘർഷമോ ഉണ്ടായിരുന്നില്ല.

തിരുമേനിയെ നോക്കിക്കാണുന്ന ഒരാൾക്കും അദ്ദേഹത്തെ ഉത്തരവാദിത്വങ്ങൾ അലോസരപ്പെടുത്തുന്നതായോ, അലട്ടുന്ന തായോ തോന്നിയിട്ടില്ല. തോന്നുകയുമില്ല. എപ്പോഴും ഉന്മേഷ വദന നനും പുഞ്ചിരി തൂകുന്നവവനുമായിരുന്നു റസൂൽ.

സുദീർഘവും തിരക്ക് പിടിച്ചതുമായ പകലുകൾക്ക് ശേഷം വരുന്ന, രാത്രികൾ പ്രാർത്ഥനാനിരതനായി കഴിച്ചുകൂട്ടുന്ന പ്രവാ ചകൻ, വീട്ടിലുള്ളപ്പോഴും അതിന്ന് ശേഷം തന്നെ കാത്തിരിക്കുന്ന രാജ്യ പ്രശ്നങ്ങളും മറ്റ് ആഭ്യന്തര വിഷയങ്ങളും കൊണ്ട് വീർ പ്പുമുട്ടി കഴിയുമ്പോഴുമെല്ലാം എല്ലാം സർവ്വശക്തനിൽ അർപ്പിച്ച് സമചിത്തതയോടും സുസ്മേരവദനനായും കാര്യങ്ങൾ അഭിമു ഖീകരിക്കുന്നു. എല്ലാവരുടെയും സന്തോഷത്തിലും ആമോദത്തി

ലും ആഘോഷത്തിലും പങ്കാളിയാവുകയും ജീവിത വർണ്ണങ്ങളിലും ശോഭകളിലും അതിന്റെ രീതികളിലൂടെ ഭാഗഭാക്കാവുകയും ചെയ്യുന്നു. എല്ലാം അതിന്റേതായ നേരും നെറിയോടെയും കൂടി ജനതയുമായ് പങ്ക് വെക്കുന്നു. അവർക്ക് നബി തിരുമേനി പിതാവാണ്. ഗുരുനാഥനാണ്. നേതാവും ഭരണകർത്താവുമാണ്. അങ്ങനെ എല്ലാമാണ്. ജനങ്ങളുടെ അധ്വാനഭാരവും ജോലിത്തിരക്കുകളും മറ്റ് പ്രയാസങ്ങളും പരിഗണിച്ചും കണക്കിലെടുത്തും ഏറ്റവും ലളിതമായതും എളുപ്പമുള്ളതും ചൂണ്ടിക്കാണിച്ച് മാതൃക കാണിക്കുന്നു. ഇബാദത്തുകളിൽ(ആരാധനകളിൽ)ഏറ്റവും ഉൽകൃഷ്ടമായതും ശ്രേഷ്ഠമായതും അനായാസമായതും നമസ്ക്കാരമാണല്ലോ. സംഘ നമസ്ക്കാരങ്ങളിൽ താൻ ഇമാമായി നമസ്ക്കരിക്കുമ്പോൾ നമസ്ക്കാരം ലഘുവാക്കിയും ഇമാമല്ലാതെ സ്വന്തം നിലക്കാണ് നമസ്ക്കരിക്കുന്നതെങ്കിൽ ദീർഘിപ്പിച്ചുമായിരിക്കും നമസ്ക്കരിക്കുക. മിക്കതും(ആരാധനകൾ)വീട്ടിൽ വെച്ചായിരിക്കും തിരുമേനി നടത്തിയിരുന്നത്. അതിലെ മുഖ്യമായ ഖിയാമുല്ലൈലിയും വീട്ടിൽവെച്ചായിരുന്നുവല്ലോ. വീട് ഒരു സ്വർഗ്ഗത്തിന് തുല്യമായ ആരാധനാലയം തന്റെ റബ്ബുമായി അവസാനം കണ്ടുമുട്ടുന്നത് വരെയും ഇതായിരുന്നു നബിയുടെ ദുനിയാവിലെ ശീലം.

ആരാധനകളുമായുള്ള അദ്ദേഹത്തിന്റെ നിറക്കൂട്ട് ഈമാനിക മാധുര്യത്തോടുള്ള അത്യാർത്തിയും ദുനിയാവിലെ മറ്റൊരു രുചിയുമായോ,ഗന്ധവുമായോ സങ്കൽപ്പിക്കുക പ്രയാസകരം. ഇഹത്തിലെ ജീവിതത്തിലും അദ്ദേഹം സൗഭാഗ്യവാനായിരുന്നു. അദ്ദേഹം ഇച്ഛിച്ചതും നിലനിർത്തിയതുമായ തന്റെ ഈ ഭാഗ്യം തന്റെ ജീവിതത്തിൽ മുഴുക്കെ നമുക്ക് കാണാൻ കഴിയുന്നു. പ്രയാസങ്ങൾ ക്ഷമയോടും സഹിഷ്ണുതയോടും നേരിടാനുള്ള കഴിവ് തിരുനബിക്ക് സ്വായത്തമായിരുന്നു. സാംക്രമികവും മാരകവുമായ ഒരു രോഗവും അദ്ദേഹത്തെ ബാധിച്ചില്ല. ആയുരാരോഗ്യത്തോടും മനഃസമാധാനത്തോടും കൂടിയുള്ള ജീവിതം നബിക്ക് സ്വന്തമായിരുന്നു. താൻ സ്നേഹിക്കയും തന്നെ അത്യഗാധപൂർവ്വം സ്നേഹിക്ക യും ചെയ്യുന്ന ഭാര്യമാരും, തന്റെ സന്തോഷത്തിലും സന്താപത്തിലും തന്നോടൊപ്പം ചേർന്നുനടക്കുന്ന കുടുംബാംഗ

ങ്ങളും, തന്റെ ഏറ്റവും മുഖ്യ സഹചാരികളും, സ്നേഹപാത്രങ്ങളും വിശ്വസ്തരുമായ കൂട്ടുകാരും, ആത്മമിത്രങ്ങളുമായ അബൂബക്കറും, ഉമറും, അനുസരണത്തിന്റെയും സമർപ്പണത്തിന്റെയും തനിയാവർത്തന്മാരായ സ്വഹാബിവര്യൻമാരും തിരുമേനിയുടെ ഇത്തരം ചരിത്രപരമായ പരമഭാഗ്യം ദൈവീക പ്രവാചകത്വത്തിന്റെ ധാരയിലേക്ക് വെളിച്ചം വീശുന്ന ഉദാഹരണങ്ങളായി നമുക്ക് കാണാൻ കഴിയുന്നു.

അദ്ദേഹത്തെ കേൾക്കാനും അറിയാനും മസ്ജിദുന്നബവി ജനസാന്ദ്രമാകുന്നതും ദിനേനയെന്നോണം ജനസഞ്ചയം വർദ്ധിച്ചുകൊണ്ടിരിക്കുന്നതും തന്റെ ജീവിതാന്ത്യകാലത്തിന്റെ അവസാന നാളുകളിൽ മനസംതൃപ്തിയോടുകൂടി നബി ഇതൊക്കെ കാണുന്നു. ഇസ്ലാം ദിനേനയെന്നോണം നാട്ടിൽ നിന്ന് നാട്ടിലേക്കും രാജ്യങ്ങളിൽ നിന്നും രാജ്യങ്ങളിലേക്കും വ്യാപിക്കുന്നത് റസൂൽ ദർശിക്കുന്നു. അല്ലാഹുവിന്റെ മതത്തിലേക്ക് ജനങ്ങൾ കൂട്ടം കൂട്ടമായി പ്രവേശിക്കുന്നതും മനനിറവോടെയും ചാരിതാർത്ഥ്യത്തോടെയും നന്ദിപൂർവ്വവും അനുഭവിക്കയും ചെയ്യുന്നു.

സത്യത്തിനും സമാധാനത്തിനും വിശ്വാസ സ്വാതന്ത്ര്യത്തിനുമുള്ള പടയോട്ടത്തിൽ വിജയശ്രീലാളിതനായ പ്രവാചകന്റെ ഏറ്റവും വലിയ വിജയം തന്റെ ദൗത്യ പ്രബോധനത്തിന് ലഭിച്ച അംഗീകാരവും സ്വീകാര്യതയും അതിലേക്കുള്ള അണമുറിയാത്ത ജനപ്രവാഹവുമായിരുന്നു.

തിരുമേനിയുടെ ജീവിതത്തിൽ നബി തരണം ചെയ്ത വേദനകളും നൊമ്പരങ്ങളും എത്രവലുതും സംഘർഷഭരിതവുമായിരുന്നുവെന്ന് ആ ജീവിതം അപഗ്രഥിച്ചാൽ മനസ്സിലാവും. നന്നേ ചെറുപ്പത്തിലെ അനാഥത്വം. പ്രവാചക ലബ്ധിക്ക് ശേഷം തന്റെ ജനതയിൽ നിന്നുണ്ടായ ഭീമമായ പീഢനങ്ങളും നാശോന്മുഖവും മൃഗീയവുമായ ചെയ്തികളും ഒരു പുരുഷായുസ്സിന്റെ മുക്കാൽഭാഗവും നിസ്സഹകരണവും ബഹിഷ്ക്കരണവും കൊണ്ട് മുഖരിതമായിരുന്നു ആ ജീവിതം. ജനിച്ച നാട്ടിൽ നിന്ന് എല്ലാം ഉപേക്ഷിച്ച് മറുനാട്ടിലേക്ക് ജീവനും കൊണ്ട് പലായനം ചെയ്ത പ്രവാചകൻ

തന്റെ ആദർശശുദ്ധിയും വിശ്വാസദാർഢ്യവും ധർമ്മബോധവും ക്ഷമാശീലവുംകൊണ്ട് എല്ലാം നേടിയപ്പോഴും തന്റെ കരുണാവാരിധിയായ അല്ലാഹുവിന്ന് കീർത്തനവും സ്തോത്രവും അർപ്പിക്കയായിരുന്നു ചെയ്തിരുന്നത്. വിജയത്തിന്റെ ഹുങ്കോ, മുഷ്ക്കോയില്ലാതെ വിനയാന്വിതനായി കീഴ്പെട്ട മനസ്സും ശരീരവുമായി തന്റെ നാഥനിലേക്ക് തന്നെ സമർപ്പിച്ചു. വിജയഭേരിയോ, ആഹ്ളാദ പ്രകടനമോ പരാജിതരെ ഭീതിതരാക്കുന്ന സംസാരങ്ങളോ ഉണ്ടായില്ല. എല്ലാം അല്ലാഹുവിന്റെ വിധിക്കും തീരുമാനത്തിനും വിധേയമായിട്ടുണ്ടായതായി പ്രവാചകൻ കരുതുകയും അല്ലാഹുവിനോടുള്ള കൂറ് ഏത് വിഷയത്തിലും പ്രകടമാക്കുകയും ചെയ്തു.

## സദാപ്രസന്നൻ. പരുഷതയോ, മ്ലേച്ഛമോ സംസാരിക്കില്ല

പ്രവാചകന്റെ നേട്ടങ്ങൾ ജീവിതത്തിന്റെ ഒരു ഭാഗത്ത് മാത്രം പരിമിതമല്ല. പ്രസ്തുത മാനുഷ്യ ജീവിതത്തിന്റെ സകല അവസ്ഥാന്തരങ്ങളെയും അത് ആവരണം ചെയ്യുന്നു.

ഫത്ത്ഹ് മക്കാ. മക്കാ വിജയത്തോടെ പത്തു ലക്ഷം ചതുരശ്ര നാഴികയിലധികം വരുന്ന ഭൂഭാഗം അദ്ദേഹത്തിന് സ്വാധീനമായപ്പോഴും റസൂൽ ആ പഴയ മനുഷ്യൻ തന്നെയായിരുന്നു. അല്ലാഹുവിന്റെ റസൂലിൽ വിശേഷ വിധിയായി ഒരു വ്യത്യാസവും കാണാൻ കഴിഞ്ഞില്ല. എന്നല്ല. കൂടുതൽ വിനീതവിധേയനാവുകയാണുണ്ടായത്.

പ്രതികാരത്തിന് എല്ലാ ശക്തിയും മാർഗ്ഗങ്ങളുമുണ്ടായിട്ടും ചോരപുഴയുടെ സ്ഥാനത്ത് നീല നദിയാണ് ഒഴുകിയത്. മക്കയുടെ നീലാകാശത്ത് സമാധാനത്തിന്റെ വെള്ളരിപ്രാവുകൾ വട്ടമിട്ട് പറന്നു. മുഹമ്മദ് നബിക്ക് മാത്രം സാധിക്കുന്ന സാധിച്ച മഹാ അത്ഭുതമായിരുന്നു അത്..!!!

# സമൂഹത്തിലെ പ്രവാചകൻ

മുതിർന്ന പൗരന്മാരോടും സ്ത്രീകളോടും കുട്ടികളോടുമുള്ള നബിയുടെ സഹാനുഭൂതിയും സ്നേഹവും അദ്ദേഹത്തിന്റെ അനുപമ വ്യക്തിത്വത്തിന്റെ ബഹിർസ്പുരണമാണ്. സമൂഹത്തിന്റെ ശ്രദ്ധാകേന്ദ്രങ്ങളായിരിക്കണം ഇവരെന്ന് തിരുമേനി പഠിപ്പിച്ചു. കുട്ടികളോട് കരുണ ചെയ്യാത്തവനും മുതിർന്നവരെ ബഹുമാനിക്കാത്തവനും നമ്മിൽപ്പെട്ടവനല്ല.(തുർമുദി)

ദീർഘമായ സൂറത്ത് ഓതി ഇമാമത്ത് നിന്ന് നമസ്ക്കരിച്ച തന്റെ അനുയായി മുആദിനെ തിരുമേനി ശാസിച്ചത് ഈ കാരണത്തിന്റെ പേരിലാണ്. അവശരേയും മുതിർന്നവരേയും പരിഗണിക്കാതെയുള്ള നമസ്ക്കാരത്തെപോലെ തന്നെയാണ് നമസ്ക്കാരത്തിൽ കരയുന്ന കുട്ടികളുടെ മാതാക്കളുടെ വേദന മനസ്സിലാക്കായുള്ള ദീർഘ നമസ്ക്കാരവും. ഇത്തരം ഘട്ടത്തിൽ നമസ്ക്കാരം ചുരുക്കണമെന്ന് തിരുമേനി നിർദ്ദേശിക്കുകയും ചെയ്യുന്നു.(ബുഖാരി, മുസ്ലിം)

യുദ്ധവേളയിൽ പോലും, കുട്ടികളേയും വൃദ്ധന്മാരെയും സ്ത്രീകളെയും ആക്രമിക്കാനോ,വിധ്വംസക പ്രവർത്തനങ്ങൾ അവർക്ക് നേരെ അഴിച്ച് വിടാനോ ഇസ്ലാം അനുവദിക്കുന്നില്ല. യുദ്ധത്തിലായാലും സമാധാനത്തിലായും അവർ സുരക്ഷിതർ!!

സ്ത്രീകളെ ഒരു വസ്തുവായിട്ട് പോലും പരിഗണിക്കാത്ത കാലത്ത് അവരെ പാരതന്ത്ര്യത്തിൽ നിന്ന് സ്വതന്ത്രരാക്കി. അവൾ പുരുഷന്റെ മധുര പകുതിയാണെന്നും അവൾ മാതാവും പുത്രിയും ഭാര്യയും സഹോദരിയുമൊക്കെയാണെന്ന യാഥാർത്ഥ്യം മനുഷ്യ

രെ ബോധ്യപ്പെടുത്തി. പുരുഷനെപ്പോലുള്ള സർവ്വനീതിയും സ്ത്രീകൾക്കും വകവെച്ചുകൊടുത്തു. സ്ത്രീകളുമായുള്ള ചിട്ടാ സമ്പ്രദായങ്ങളും രീതി ശാസ്ത്രവും തിരുമേനി പഠിപ്പിക്കുകയും ബോധവൽക്കരിക്കയും ചെയ്തു. *നിങ്ങളിൽ ഉത്തമന്മാർ തങ്ങളുടെ ഇണകളോട് ഉത്തമന്മാരാണ്. ഞാനെന്റെ ഇണയുമായി ഏറ്റവും ഉത്തമനാണ് എന്നും സ്ത്രീകളോട് നന്മ ചെയ്യണമെന്നും നബി ഉപദേശിക്കുന്നു.*(ബുഖാരി,മുസ്ലിം)

അതിന്റെ ഏറ്റവും മുന്തിയ പരിഗണനയായിരുന്നുവല്ലോ തന്റെ പത്നി ആയിശക്ക് അമ്പെയ്ത്ത് കളി കാണാനായി തന്നെത്തന്നെ മറയാക്കി,ചാരിയിരുന്ന് കൊണ്ട് സൗകര്യവും മറയും ഒരുക്കി കൊടുത്തത്. തന്റെ ഹൃദയത്തിൽ സ്നേഹം കൊണ്ട് അള്ളിപിടിച്ച ആദ്യ ഭാര്യയായ ഖദീജാ(റ)വേർപാടിന്ന് ശേഷവും അവരുടെ കൂട്ടുകാരികൾക്ക് തിരുമേനി പാരിതോഷികം അയച്ച് കൊടുത്ത് കൊണ്ടിരുന്നതും സ്ത്രീയെ അല്ലാഹു സൃഷ്ടിച്ചത് പുരുഷനെ സൃഷ്ടിച്ചപോലെ തന്നെയാണെന്നും, അവളെ ആകാശത്തോളം ഉയർത്തുകയും ഔന്നത്യത്തിന്റെ ഉത്തുംഗ ശ്രേണിയിൽ അവരോധി ക്കുകയും ചെയ്തു. മുഹമ്മദ് നബിയുടെ ദൗത്യത്തിൽ ആദ്യം വി ശ്വസിച്ചതും തിരുമേനിയെ സത്യപ്പെടുത്തിയതും ഖുവൈലിദിന്റെ പുത്രിയായ ഹസ്രത്ത് ഖദീജയായിരുന്നുവല്ലോ, നബിയുടെ ആദര ണീയയും വിശുദ്ധയുമായ ഭാര്യ ഖദീജയായിരുന്നു.

മുഹമ്മദ് നബി ജീവിച്ച കാലഘട്ടത്തിൽ സ്ത്രീകളെ ബുദ്ധിശൂന്യകളും പമ്പര വിഢ്ഢികളുമായിട്ടായിരുന്നു പുരുഷ സമൂഹം പരിഗണിച്ചിരുന്നത്. മൃഗത്തിന്റെ പരിഗണനപോലും അവർക്ക് അനുവദിച്ചിരുന്നില്ല ആ സമൂഹം. എന്നാൽ പ്രവാചകൻ സ്ത്രീകൾക്ക് മാന്യതയും അന്തസ്സും നീതിയും നൽകി. മാത്രവുമല്ല,സമൂഹത്തിന്റെ ഭാഗമാക്കി ഉയർത്തുകയും പരിഗണിക്കുകയും ചെയ്തു.

# സ്ത്രീ

അതിപുരാതനകാലം മുതൽ പതിത്വം അനുഭവിച്ചുപോന്ന വിഭാഗമായിരുന്നുവല്ലോ നമ്മുടെ സഹോദരിമാരായ സ്ത്രീകൾ. യൂറോപ്പിലും മറ്റ് അനവധി രാജ്യങ്ങളിലും സ്ത്രീകളെ വിവേകവും ബുദ്ധിയില്ലാത്ത ഒരു നികൃഷ്ട ജീവിയായിട്ടോ, ഒരു പിശാച് തന്നെ യായിട്ടോ ആണ് ഗണിച്ചു പോന്നിരുന്നത്. ആത്മാവോ, മരണാന ന്തര ജീവിതമോയില്ല. പുരുഷനെ കുരുക്കിട്ട് ആകർഷിക്കാനുള്ള പിശാചിന്റെ ഒരു വശീകരണായുധം മാത്രമായിരുന്നു സ്ത്രീ.

പഴയ ഇംഗ്ലണ്ടിന്റെയും അറബ് നാടുകളിലെയും കഥ അതി വിചിത്രമായിരുന്നു. ബ്രിട്ടനിൽ സ്ത്രീകൾക്ക് രാജ്യ പൗരത്വത്തിന് വരെ അവകാശമുണ്ടായിരുന്നില്ല. അറബ് രാജ്യത്ത് കുഞ്ഞുങ്ങൾ ജനിക്കപ്പെടുകയും അത് പെൺകുഞ്ഞുങ്ങളാണെന്ന് അറിയുകയും ചെയ്താൽ ആ പെൺകിടാവിനെ ജീവനോടെ കുഴിച്ചുമൂടുന്നു. അന്ന് അറേബ്യയിലുണ്ടായിരുന്ന നീച സംഭവത്തെ ഖുർആൻ അ നുസ്മരിക്കുന്നതിങ്ങനെയാണ്. പെൺകുഞ്ഞ് പിറന്നിട്ടുണ്ടെന്ന വാർത്ത അവരിലൊരാളെ അറിയിച്ചാൽ അവന്റെ മുഖം കറുത്തിരു ളുന്നു. അവൻ ദു:ഖവും കോപവും കടിച്ചൊതുക്കുന്നു. തനിക്ക് ല ഭിച്ച വാർത്തയുടെ അപമാനം സഹിക്കവെയ്യാതെ അവൻ ജനദൃഷ്ടി യിൽനിന്ന് അപ്രത്യക്ഷനാകും. അപമാനം സഹിച്ച് ഈ കുഞ്ഞി നെ വെച്ച് കൊണ്ടിരിക്കുകയോ. അതോ മണ്ണിൽ കുഴിച്ച് മൂടുകയോ വേണ്ടത്? ഹോ..അവരുടെ വിധി എത്രനീചം. (ഖുർ 16/59).

മുമ്പ് പല രാജ്യങ്ങളിലും മരണപ്പെട്ടവരുടെ സ്വത്തിൽ സ്ത്രീ കൾക്ക് ദായക അവകാശമോ, മറ്റ് എന്തെങ്കിലും നിലയിൽ അവകാ

ശമോ നൽകിയിരുന്നില്ല. അതെപോലെ വിധവകളുടെ പുനർവിവാഹവും അടിയന്തിരഘട്ടത്തിൽ വരെ വിവാഹമോചനവും നിയമദൃഷ്ട്യാ കുറ്റകരവും ശിക്ഷാർഹവുമായിരുന്നു.

സ്ത്രീയൊരു കച്ചവടചരക്കോ, കേവലമൊരു ഭോഗ വസ്തുവോ മാത്രം. ആറാം നൂറ്റാണ്ട് മനുഷ്യ ചരിത്രത്തിൽ ഒരു നിർണ്ണായക ഘട്ടമാകുന്നത് അങ്ങനെയാണ്. സ്ത്രീ സമൂഹത്തിന്റെ സ്വാതന്ത്ര്യ പ്രഖ്യാപനവുമായി മുഹമ്മദ് നബി (സ)ക്ക് ഇസ്ലാമത വേദഗ്രന്ഥമായ ഖുർആനിലൂടെയാണ് ഈ പ്രഖ്യാപനം (ഖുർആൻ -3/195)ഉണ്ടായത്. മറ്റൊരു വചനം ഇതാണ്. മനുഷ്യരെ, ഏക വ്യക്തിയിൽ നിന്ന് സൃഷ്ടിക്കുകയും അതിൽ നിന്നും അതിന്റെ ഇണയെ ഉല്പാദിപ്പിക്കയും ആ രണ്ട് വ്യക്തികളിൽനിന്ന് അനേകം പുരുഷന്മാരെയും സ്ത്രീകളെയും വ്യാപിപ്പിക്കുകയും ചെയ്ത നിങ്ങളുടെ നാഥനെ നിങ്ങൾ സൂക്ഷിക്കുവിൻ. (ഖുർആൻ 4/1.)

ധർമ്മദൗത്യനിർവ്വഹണത്തിൽ നിൽക്കുന്ന പുരുഷന്റെ പവിത്ര സ്രോതസ്സാണ് തന്റെ നേർപകുതിയായ ഇണ. നിങ്ങൾക്ക് സമാധാനപൂർവ്വം ഒത്തുചേരേണ്ടതിനായി നിങ്ങളിൽ നിന്ന് തന്നെ നിങ്ങൾക്ക് ഇണകളെ സൃഷ്ടിക്കുകയും,നിങ്ങൾക്കിടയിൽ സ്നേഹവും കാരുണ്യവും ഉണ്ടാക്കുകയും ചെയ്തതും അവന്റെ ദൃഷ്ടാന്തങ്ങളിൽ പെട്ടതത്രെ. തീർച്ചയായും അതിൽ ചിന്തിക്കുന്ന ജനങ്ങൾക്ക് ദൃഷ്ടാന്തങ്ങളുണ്ട്. ഖുർആൻ 30/21). അതെപോലെ ആരുടെയും മധ്യസ്ഥതയോ ഇടപെടലോ കൂടാതെ സ്വന്തം നിലക്ക് സമ്പാദിക്കാനും സ്വത്ത് കൈകാര്യം ചെയ്യുവാനും സ്വതന്ത്ര വ്യാപാരത്തിനും പുരുഷൻമാരെ പോലെ സ്ത്രീകളെയും ഇസ്ലാം അനുവദിക്കുന്നു. തന്റെ കുടുംബജീവിതം താറുമാറാകാത്ത രൂപത്തിൽ പുരുഷൻ സമ്പാദിക്കുന്നത് പോലെ സ്ത്രീകൾക്കും സമ്പാദിക്കാവുന്നതുമാണ്. സമൂഹ സൃഷ്ടിപ്പിൽ അവൾക്കും മാന്യമായ സ്ഥാനം ഇസ്ലാം വകവെച്ച് നൽകി.

# സ്ത്രീയെന്ന ഭാര്യ
# ആരാണ് ഭാര്യ?

തിരുമേനി പറയുകയാണ്. *അവളെ നോക്കിയാൽ ഭർത്താവിനെയവൾ സന്തോഷിപ്പിക്കും. അവന്റെ അസാന്നിദ്ധ്യത്തിൽ അവന്ന് വേണ്ടതെല്ലാം കാത്ത് സൂക്ഷിക്കും!!* (അഹമദ്, നസാഇ ഹാകിം)

റസൂൽ(സ)വീണ്ടും പറയുകയാണ്. *ഭർത്താവിന്റെ മനസ്സിൽ സ്നേഹ സംതൃപ്തികളവശേഷിപ്പിച്ച് ഏതൊരു സ്ത്രീ മരിച്ച് പോകുന്നുവോ, അവൾ സ്വർഗത്തിലാണ്* (ഇബ്നു മാജ, തിർമിദി)

പ്രവാചകൻ അരുളുന്നു. *അഞ്ചുനേരത്തെ നമസ്ക്കാരം നിർവ്വഹിച്ച; സ്വന്തം ചാരിത്ര്യം കാത്ത് സൂക്ഷിച്ച, ഭർത്താവിനെ അനുസരിച്ച ഒരു പെണ്ണിന് അവളുദ്ദേശിക്കുന്ന ഏതു വാതിലൂടെയും സ്വർഗ്ഗത്തിൽ പ്രവേശിക്കാം.*(സഹീഹ് ഇബ്ബ് ഹിബ്ബാൻ)

ഭർത്താവിന്റെ ചെറിയ തെറ്റുകളും ന്യൂനതകളും പെരുപ്പിക്കാതെ അതിന്ന് നേരെ കണ്ണടക്കാനും അത് മറന്ന് കളയാനും ഒരു ശ്രേഷ്ഠ കുടുംബത്തിന് അനിവാര്യമായ കർത്തവ്യമാണ്. ഭർത്താവിനെ ആദരിക്കാനും ബഹുമാനിക്കാനും ഭാര്യ ശീലിച്ചിരിക്കണം. താൻ സുന്ദരിയാകുന്നതും അണിഞ്ഞൊരുങ്ങുന്നതും തന്റെ ഭർത്താവിന്ന് മാത്രമാണെന്ന ഓർമ്മ അവൾക്കുണ്ടാവണം. അവന്റെ അസാന്നിദ്ധ്യത്തിൽ അവളെന്തിനാണ് അണിഞ്ഞൊരുങ്ങുന്നത്!! ഹൂറിയും സൗന്ദര്യതിടമ്പുമാകുന്നത്.?

ഇസ്ലാമിക ചരിത്രത്തിൽ ഇടം നേടിയ നിരവധി വനിതകളുണ്ട്. അവരുടെ സ്മരണകൾ അയവിറക്കുമ്പോൾ ഒരു പാട്

ധീര,വീര മഹിളകൾ സ്മൃതിപഥത്തിൽ മിന്നിമറയുന്നു. ഹിന്ദ് ബിൻതു ഉത്ബ അവിശ്വാസത്തിലായിരുന്നപ്പോൾ തന്റേടക്കാരി യായിരുന്നു. എന്നാൽ ഇസ്ലാമിൽ വന്നപ്പോഴവർ ഉത്തമയായ ധീര വീര കേസരി, എത്രയോ യുദ്ധങ്ങളിൽ പങ്കെടുത്ത പ്രശസ്തനായ അബൂസുഫ്യാന്റെ സുപ്രസിദ്ധയായ ഭാര്യ ഹിന്ദ്. യർമൂക്ക് രണാ ങ്കണത്തിൽ അതിഘോരമായ യുദ്ധം നടക്കുകയാണ്.റോമ സാമ്രാ ജ്യത്തിന്റെ സൈനിക ബലവും മുസ്ലിംകളുടെ വിശ്വാസ ബലവും തമ്മിലാണ് പോരാട്ടം. ശത്രുപക്ഷത്തിലെ അതിശക്തമായ ആക്രമ ണത്താൽ മുസ്ലിം കുതിരപ്പട അതാ പിന്തിരിഞ്ഞോടുന്നു. യുദ്ധമുഖ ത്തുണ്ടായിരുന്ന ഹിന്ദ് ഇത് കണ്ട് പൊട്ടിത്തെറിച്ച് കൊണ്ട് അട്ട ഹസിച്ചു. *ഹേ,പടയാളികളെ, നിങ്ങളെങ്ങോട്ടോടുന്നു. അല്ലാഹു വിൽ നിന്നും അവന്റെ സ്വർഗ്ഗത്തിൽ നിന്നുമാണോ നിങ്ങൾ ഒളി ച്ചോടുന്നത്.? തിരിച്ച് ചെന്ന് ശത്രുക്കളോട് അടരാടൂ പൊരുതൂ.!!* അവർ ആവേശം പകർന്നു.

ഇതിനിടയിലാണ് തന്റെ ഭർത്താവ് അബൂസുഫ്യാന്റെ പിന്തിരിഞ്ഞോട്ടവും അവർ കാണുന്നത്. കയ്യിലുണ്ടായിരുന്ന മരത്ത ടി കൊണ്ട് അദ്ദേഹത്തിന്റെ കുതിരയുടെ മുഖത്ത് ആഞ്ഞടിച്ചു. അവർ ഭർത്താവിനോട് പറഞ്ഞു. ഇബ്നുസഖർ! താങ്കൾ എങ്ങോ ട്ടോടുന്നു.? യുദ്ധക്കളത്തിലേക്ക് മടങ്ങൂ. താങ്കളുടെ ധൈര്യവും ധീരതയും അവിടെയാണ് കാണേണ്ടത്. താങ്കൾ മുമ്പ് റസൂലിനെ തിരിൽ നടത്തിയ യുദ്ധങ്ങൾക്ക് ഇതൊരു പരിഹാരം കൂടിയാകട്ടെ.

അല്ലാഹുവിന്റെ സഹായത്താൽ ഒരു വനിതയുടെ ധീരോദാ ത്തത, അവർ പകർന്ന ധൈര്യം. റോം സൈന്യത്തെ ജയിക്കാൻ മുസ്ലിംകൾക്ക് പ്രചോദനമായി. തന്റെ ഉത്തരവാദിത്വത്തിൽനിന്ന് തടിതപ്പി ഒളിച്ചോടുന്ന സ്വന്തം ഭർത്താവിനെ തന്നെ പടക്കളത്തി ലേക്ക് പറഞ്ഞു വിടുന്ന ധീര വനിത. ഹിന്ദ് ബിൻത് ഉത്ബ(റ) ഇ സ്ലാമിക രജതരേഖകൾ സ്വന്തമാക്കിയ എത്രയെത്ര മഹിളാരത്ന ങ്ങളായ ഹിന്ദ്മാർ.!!(സിഫാത്തുൻ അൽമുഅ്മിന അസ്വാദിഖ' സം ഗ്രഹം)

ഈ ത്രസിക്കുന്ന ചരിത്ര സംഭവം വിഖ്യാത ഇസ്ലാമിക ചരി

ത്രകാരൻ ഇബ്നു ഹിശാം വിവരിക്കുന്നതിപ്രകാരമാണ്. ഇങ്ങനെയാകണം മുസ്ലിം ഭാര്യയും, മാതാവും, മകളുമൊക്കെ. ഖദീജയും, ആയിശയും, ഫാത്തിമയും, ഉമ്മഹാത്തുൽ മുഅ്മിനികളും മറ്റ് പൂർവ്വ സൂരികളും മുന്നിൽ നടന്നപാത. ഇതാണ് ഉത്തമയായ ഭാര്യയുടെ പാത. അല്ലാഹു അവരെയും നമ്മെയും അനുഗ്രഹിക്കട്ടെ.

# രോഗവും, രോഗികളും പ്രവാചകനും

ഒരു മനുഷ്യന്റെ എല്ലാ അവസ്ഥാവിശേഷങ്ങളോടെയും ജീവിച്ച മഹാത്മാവാണ് മുഹമ്മദ് നബി. ആരോഗ്യവും രോഗവും എന്നുവേണ്ട മനുഷ്യന്റെ എല്ലാ സവിശേഷതകളോടെയുമാണ് ജീവിച്ചത്. രോഗവും മരണവും അദ്ദേഹത്തിന്റെ മനുഷ്യപ്രകൃതിക്ക് യോജിച്ചതായത് കൊണ്ടുതന്നെ അത് പ്രവാചകത്വത്തിനുയാതൊരു തടസ്സവും, ന്യൂനതയും സൃഷ്ടിച്ചിരുന്നില്ല. മറ്റു മനുഷ്യരെ പോലെ തന്നെ രോഗത്തിന്റെ വേദനയും, പ്രയാസവും നബിയും അനുഭവിച്ചിരുന്നു. എന്നാൽ മറ്റുള്ളവരെ പോലെയായിരുന്നില്ല രോഗത്തെ നബി കണ്ടിരുന്നത്. രോഗം പിടിപെടുമ്പാൾ തന്റെ രക്ഷിതാവിലുള്ള പൂർണ്ണ സംതൃപ്തിയും വിശ്വാസവും പ്രകടമാവുകയും ക്ഷമയും സഹനവും മുറുകെ പിടിക്കുകയും ചെയ്തു. രക്ഷിതാവിന്റെ പ്രീതിക്ക് വേണ്ടിയുള്ള മനഃസാന്നിദ്ധ്യം കൈവരിക്കയും ചെയ്യുമായിരുന്നു. തന്നെ സാന്ത്വനിപ്പിക്കാനായി സന്ദർശനത്തിനു വരുന്നവരോട് തിരുമേനി പറയുക ഇപ്രകാരമായിരുന്നു. *ഏത് സമയത്തും അല്ലാഹുവിന് സ്തുതി* (തുർമുദി)

ഇത്തരം സന്ദർഭങ്ങളിലൊക്കെ തിരുമേനിക്ക് മുമ്പ് കഴിഞ്ഞുപോയ പ്രവാചകൻമാരുടെ പാത അവലംബിക്കുവാനും ആ പ്രവാചകന്മാരുടെ മാതൃക പിൻപറ്റുവാനുമായിരുന്നു അല്ലാഹുവിന്റെ നിർദ്ദേശം. ഖുർആനിലെ ആജ്ഞയും മുന്നറിയിപ്പും ഖുർആൻ അധ്യായം 6 ൽ 21 ലും 38 ലും ഈ കാര്യം സവിസ്തരം പ്രതിപാദിക്കുന്നുണ്ട്.

റസൂൽ തന്റെ ആരോഗ്യസംരക്ഷണത്തിലും, കായിക ശക്തിയിലും, മാനസിക പോഷണത്തിലും സദാ ശ്രദ്ധാലുവായിരുന്നു. തനിക്ക് ലഭിച്ച ദേഹവും ആരോഗ്യവുമെല്ലാം ഒരു അമാനത്താണെന്നും അത് സസൂക്ഷ്മം കൈകാര്യം ചെയ്യണമെന്നും റസൂൽ ഉപദേശിക്കുന്നു.

ആ വിഷയത്തിൽ സഖാക്കളെ അദ്ദേഹം ഉൽബുദ്ധരാക്കുന്നത് ശിഷ്യൻ ഹസ്രത്ത് അബൂ ബുർസ അൽ അസ്‌ലമി പറയുന്നതിപ്രകാരമാണ്. *പരലോകത്തിൽവെച്ച് നാലുകാര്യങ്ങൾക്ക് ഉത്തരം നൽകീട്ടല്ലാതെ ഒരാളുടെയും പാദം മുന്നോട്ട് ചലിപ്പിക്കുവാൻ കഴിയില്ല. അതിലെ നാലാമത്തെ കാര്യം നിന്റെ ശരീരത്തെ ഏത് മാർഗ്ഗത്തിൽ ഉപയോഗപ്പെടുത്തി എന്നും ചോദിക്കപ്പെട്ടതിന്ന് ശേഷമല്ലാതെ* (തുർമുദി).

തന്റെ ശരീരത്തോട് നിരുത്തരവാദിത്വത്തോടും നിരർത്ഥകമായും പെരുമാറാൻ ഒരാൾക്കും അവകാശമില്ല. ആ ശരീരം സൃഷ്ടിച്ചതും രൂപകൽപന ചെയ്തതും അത് വഹിച്ച് നടക്കുന്നവനല്ലല്ലോ?

റസൂൽ ഉണർത്തുന്നു.*ഒരാൾ മലമുകളിൽ നിന്ന് ചാടി ആത്മഹത്യ ചെയ്താൽ അവൻ നരകത്തിലും അപ്രകാരം വീണ് കൊണ്ടേയിരിക്കും, വിഷം കഴിച്ച് ആത്മഹത്യ ചെയ്തവൻ നരകത്തിൽ എന്നെന്നും വിഷം കഴിച്ച് കൊണ്ടേയിരിക്കും. അവന്റെ കൈയിൽ അവന്റെ വിഷം എപ്പോഴും ഉണ്ടായിരിക്കും. ഒരാൾ ആയുധം ഉപയോഗിച്ച് സ്വശരീരത്തെ വധിച്ചാൽ അവൻ കാലാകാലവും നരകത്തിൽ വെച്ച് ആയുധം കൊണ്ട് തന്റെ വയറ് കുത്തിക്കീറിക്കൊണ്ടിരിക്കും. ആ ആയുധം അവന്റെ കൈവശം എപ്പോഴും ഉണ്ടായിരിക്കും.*(ബുഖാരി മുസ്ലിം)

ആരോഗ്യ സംരക്ഷണത്തിന് രാത്രി നേരത്തെ ഉറങ്ങാനും നേരത്തെ എഴുന്നേൽക്കുവാനും റസൂൽ ഉപദേശിക്കുകയും അത് പോലെ പ്രവൃത്തിയിൽ റസൂൽ മാതൃക കാട്ടുകയും ചെയ്തു!

സഅദ് ബിൻ ഹിശാം ആയിശ(റ)യോട് തിരുമേനിയുടെ ഇശാ നമസ്ക്കാരത്തെ പറ്റി ചോദിച്ചപ്പോൾ അവർ കൊടുത്ത മറു

പടി ഇപ്രകാരമായിരുന്നു.

ജനങ്ങൾക്കൊപ്പം ഇശാ നമസ്ക്കരിച്ച് കഴിഞ്ഞാൽ തിരുമേനി പിന്നീട് വീട്ടിൽ നിദ്രാവലംബിയാകും. (ബുഖാരി) പ്രകൃതി ജീവനവും അതാണല്ലോ. ഖുർആൻ 25/47 ശ്രദ്ധിക്കുക. അവനത്രെ നിങ്ങൾക്ക് വേണ്ടി രാത്രിയെ ഒരു വസ്ത്രവും ഉറക്കത്തെ ഒരു വിശ്രമവും ആക്കിതന്നവൻ. പകലിനെ അവൻ എഴുന്നേൽപ്പു സമയമാക്കുകയും ചെയ്തിരിക്കുന്നു. ആലസ്യം, മടി, നിരുത്സാഹം മുതലായവ വർജ്ജിക്കാൻ നബി കൽപ്പിക്കുന്നു. തന്റെ നാഥനായ അല്ലാഹുവോട് എപ്പോഴും ആ കാര്യങ്ങളിൽ ശരണം പ്രാപിക്കുന്നതും പ്രാർത്ഥിക്കുന്നതും അനുയായികൾ അറിയാറുണ്ട്. തങ്ങളുടെ പ്രാർത്ഥനകളിൽ കൂടി അവരാ പ്രാർത്ഥന ഉൾക്കൊള്ളിക്കാറുമുണ്ട്. (ബുഖാരി)

**രോഗികൾ;** അവർ ഏതു തരക്കാരുമാകട്ടെ, തന്റെ മതക്കാരോ, ആദർശക്കരോ,ജാതിക്കാരോ വർഗ്ഗക്കാരോ, ബന്ധുക്കളോ ആവുകയോ, ആവാതിരിക്കുകയോ ചെയ്യട്ടെ. എല്ലാവരും മനുഷ്യർ എന്ന പരിഗണന വെച്ച് ഏതു രോഗിയേയും സന്ദർശിക്കുന്നതു തിരു മേനിയുടെ ജീവിതത്തിൽ നമുക്ക് കാണുവാൻ സാധിക്കുന്ന ഒരു ഉത്തമ മാതൃകയാണ്. എല്ലാ മനുഷ്യരെയും ഉൾക്കൊണ്ട് ആണ് അദ്ദേഹത്തിന്റെ നിർദേശവും നിങ്ങൾ രോഗികളെ സന്ദർശക്കുവിൻ. (ബുഖാരി)

ഇസ്ലാം വിശ്വാസിയായിട്ടില്ലാത്ത തന്റെ പിതൃവ്യൻ അബുത്വാലിബിന്റെ മരണാസന്ന സമയത്തെ രോഗാവസ്ഥയിൽ പോലും നബി സമാശ്വാസത്തിനെത്തുകയും, കലിമത്ത് തൗഹീദ് ഉച്ചരിച്ചു ഇസ്ലാമിൽ പ്രവേശിക്കാനുള്ള അവസാന ശ്രമം നടത്തുകയും ചെയ്യുന്നു. അങ്ങനെ ചെയ്താൽ അല്ലാഹുവിനോട് നിങ്ങൾക്ക് വേണ്ടി എനിക്ക് ശുപാർശ നടത്തി നോക്കാമായിരുന്നു.!!! പിതൃവ്യരെ, നബി പറഞ്ഞു. അപ്പോൾ അവസാന കാലത്ത് ഞാനങ്ങനെ ചെയ്യുമ്പോൾ നമ്മുടെ ജനത പരിഹസിക്കുകയും ആക്ഷേപിക്കുകയും ചെയ്യുന്നത് ഞാൻ ഭയപ്പെട്ടിരുന്നില്ലങ്കിൽ ഞാനങ്ങനെ ചെയ്യുമായിരുന്നു മോനെ, എന്നായിരുന്നു അബുത്വാലിബിന്റെ മറുപടി. (മുസ്ലിം)

പനി ബാധിച്ച് ചുട്ടു പൊള്ളുന്ന ഒരാളെ നബി സന്ദർശിക്കുമ്പോൾ അയാൾക്ക്  വേണ്ടത്ര സമാധാനം കാംക്ഷിച്ചുകൊണ്ട് അയാളെ ആശ്വസിപ്പികുന്നു. അലസതയും അലംഭാവവും നിരോധിക്കുന്ന പ്രവാചകൻ എപ്പോഴും ഉന്മേഷവാനായിരുന്നു. മാത്രമല്ല, തന്റെ സാധാരണ നടത്തത്തിൽ വരെ ചുറു ചുറുക്കോടും വേഗതയിലുമായിരുന്നു സഞ്ചരിച്ചിരുന്നതെന്ന് അബൂഹുറൈറ പറയുന്നു. തിരുമേനി തന്റെ എല്ലാ  ചലന ക്രിയകളിലും ഉന്മേഷവനായിയിരുന്നു. റസൂലിനെക്കാൾ വേഗത്തിൽ നടക്കുന്ന ഒരാളെയും ഞാൻ കണ്ടിട്ടില്ല.(തുർമുദി)

രോഗം മൂലമുണ്ടാകുന്ന പ്രയാസങ്ങളും വേദനകളും രോഗി ക്ഷമിക്കുകയും  അല്ലാഹുവിലേക്ക് ഭാരങ്ങൾ ഏൽപിക്കുകയും ചെയ്താൽ രണ്ട് നിലക്കതവന്ന് ഉപകാരപ്രദമാകുന്ന കാര്യം തിരുമേനി അരുളുന്നു.  ഒരു മുസ്ലീമിന് ക്ഷീണമോ, രോഗമോ, വിഷമമോ, വ്യസനമോ, ഉപദ്രവമോ, ദു:ഖമോ, ബാധിച്ചു എന്നിരിക്കട്ടെ. അല്ലെങ്കിൽ അവന്റെ ശരീരത്തിൽ ഒരു മുള്ളു തറയ്ക്കുകയെങ്കിലും ചെയ്തു എന്നിരിക്കട്ടെ, എങ്കിൽ അവന്റെ തെറ്റുകളിൽ ചിലത് അല്ലാഹു  പൊറുത്ത്  കൊടുക്കാതിരിക്കില്ല.(ബുഖാരി)

ആയിശാ(റ)പറയുന്നു: നബിയേക്കാൾ രോഗ വേദന അനുഭവിച്ച ആരെയും ഞാൻ കണ്ടിട്ടില്ല.(ബുഖാരി മുസലീം)തിരുമേനി (സ) അരുളിയതായി അബുഹുറൈറ പറയുന്നു-: *ആർക്കെങ്കിലും അല്ലാഹു നന്മ ഉദ്ദേശിച്ചാൽ അല്ലാഹു അവനെ ആപത്തുകൾ കൊണ്ട് പരീക്ഷിക്കും*.(ബുഖാരി മുസലീം)

തിരുമേനി മറ്റൊരു സന്ദർഭത്തിൽ സ്വഹാബികളെ ഓർമ്മപ്പെടുത്തുന്നതിങ്ങനെയാണ്! “തന്റെ കർമ്മങ്ങൾ  മാത്രം ഒരാളെയും സ്വർഗത്തിലേക്കെത്തിക്കുകയില്ല (അപ്പോൾ) അനുചരന്മാർ ചോദിച്ചു. അല്ലാഹുവിന്റെ റസൂലെ താങ്കളും അത് പ്രകാരം തന്നെയാണോ?. റസൂൽ പറഞ്ഞു. അല്ലാഹു തന്റെ കാരുണ്യവും ഔദാര്യവും കൊണ്ട് എന്നെ പൊതിഞ്ഞു മൂടിയാലല്ലാതെ ഞാനും പ്രവേശിക്കുകയില്ല. അതുകൊണ്ട് നിങ്ങൾ കർമ്മങ്ങൾ നന്നാക്കുക. നേരായ മാർഗ്ഗത്തിൽ നിലകൊള്ളുന്നതിൽ പൂർണ്ണത നേടാൻ

ശ്രമിക്കുക. നിങ്ങളാരും മരണമാഗ്രഹിക്കരുത്. നിങ്ങൾ സുകൃത മാവാൻ കഴിഞ്ഞെങ്കിൽ കൂടുതൽ നന്മ ചെയ്യാൻ സാധിച്ചേക്കും. ദുർവൃത്തനാണെങ്കിൽ തെറ്റുകളിൽ പശ്ചാത്തപിക്കാനും പാപമോ ചനത്തിന് പ്രാർത്ഥിക്കാനും സമയം ലഭിക്കും.

രോഗം അത് കേവലം പരീക്ഷണാത്മക സംഭവമാണ്. മനുഷ്യന്റെ വിജയവും പരാജയവും അത് ഉൾക്കൊള്ളുന്നതായി സൂചിപ്പിച്ചു. ഖുർആൻ പറയുന്നു. നിങ്ങളിൽ ആരാണ് കൂടുതൽ നന്നായി പ്രവർത്തിക്കുന്നവൻ എന്ന് പരീക്ഷിക്കുവാൻ വേണ്ടി മരണവും ജീവിതവും സൃഷ്ടിച്ചവനാകുന്നു അവൻ.(അല്ലാഹു) അവൻ പ്രതാപിയും ഏറെ പൊറുക്കുന്നവനുമാകുന്നു. ഖുർ.-67/2 ദുനിയാവ് ഒരു പരീക്ഷണ കേന്ദ്രം എന്ന നിലക്കേ ഒരു മനുഷ്യൻ കരുതാൻ പാടുള്ളൂ. ഈ കാഴ്ചപ്പാട് യഥാർത്ഥ മനുഷ്യനെ ദുനിയാ വിൽ നിന്ന് ഒളിച്ചോടാനല്ല പ്രേരിപ്പിക്കുക. മറിച്ച് നൂറ് ശതമാനം ജീവിതത്തിൽ വിജയം വരിക്കാനും ഈ പരിശ്രമങ്ങളാണ് അവൻ ചെയ്യുക. റസൂൽ ഉത്ബോധിപ്പിക്കുന്നത്. ഒരു മുസ്ലീമിന്റെ കാര്യം വളരെ അത്ഭുതം. ഏത് കാര്യവും അവന് നന്മയായി മാറുന്നു. സത്യവിശ്വാസിക്ക് മാത്രമേ ഇത് കരഗതമാവൂ. അവന് സന്തോഷക രമായ സംഗതി വന്ന് ഭവിക്കുമ്പോൾ അവൻ നന്ദി ചെയ്യുന്നു. അത വന് നന്മയായി മാറുന്നു. ദുഃഖകരമായ സംഗതി വരുമ്പോൾ അവൻ ക്ഷമ പാലിക്കുന്നു. അപ്പോഴും അതവന് നന്മയായി മാറുന്നു. ഗുണ വും നന്മയും തന്നെ.(മുസ്ലിം)

# ആരാണ് അന്ത്യപ്രവാചകൻ

തിരുമേനി (സ) പ്രവാചകനായത് അദ്ദേഹത്തിന്റെ ആവശ്യ പ്രകാരമോ, ഇംഗീതവും അഭീഷ്ടവുമനുസരിച്ചോ ആയിരുന്നില്ല. സർവ്വശക്തനായ അല്ലാഹുവിന്റെ തിരഞ്ഞെടുപ്പും നിശ്ചയവും തീരുമാനവുമനുസരിച്ചാണുണ്ടായത്. അല്ലാഹു നിശ്ചയിക്കുന്നതേ നടക്കൂ.! അല്ലാഹുവിന്റെ നിയമവും തീരുമാനവുമേ നടപ്പിലാകുകയുള്ളൂ. അല്ലാഹുവാണ് മുഹമ്മദ് നബിയെ അന്ത്യപ്രവാചകനായി നിയോഗിച്ചത്. ആ അല്ലാഹു തന്നെയാണ് മുഹമ്മദ് നബിക്ക് ശേഷം ഇനിയൊരു പ്രവാചകൻ ആവശ്യമില്ലെന്നും തിരുമേനിയോട് കൂടി പ്രവാചക ശൃംഖല അവസാനിച്ചുവെന്നും വിധിച്ചത്. ലോകത്തിന്റെ അന്തിമ പ്രവാചകനാണദ്ദേഹം. അന്ത്യപ്രവാചകനായ തിരുമേനി മുഖാന്തിരം അവതീർണ്ണമായ അവസാനത്തെ വേദഗ്രന്ഥമാണ് പരിശുദ്ധ ഖുർആൻ. അതുലോകത്തിന് പ്രബോധനം ചെയ്യുന്ന ഒരു മാതൃകാ പുരുഷനാണദ്ദേഹം. വിശുദ്ധ ഖുർആന്റെ തനി പകർപ്പ് ആയിരുന്നു അദ്ദേഹത്തിന്റെ സ്വഭാവം. തനിക്ക് ലഭിച്ച ദിവ്യവചനങ്ങളാണ് വിശുദ്ധ ഖുർആൻ എന്ന് അദ്ദേഹം പ്രഖ്യാപിക്കുന്നു. ഖുർആൻ വായനയിൽ ഇതിൽ യാതൊരു കലർപ്പും കടന്ന് കൂടീട്ടില്ലെന്ന് മനുഷ്യന് വ്യക്തമായി ബോധ്യം വരുന്നതാണ്. ദൈവത്തിന്റെ വാക്കും സംസാരവുമല്ലാത്തതൊന്നും അതിലില്ലെന്ന് ദൈവം സാക്ഷ്യപ്പെടുത്തുകയും ചെയ്യുന്നു. മനുഷ്യന്റെ ഐഹിക, പാരത്രിക വിജയമാണ് ഖുർആന്റെ പ്രമേയം. അല്ലാഹുവിന്റെ അസ്തിത്വത്തെകുറിച്ച്, പ്രകൃതിയിലെ മഹാകാര്യങ്ങൾ ഉദാഹരണ സഹിതം ചൂണ്ടിക്കാണിച്ച് മനുഷ്യനെ തെര്യപ്പെടുത്തുന്നു. മരണാനന്തര

അനശ്വരതയിൽ സ്വർഗ്ഗ പ്രവേശനത്തിന് അർഹനാവുകയും നരകത്തിൽ നിന്ന് രക്ഷപ്രാപിക്കയും ചെയ്യുന്ന ഭാഗ്യവാൻമാരിൽ ഉൾപ്പെടാൻ എന്ത് മാർഗ്ഗമാണ് കൈകൊള്ളേണ്ടതെന്നും അവനെ ഖുർആൻ ബോധവാനാക്കുകയും ചെയ്യുന്നു. ഖുർആൻ സന്മാർഗ്ഗകൃതിയാണ്. അത് സത്യവിശ്വാസത്തിലേക്കും ഈമാനിക പ്രഭയിലേക്കുമാണ് വിളിക്കുന്നതും ക്ഷണിക്കുന്നതും.

# ജീവിതവീക്ഷണം

പ്രകൃതിയെ ഉത്തേജിപ്പിക്കാനും ജീവഹാരിയാകുവാനും അതിന്ന് വേണ്ടി പ്രയത്നിക്കുമ്പോൾ അതിൽ വിജയം കണ്ടെത്താൻ കഴിയുമെന്നും മുഹമ്മദ് നബി പ്രഖ്യാപിക്കുന്നു. ഭൂമി ഉൽപാദനക്ഷമവും ഫലം പ്രദാനം ചെയ്യുന്നത് ആകണമെങ്കിലും അവിടെ കൃഷിയിറക്കണം. ജനങ്ങൾക്ക് തങ്ങളുടെ ആഹാരത്തിനും ജിവനത്തിനും ഭൂമിയെ ഉൽകൃഷ്ടമായ ഭൂമിയാക്കി, കൃഷിയോഗ്യമാക്കി പരിവർത്തിപ്പിക്കാനാണ് അല്ലാഹുവിന്റെ നിശ്ചയം. ഭൂമിയും അതിലുള്ള സർവ്വസാധനങ്ങളും സൃഷ്ടിച്ച് പരിപാലിക്കുന്നതും അത് മനുഷ്യർക്ക് കീഴ്പ്പെടുത്തി അനുഗുണമാക്കി തീർത്തതും അത് ആസ്വദിക്കാൻ സൗകര്യപ്രദമാക്കി തന്നവനും അല്ലാഹുവാണ്. (ഖുർ ആൻ 16/10,11)

ഈ ലോകവും അതിലുള്ളതുമൊക്കെ മായയാണെന്നോ, അതിലെ ജീവിതം ഒരു സ്വപ്നവും ഒളിച്ചോട്ടവുമാണെന്നോ, അത് ദുഷ്കർമ്മങ്ങൾ ചെയ്യാനുള്ള താവളമാണെന്നോ ഇസ്ലാം കരുതുകയോ വിഭാവനം ചെയ്യുകയോ ചെയ്യുന്നില്ല.

ഈ ദുനിയാവ് നന്മയുടെ വിളനിലമാണ്. തിന്മയുണ്ടെങ്കിൽ അത് മനുഷ്യൻ ചെയ്തുകൂട്ടിയതും പ്രവർത്തിച്ചതും മാത്രം.

അതുകൊണ്ടാണ് അമിതമായ ആരാധനയും ബ്രഹ്മചര്യവുമെല്ലാം ഉപേക്ഷിക്കാൻ അനുയായികളെ പ്രവാചകൻ ഉപദേശിക്കുന്നത്.

# നല്ല അയൽപക്കം

അയൽപക്ക ബന്ധത്തിന്റെ വിശുദ്ധിയും യശസ്സും മുഹമ്മദ് നബി ഉയർത്തി. സ്നേഹവും സൗഹാർദ്ദവും അവർക്കിടയിൽ അരക്കിട്ടുറപ്പിച്ചു. ധാരാളം കടമകളും നിയമവ്യവസ്ഥകളും അയൽ കൂട്ടങ്ങൾക്കിടയിൽ സംവിധാനിച്ചു. എന്നും ശത്രുതയിലും പോരിലും കിടമത്സരത്തിലുമായിരുന്ന അയൽവാസികൾക്കിടയിൽ ഐക്യവും രഞ്ജിപ്പും സംജാതമാക്കുകയും സാമൂഹ്യാന്തരീക്ഷം സുഗമവും സന്തോഷകരവുമാക്കി തീർക്കുകയും ചെയ്തു.

താങ്കൾ ജീവിക്കുന്നതോടുകൂടി മറ്റുള്ളവരെ ജീവിക്കാനനുവദിക്കുക എന്ന പരുവത്തിലാക്കി. പരിശുദ്ധ ഖുർആൻ പലസ്ഥലങ്ങളിലും അയൽക്കാരനോട് വർത്തിക്കേണ്ട രീതി എങ്ങിനെയാണെന്ന് ഊന്നി പറയുന്നുണ്ട്. സ്ത്രീകൾ എന്ന അധ്യായത്തിൽ ഈ കാര്യം സവിസ്തരം പ്രതിപാദിക്കുന്നുണ്ട്. വചനം 36 ൽ രണ്ട് തരക്കാരായ അയൽവാസികളും ഇതിൽ സമന്മാരാണ്. കുടുംബബന്ധമുള്ള അയൽവാസിയോടും അന്യരായ അയൽവാസിയോടുമെല്ലാമുള്ള പെരുമാറ്റം എങ്ങിനെ ആവണമെന്ന രേഖ തെയ്യാറാക്കി അയൽക്കാരനോട് സ്നേഹ സൗഹാർദ്ദത്തിൽ ഇടപെടാനുള്ള കൽപനകളും നിർദ്ദേശങ്ങളും ഉൾക്കൊള്ളുന്ന നബി വചനങ്ങൾ അദ്ദേഹത്തിന്റെ ശിഷ്യന്മാർ വളരെ ഗൗരവത്തിൽ ഉദ്ധരിക്കുന്നു.

മറ്റൊരവസരത്തിൽ നബി(സ) പറഞ്ഞു. *അല്ലാഹുവിന്റെ അടുക്കൽ നല്ലൊരു കൂട്ടുകാരൻ തന്റെ കൂട്ടുകാരനോട് നന്മ ചെയ്യുന്നവനാണ്. അല്ലാഹുവിന്റെ അടുക്കൽ നല്ല അയൽവാസി തന്റെ അയൽവാസിക്ക് നന്മ പ്രവർത്തിക്കുന്നവനാണ്* (തുർമുദി)

ഏറ്റവും നെറികെട്ടവനും നീചനും നികൃഷ്ടനുമായ ഒരയൽ വാസിയെ സംബന്ധിച്ച് റസൂൽ(സ)മുന്നറിയിപ്പ് നൽകുന്നത് കാണുക. ഹസ്രത്ത് മിഖ്ദാദ് ബിൻ അൽ അസുവദ് നബിയിൽ നിന്ന് ഉദ്ധരിക്കുന്നു. ഒരു ദിവസം തിരുമേനി സഖാക്കളോട് ചോദിച്ചു.? വ്യഭിചാരത്തെ സംബന്ധിച്ച് നിങ്ങൾ എന്തു പറയുന്നു.? അത് നിഷിദ്ധമാണ്. അല്ലാഹുവും അവന്റെ ദൂതനും അത് ഹറാമാക്കിയിട്ടുണ്ട്. അത്കൊണ്ട് അത് അന്ത്യനാൾവരെയും നിഷിദ്ധം.! അവർ മറുപടി പറഞ്ഞു. തിരുമേനി അപ്പോൾ അവരെ ബോധ്യപ്പെടുത്തുകയാണ്. തന്റെ അയൽവാസിയുടെ ഭാര്യയുമായി അവിഹിത ബന്ധത്തിൽ (വ്യഭിചാരം) ഏർപ്പെടുന്നതിനേക്കാൾ കുറ്റത്തിനെളുപ്പമായത് മറ്റു പത്ത് സ്ത്രീകളുമായി വ്യഭിചരിക്കുന്നതാണ്. (അഹമദ്)

നബിയിൽ നിന്ന് സ്വഹാബി ഇബ്ന്നു മസ്ഊദ് (റ) പറയുന്നു. പാപങ്ങളിൽ ഏറ്റവും കടുത്തപാപം ഏതാണ് ദൂതരെ എന്ന് ഞാൻ തിരുമേനിയോട് ചോദിച്ചപ്പോൾ അദ്ദേഹം പറഞ്ഞു. അല്ലാഹു നിന്നെ സൃഷ്ടിച്ചവനായിരിക്കെ അവന്ന് പങ്കുകാരെ (സമന്മാരെ) ഉണ്ടാക്കുക. ഞാൻ ചോദിച്ചു. പിന്നെ ഏതാണ് റസൂലെ.? നിന്നോടൊപ്പം ഭക്ഷിക്കേണ്ടിവരുമെന്ന് പേടിച്ച് നീ നിന്റെ സന്താനത്തെ കൊലപ്പെടുത്തുക.!! നബി ഉത്തരം ചെയ്തു. പിന്നീടേതാണ് റസൂലേ.? റസൂൽ പറഞ്ഞു.നിന്റെ അയൽവാസിയുടെ ഭാര്യയുമായി വ്യഭിചാരത്തിലേർപ്പെടുക.(ബുഖാരി, മുസ്ലിം).

സ്വന്തം സഹോദരിയായി കാണേണ്ടവളാണ് അയൽവാസിയുടെ ഭാര്യ. കുടുംബ ബന്ധത്തോടാണ് നബി(അ) അത് പരിഗണിച്ചിട്ടുള്ളത്. പവിത്രവും ആത്മാർത്ഥതയും വിശുദ്ധവുമായ പാശത്താൽ ബന്ധിക്കപ്പെട്ടതാണത്.

ഹസ്രത്ത് ആയിശ തിരുമേനി പറയുന്നതായി രേഖപ്പെടുത്തുന്നു. ജിബ്രിൽ എന്നെ അയൽവാസിയുടെ കാര്യത്തിൽ ഉപദേശിച്ച് കൊണ്ടേയിരുന്നു. അയൽവാസിയെ അവൻ അനന്തരാവകാശിയാക്കുമോ എന്ന് വരെ ഞാൻ വിചാരിച്ചു. (ബുഖാരി, മുസ്ലിം)

ഭാര്യ ആയിശ ഒരിക്കൽ നബിയോട് ചോദിച്ചു. ദൂതരെ, എന്റെ പക്കൽ സമ്മാനം നല്കാൻ എന്തെങ്കിലുമുണ്ടാകുമ്പോൾ എന്റെ

രണ്ടയൽവാസികളിൽ ആർക്കാണ് ഞാൻ മുൻഗണനാക്രമം നട ത്തേണ്ടത്.ഒരാൾക്കേ കൊടുക്കുവാനുണ്ടാവുകയുള്ളുവെങ്കിൽ. നബി പറഞ്ഞ മറുപടി. നിന്റെ വാതിലുമായി ഏറ്റവും അടുത്തയാ ൾക്ക് (ബുഖാരി).

അയൽവാസിയുടെ സന്തോഷത്തിലും സന്താപത്തിലും ഭാഗഭാക്കാകുകയും അവന്റെ ദുരിതങ്ങളിലും കഷ്ടപാടുകളിലും ഒപ്പം നിൽക്കുകയും, അവന്റെ അസാന്നിദ്ധ്യത്തിൽ അവന്റെ വീടും കുടുംബവും കുട്ടികളെയും ശ്രദ്ധിക്കുകയും ,ചെയ്യുകയും തന്റെ ആത്മാർത്ഥതയും കടപ്പാടുകളും സമർപ്പിക്കയും ചെയ്യുമ്പോൾ അവനിലുണ്ടാകുന്ന സന്തോഷം എത്രമാത്രം ചാരിതാർത്ഥ്യമായി രിക്കും. തിരുമേനി അരുളുന്നു . *നാല് കാര്യങ്ങൾ സൗഭാഗ്യത്തിൽ പെട്ടതാണ്. സുകൃതയായ ഭാര്യ, സൗകര്യപ്രദമായ വീട്, നല്ലവ നായ അയൽവാസി, ശാന്തമായ വാഹനം. നാല് കാര്യങ്ങൾ ദൗർ ഭാഗ്യകരവുമാണ്. ചീത്തയായ അയൽവാസി, വൃത്തികെട്ട ഭാര്യ, മുഷിപ്പൻ വാഹനം,കുടുസ്സായ വീട്* (ഇബ്നുഹിബ്ബാൽ, ബൈഹഖി)

അയൽവാസിയുടെ സാക്ഷിത്വം അല്ലാഹു സ്വീകരിക്കുന്ന കാര്യം വിവരിക്കുന്ന ഒരു ഖുദുസി ഹദീസിൽ അല്ലാഹു അറിയി ക്കുന്നതായി റസൂൽ അരുളുന്നു. മൂന്ന് അയൽപക്ക വീട്ടുകാർ ഒരാൾ മരിച്ചശേഷം അയാളെ സംബന്ധിച്ച് നന്മ പറയുകയാണെങ്കിൽ അല്ലാഹു അപ്പോൾ പറയുന്നതാണ്, എന്റെ അടിയാറുകളുടെ അറി വനുസരിച്ച് അവർ സാക്ഷ്യപ്പെടുത്തിയ കാര്യം ഞാൻ സ്വീകരിക്ക യും ഞാനറിഞ്ഞ കാര്യത്തിൽ ഞാനവന്ന് പാപമോചനം ചെയ്യുക യും ചെയ്തിരിക്കുന്നു. (അഹമ്മദ്)

തിരുമേനി പറയുന്നു. അല്ലാഹുവിലും റസൂലിലും വിശ്വസി ക്കുന്ന ആരും തന്നെ തന്റെ അയൽവാസിയെ ദ്രോഹിക്കരുത്. (ബുഖാരി,മുസ്ലിം)

തിരുമേനിയുടെ ഉത്തമശിഷ്യൻ അബൂ ഹുറൈറ പറയു കയാണ്.ഒരാൾ റസൂലിനോട് പറഞ്ഞു. ദൂതരെ. ഒരു സ്ത്രീ, അധി കമായി നമസ്ക്കരിക്കുന്നവളും ധർമ്മം ചെയ്യുന്നവളും വ്രതമനുഷ്ഠി ക്കുന്നവളുമാണ്. പക്ഷേ, അവൾ തന്റെ നാവ് കൊണ്ട് തന്റെ അയൽ

ക്കാരെ ദ്രോഹിക്കുന്നവളുമാണ്. തിരുമേനി പറഞ്ഞു.? അവൾ നരക ത്തിലാണ്..(അഹമദ്).

അയൽവാസിയെ കണ്ടുമുട്ടുമ്പോൾ പുഞ്ചിരി തൂവുകയും അവന്റെ മനസ്സിൽ ആഹ്ളാദവും സന്തുഷ്ടിയും ഉണ്ടാക്കാവുന്ന വിഷയങ്ങൾ സംസാരിക്കയുമാണ് വേണ്ടത്. അന്യോന്യമുള്ള ഗൃഹ സന്ദർശനങ്ങളും ആവശ്യാനുസാരമുള്ള സഹായങ്ങളും പരസ്പര മുള്ള സൗഹാർദ്ദ,കുടുംബ കൂട്ടായ്മകളും സംഘടിപ്പിക്കണം. പരസ് പരം ആരോടും അടുക്കാതെ ഞാനും എന്റെ ഭാര്യയും കുട്ടികളും എന്ന നയമല്ല,ഇസ്ലാം വിഭാവനം ചെയ്യുന്നത്. സത്യവിശ്വാസവും പരലോക ചിന്തയുമുള്ള ഒരു മുസ്ലിം തന്റെ ഏത് അയൽവാസി യോടും ഇതേ സമീപനവും, മാതൃകയും, കടമയുമാണ് നിർവ്വ ഹിക്കേണ്ടത്. തിരുമേനിയുടെ ശിഷ്യൻ അബൂദർറ(റ)പറയുന്നു. തിരുമേനി(സ) ഒരു ദിവസം എന്നോട് പറഞ്ഞു. അബൂദർറേ..നീ കറി പാകമാക്കുമ്പോൾ അതിൽ വെള്ളം വർദ്ധിപ്പിച്ചിട്ടാണെങ്കിലും നിന്റെ അയൽവാസിയേയും കൂടി പരിഗണിക്കുക. തിരുമേനി നിർ ദ്ദേശിച്ചു.(മുസ്ലിം). മറ്റൊരിക്കൽ നബി സൂചിപ്പിക്കുകയാണ്. തന്റെ തൊട്ടടുത്ത അയൽവാസി പട്ടിണിയിലാണെന്നറിഞ്ഞ് ആഹാരം കഴിച്ച് വയർ നിറച്ചവൻ എന്നിൽ വിശ്വസിച്ചവനല്ല. (ത്വബ്റാനി)

# ദ്രോഹങ്ങളുടെ പരമ്പരയും മാപ്പ് കൊടുക്കലും

റസൂൽ തിരുമേനി തന്റെ ബന്ധുക്കളെയും അഗാധമായി ഇഷ്ടപ്പെടുകയും സ്നേഹിക്കുകയും ചെയ്തു. ശരിയായ പന്ഥാവിലും നേരായ വഴിയിലും അവർ സഞ്ചരിക്കണമെന്നും ഈ മാനിനിന്റെയും ഇസ്ലാമിന്റെയും മുന്നിൽ നടന്ന് തന്നോടോപ്പം വഴികാട്ടികളാകണമെന്നും റസൂൽ(സ)ആഗ്രഹിച്ചു. തമാശക്ക് പോലും കളവ് പറയാത്ത മുഹമ്മദിന്റെ സത്യസന്ധതയിൽ ഒരാൾക്കും അല്പം പോലും സംശയം ഉണ്ടായിരുന്നില്ല. ആരുടെയും ശത്രുവായിട്ടില്ലാത്ത നബി, ഏകദൈവ വിശ്വാസത്തിലേക്ക് ക്ഷണിച്ചപ്പോൾ അതും ദൈവത്തിന്റെ കല്പനപ്രകാരം എല്ലാവരും ശത്രുക്കളും കൊടിയ വിരോധികളുമായി മാറി. അല്ലാഹു ഏൽപ്പിച്ച ചുമതല ജനങ്ങളിലേക്ക് സത്യസന്ധമായി എത്തിച്ചതാണല്ലോ അതിനുള്ള കാരണം. ആരെതിർത്താലും തന്റെ ജീവൻ നിലനിൽക്കുന്ന കാലമത്രയും ഈ സന്ദേശ വാഹകനായി തനിക്ക് പ്രവർത്തിക്കേണ്ടതുണ്ട്. ഇസ്ലാമിന്റെ അജയ്യതയും പൂർണ്ണതയും അതിന്റെ പാരമ്യത്തിൽ എത്തുന്നതുവരെ.

# സാന്ത്വനം അമുസ്ലിങ്ങൾക്കും

തന്നെ എതിർക്കുന്നവരോട് പോലും നബി ഒരിക്കലും പ്രതികാരം ചെയ്തിട്ടില്ല. അവർക്ക് നേർമാർഗവും ജീവിത വിജയവും ലഭിക്കാൻ വേണ്ടി പ്രാർത്ഥിക്കുകയായിരുന്നു നബി ചെയ്തിരുന്നത്.

ദൌസ് ഗോത്രത്തിൽനിന്ന് തുഫൈൽ ബിൻ അംറിന്റെ നേതൃത്വത്തിലുള്ള ചിലയാളുകൾ നബിയുടെ അടുത്ത് വന്നു. ദൗസി പറയുകയാണ്. ദൌസ ഗോത്രം സത്യ നിഷേധികളും ധിക്കാരികളുമായി മാറിപ്പോയി. അവർ ഇസ്ലാമിന്റെ ശത്രുക്കൾക്കൊപ്പമാണ് നിലകൊള്ളുന്നത്. നബി അല്ലാഹുവിനോട് അവരുടെ നാശത്തിന് വേണ്ടി പ്രാർഥിക്കുക. നബി തന്റെ കൈ ആകാശത്തേക്കുയർത്തിയത് കണ്ടപ്പോൾ അവർ കരുതി ദൌസ്ഗോത്രം നശിച്ചത് തന്നെ. എന്നാൽ നബി അപ്പോൾ പ്രാർഥിച്ചതെന്തായിരുന്നു എന്നറിയുമോ. അല്ലാഹുമ്മ ഇഹ്ദി ദൗസൻ എന്നായിരുന്നു. അല്ലാഹുവേ, ദൗസിനെ സൻമാർഗ്ഗ പാതയിൽ നയിക്കേണമേ എന്നായിരുന്നു. (ബുഖാരി മുസ്ലിം)

ഒരു ദിവസം ശിഷ്യൻ അബു ഹുറൈറ തിരുമേനിയുടെ അടുത്ത് കരഞ്ഞ് കൊണ്ട് വീർത്ത മുഖവുമായി കടന്ന് വന്ന് പറഞ്ഞു. തിരുദൂതരെ എന്റെ ഉമ്മ താങ്കളുടെ കൊടിയ ശത്രുവും എതിരാളിയുമാണ്. അങ്ങയെ പറ്റി ഞാൻ ഒരിക്കലും കേൾക്കാൻ ആഗ്രഹിക്കാത്ത പല ദുരാരോപണങ്ങളും അവർ ജൽപ്പിക്കുന്നു. അല്ലാഹുവിൽ പങ്കാളികളെ ഉണ്ടാക്കുന്ന ഒരു ബഹുദൈവ വിശ്വാസിനിയാണവർ. അവരെ സന്മാർഗ്ഗത്തിലാക്കാൻ അങ്ങ് പ്രാർത്ഥിക്കുക. നബിയേ, അബുഹുറൈയുടെ ഉമ്മയുടെ ഹിദായത്തിന് വേണ്ടി നബി

പ്രാർത്ഥിക്കുകയും അല്ലാഹുവിന്റെ കാരുണ്യത്താൽ അവർ ഈമാൻ ഉൾക്കൊള്ളുകയും ചെയ്തപ്പോഴുണ്ടായ അബുഹുറൈറയുടെ സന്തോഷം ചെറുതല്ലായിരുന്നു. ഓടി വന്ന് വളരെ ചാരിതാർത്ഥ്യപൂർവ്വം തിരുമേനിയെ ആ വിവരം അറിയിക്കുന്നു.! സന്തോഷത്താൽ അബൂഹുറൈറ കണ്ണീർ വാർത്തു. നബിയുടെ ഈ ഗുണവിശേഷമാണ് ശത്രുക്കളെപ്പോലും പിടിച്ചുകുലുക്കിയത്. കാരുണ്യത്തിന്റെ നിറകുടമായിരുന്നു പ്രവാചകൻ. ആ ജീവിതത്തിലുടനീളം നമുക്ക് ദർശിക്കാൻ കഴിയുന്നത് സ്നേഹവും കാരുണ്യവും വിനയവുമാണ്. സർവ്വ അധികാരങ്ങളും കൈയിൽ വന്നപ്പോഴും തന്നെ നിരന്തരം വേട്ടയാടിയവരോട് പൊറുക്കാനും അവരെ വെറുതെ വിടാനുമാണ് റസൂൽ സന്മനസ്സ് കാണിച്ചത്. ആ വ്യക്തിപ്രഭാവം തന്നെയാണ് ലോക ജനതയുടെ നേതാവായി മുഹമ്മദ് നബിയെ വാഴ്ത്തുന്നതും. മറ്റുള്ളവരുടെ വേദനയിൽ അലിയുന്ന ആ ഹൃദയ വിശാലതയാണ് ശത്രുമനസ്സിൽപ്പോലും ഈമാനിന്റെ പൊൻ പ്രഭ ചൊരിയാൻ കാരണമായി ഭവിച്ചത്. കടലാഴത്തോളം ക്ഷമിക്കാനും സഹിക്കാനും റസൂൽ കാണിച്ച ഹൃദയ വിശാലതയാണ് ഇസ്ലാമിക പ്രബോധകൻ എന്ന നിലയിൽ റസൂലിന്റെ വ്യക്തിത്വത്തെ ആകർഷകമാക്കിയത്. എത്ര ക്രുദ്ധ മനസ്സിലും ഇളക്കം സൃഷ്ടിക്കാൻ പ്രവാചകന്റെ ഈ നിലപാട് കാരണമായി. സമാധാനം കൊണ്ട് ഇസ്ലാമിനെ പടുത്തുയർത്തിയ പ്രവാചകൻ അതിനാൽ തന്നെ ഇന്നും പകരക്കാരനില്ലാത്ത വ്യക്തിപ്രഭാവമായി ലോകത്ത് നിറഞ്ഞു നിൽക്കുന്നു.

# രോഗം ഒരു ശിക്ഷയുടെ ലക്ഷണമോ?

വലിയൊരു ചോദ്യമാണിത്.ദുർബല മനസ്സുകളിൽ വിശ്വാസ ചാഞ്ചാട്ടം സൃഷ്ടിക്കുന്ന ചോദ്യം. ജീവിതത്തിൽ മാരക രോഗവും മറ്റു പരീക്ഷണങ്ങളുമുണ്ടാകുന്നത് ഏതെങ്കിലും മുൻകാല ഒരു പാപത്തിന്റെ ഫലമായിട്ടാണോ എന്നത്. അത് ശിക്ഷയുടെ നാന്ദിയാണെന്നാണ് ചിലരുടെ ഒരു ധാരണ. തിരുമേനിയുടെ അ ധ്യാപനം വെളിവാക്കുന്നത് അത് അല്ലാഹുവിന്റെ വിധി നിർ ണ്ണയമാണെന്നാണ് . ശിക്ഷയല്ലാതിരിക്കാനാണ് കൂടുതൽ സാധ്യത. കാരണം ഏറ്റവും അധികം പരീക്ഷണ വിധേയരാകുന്നത് പ്രവാ ചകൻമാരും സദ്‌വൃത്തരായ സ്വാലീഹിങ്ങളുമാണെന്നാണ് തിരുമേനി പറയുന്നത്. ഒരു പാപവും കുറ്റവുമില്ലാത്ത നിലക്കു ത ന്നെ ഒരു മുസ്ലീമിന് അല്ലാഹുവുമായി കണ്ട് മുട്ടുന്നത് വരെ പരീക്ഷ ണം തന്നിലും തന്റെ സന്താനങ്ങളിലും സമ്പത്തിലും ഉണ്ടാ യിക്കൊണ്ടിരിക്കും.(തുർമുദ്ദി)

കുറച്ചൊക്കെ ഭയം, പട്ടിണി, ധനനഷ്ടം ജീവനഷ്ടം, വിഭവ നഷ്ടം എന്നിവ മുഖേന നിങ്ങളെ നാം പരീക്ഷിക്കുക തന്നെ ചെ യ്യും.(അത്തരം സന്ദർഭങ്ങളിൽ)ക്ഷമിക്കുന്നവർക്ക് സന്തോഷ വാർ ത്ത അറിയിക്കുക. തങ്ങൾക്ക് വല്ല ആപത്തും ബാധിച്ചാൽ അവർ (ക്ഷമാശീലർ)പറയുന്നത് ഞങ്ങൾ അല്ലാഹുവിന്റെ അധീനത്തി ലാണ്. അവങ്കലേക്ക് തന്നെ മടങ്ങേണ്ടവരുമാണ്. ഖുർആൻ-2/ 155, 156

തിരുമേനി പറയുന്നു. ഏററവുമധികം പരീക്ഷണങ്ങൾ തരണം ചെയ്യുന്നത് പ്രവാചകൻമാരും പിന്നെ അവർക്ക് സമമായവരുമാണ്. മതത്തിന്റെ പദവിക്കും അതിന്റെ വിശ്വാസ ദൃഢതക്കുമനുസരിച്ച് പരീക്ഷണങ്ങൾ ശക്തിപ്രാപിക്കുകയും ചെയ്യും.

അപ്പോഴൊക്കെ അല്ലാഹുവിന്റെ വിധിയിൽ വിശ്വാസം ദൃഢീകരിച്ച് അല്ലാഹുവിന്റെ തൃപ്തി കാംക്ഷിച്ച് അത് ക്ഷമിക്കുമ്പോഴേ അതിൽ വിജയ പ്രാപ്തി കൈവരിക്കാൻ സാധിക്കുകയുള്ളു. ഒരു ജനതയെ അല്ലാഹു ഇഷ്ടപ്പെട്ടാൽ അല്ലാഹു അവരെ പരീക്ഷണ വിധേയരാക്കുന്നതാണ്. തിരുമേനി പറഞ്ഞത്. ഇമാം തുർമുദി ഉദ്ധരിക്കുന്നു.വലിയ അന്ധവിശ്വാസത്തിലേക്കും അനാചാരത്തിലേക്കും വിശ്വാസശോഷണത്തിലേക്കും വഴിതുറക്കുന്ന ഒരു വിഷയത്തെ വളരെ ചെറിയ ഉത്തരത്തിലൂടെയാണ് പ്രവാചകൻ പരിഹരിക്കുന്നത്. ഒരു തെറ്റും ജീവിതത്തിൽ ചെയ്യാത്ത നിരവധി പ്രവാചകന്മാർ വലിയ പരീക്ഷണങ്ങൽക്ക് വിധേയരായിട്ടുണ്ട്. നാടും വീടും ഉപേക്ഷിക്കേണ്ടി വന്നവരും നാവറ്റം പോലും പുഴുത്ത് വൃണങ്ങൾ ഉണ്ടായവരും നേരിട്ടത് വലിയ അഗ്നിപരീക്ഷണങ്ങൾ തന്നെയായിരുന്നു. അവരുടെ വിശ്വാസത്തെ കൂടുതൽ ദൃഢപ്പെടുത്തുകയാണ് അതുവഴി എന്ന ഉത്തരം വിശ്വാസിക്ക് അവന്റെ വിശ്വാസത്തെ കൂടുതൽ തിളക്കമുള്ളതാക്കാൻ സഹായിക്കുന്നു. അല്ലാഹുവിന്റെ വിധിയാണതെന്ന് ചിന്തിക്കാനും അതിൽ സമാധാനിക്കാനും അതിൽ നിന്നുള്ള മോചനത്തിനു വേണ്ടി കൂടുതൽ ദൈവത്തിലേക്ക് തന്നെ മടങ്ങാനുമുള്ള വിശ്വാസദൃഢത കൈവരിക്കുകയാണ് പരീക്ഷണം വഴി ഓരോ വിശ്വാസിയും ചെയ്യുന്നതെന്ന കാഴ്ചപ്പാട് മഹത്വരം തന്നെ.

# മുഹമ്മദ് നബിയുടെ ജനനം

മുഹമ്മദ് നബിയുടെ വ്യക്തിത്വം പൂവിട്ടത് ഇബ്രാഹിം നബിയുടെ പൈതൃകത്തിലൂടെയാണ്. മക്കയുടെ ചരിത്രം ഇബ്രാഹിം നാഗരികതയിൽ നിന്നാണ് തുടക്കം. എല്ലാ അറബ് സംസ്ക്കാരങ്ങളുടെയും താവളം മക്കയായതും ഇബ്രാഹിമിന്റെ പ്രവർത്തനവും പ്രാർത്ഥനയും കൊണ്ടാണ്.

ഖുറൈശികൾ മറ്റ് അറബ് സമൂഹത്തേക്കാൾ ശ്രേഷ്ഠരും ഉന്നതരും പ്രതാപികളുമായിരുന്നത് അവരുടെ ചിന്താപരമായ ഔന്നത്യവും, കുടുംബപരമായ ആഢ്യത്വവും, വർഗ്ഗപരമായ പുരോഗതിയും മൂലമാണ്. അവരുടെ ഭാഷാസ്ഫുടത മറ്റ് ഏത് ഭാഷയേക്കാളും ലളിതവും സാഹിത്യഭംഗിയുള്ളതും കലാരംഗത്ത് പ്രാവിണ്യരുമായിരുന്നത് കൊണ്ടായിരുന്നു. എല്ലാ കവിയരങ്ങുകളിലും കലാ സാഹിത്യ മത്സരങ്ങളിലും ഖുറൈശികൾ നേതൃ സ്ഥാനീയരാവുകയാണ് പതിവ്.

പരിശുദ്ധ ഗേഹമായ ഹറമിന്റെ വിശുദ്ധിയെ അവർ വാഴ്ത്തുകയും ആദരിക്കയും ചെയ്തിരുന്നു. അതൊരു സമാധാനത്തിന്റെയും ശാന്തിയുടെയും നിത്യ കേന്ദ്രമായി അവർ പരിഗണിക്കയും രൂപപ്പെടുത്തുകയും സംവിധാനിക്കുകയും ചെയ്തിരുന്നു. പ്രതികാരം ചെയ്യാൻ ധൃതിയും വാശിയുള്ളപ്പോൾ തന്നെ ഹറമിന്നടുത്ത് വെച്ച് അതവർ അത് നിഷിദ്ധമായാണ് കണ്ടിരുന്നത്. തന്റെ പിതാവിന്റെയോ, മകന്റെയോ ഘാതകനെ ഹറമിൽവെച്ച് കണ്ടുമുട്ടിയാൽ ആ സ്ഥലത്തിന്റെ പവിത്രത മാനിച്ച് അയാളെ അവർ ഒന്നും ചെയ്തിരുന്നില്ല. തലമുറ തലമുറയായുള്ള അവരുടെ ആചാരം ഇതാ

യിരുന്നു.

നിർഭയമായ ഒരു പവിത്രസങ്കേതം നാം ഏർപ്പെടുത്തിയിരിക്കുന്നു എന്ന് അവർ കണ്ടില്ലേ. അവരുടെ ചുറ്റുഭാഗത്ത് നിന്നാകട്ടെ ആളുകൾ റാഞ്ചി എടുക്കപ്പെടുന്നു. എന്നിട്ടും അസത്യത്തിൽ അവർ വിശ്വസിക്കുകയും അല്ലാഹുവിന്റെ അനുഗ്രഹത്തോട് അവർ നന്ദികേട് കാണിക്കുകയുമാണോ.? (വി.ഖുർആൻ 29/67)

വിശുദ്ധ ഖുർആൻ ഈ കാര്യം സത്യമായി രേഖപ്പെടുത്തുകയും പരിശുദ്ധ കഅ്ബയും പരിസരവും അല്ലാഹു പവിത്ര സങ്കേതങ്ങളായി നിശ്ചയിക്കുകയും ചെയ്തിരിക്കുന്നു. അവിടെ വെച്ച് അക്രമമോ, കയ്യേറ്റമോ നടത്തുന്നത് വളരെ ഗുരുതരമായ കുറ്റമാണ്. സാമ്പത്തികമായി മറ്റ് പ്രദേശങ്ങളേക്കാൾ മെച്ചപ്പെട്ട സ്ഥലമായിരുന്നു അന്നും മക്ക. മുഹമ്മദിന്റെ ജനനാവസരം ഖുറൈശികളുടെ ചുറ്റുമുള്ള മറ്റ് ആൾക്കൂട്ടം എന്നിവ സാമ്പത്തിക മേഖലക്ക് എത്രയോ താഴെയാണുണ്ടായിരുന്നത്. അക്കാലത്ത് മക്കയിലെ ഖുറൈശികൾ കച്ചവട പ്രമുഖരും റോം,പേർഷ്യ മുതലായ വൻകിട രാജ്യങ്ങളുമായി വ്യാപാരബന്ധം സ്ഥാപിച്ചവരും യമൻ, സിറിയ മുതലായ നാടുകളിലേക്ക് അവിടുന്ന് നേരിട്ടു കച്ചവട സംഘത്തെ നയിച്ചവരുമാണ്. രാഷ്ട്രീയ, സാമൂഹ്യ അടിത്തറയും ഭദ്രതയുമുള്ള ഒരു തറവാട്ടിലാണ് മുഹമ്മദ് ഭൂജാതനാകുന്നത്. ജസീറത്തുൽ അറബിൽ (അറബ് അർദ്ധദ്വീപ്) മത, രാഷ്ട്രീയ, സാമൂഹ്യ, സാമ്പത്തിക മേഖലയിലുള്ള അവരുടെ പുരോഗതിയിലും വളർച്ചയിലും അയൽ പ്രദേശങ്ങൾക്ക് അവരോട് അസൂയയും അമർഷവുമുണ്ടാവുക സ്വാഭാവികം, ഒരളവ് വരെ പുരോഗതിയുടെ മൂല കാരണം കഅ്ബാലയമാണെന്ന് അവർ (ശത്രുക്കൾ) തിരിച്ചറിഞ്ഞപ്പോൾ ആ വിശുദ്ധ ഗേഹം അവിടുന്ന് നീക്കി മാറ്റാനുള്ള തത്രപ്പാടിലായി ശ്രദ്ധ. ഖുറൈശികളുടെ സ്വാധീനം അവസാനിപ്പിച്ച് അവരെ നിഷ്ക്രിയരാക്കേണ്ടത് അവരുടെ ആവശ്യമായിരുന്നു. കാരണം പ്രകൃതിപരമായും ഭൂമിശാസ്ത്രപരമായും ജസീറത്തുൽ അറബിന് ഏറെ പ്രാധാന്യമാണുള്ളത്. ഈ പ്രദേശം മരുഭൂമി കൊണ്ടും മണൽക്കാടുകളും മണൽകുന്നുകൾ കൊണ്ടും നിബിഢവും അതിനെ വലയം ചെയ്യപ്പെട്ടിരിക്കുന്നത് കൊണ്ടും പുറത്ത് നിന്നുള്ള ആക്രമണങ്ങൾക്കത്

ഒരു രക്ഷാകവചവുമാണ്. എത്യോപ്യക്കാരുടെ പരമ്പരയിൽപ്പെട്ട അബ്റഹ യമൻ കീഴടക്കി തന്റെ മതപരവും, രാഷ്ട്രീയ അധികാര സാമ്രാജ്യത്വവും അരക്കിട്ടുറപ്പിക്കുകയും മക്കയിലേക്കുള്ള അറബികളുടെ ഹജ്ജ് പര്യടനം അത് യമനിലേക്ക് മാറ്റാൻ വൃഥാ ശ്രമം ആരംഭിക്കുകയും ചെയ്തു. യമനിലെ സൻആയിൽ ഗാംഭീര്യവും പ്രൗഢിയുമുള്ള ഒരു വലിയ ചർച്ച് നിർമ്മിച്ച് ജനശ്രദ്ധ അങ്ങോട്ട് ആകർഷിക്കുന്നതിനുള്ള തീവ്രശ്രമം തുടങ്ങുകയും ചെയ്തു. പക്ഷേ, ആ ശ്രമം ദയനീയമായി പരാജയപ്പെട്ടു. ഒരറബിപോലും ആ കാര്യത്തിന് അവിടെ എത്തിനോക്കിയതുപോലുമില്ല. അതിനുള്ള പ്രതികാരം എന്ന നിലക്ക് കഅ്ബ ഇടിച്ചു പൊളിച്ചു തകർക്കുവാൻ തീരുമാനിക്കയും അതിനുള്ള കുത്സിത ശ്രമങ്ങൾ ആരംഭിക്കുകയും ചെയ്തു. ആ പ്രയാണത്തിൽ മുന്നിട്ടിറങ്ങുകയും ചെയ്തു. അതിന്റെ പര്യവസാനം കഅബയുടെ നാഥനായ ദൈവത്തിന്റെ ശക്തമായ കോപത്തിനും ശാപത്തിനും കാരണമാകുകയും ദൈവീക ശിക്ഷയാൽ അബ്റഹത്തും ആനപ്പടയും നശിച്ച് നാമാവശേഷമാവുകയും ചെയ്തു. ആ വർഷത്തിലാണ് ക്രിസ്താബ്ദം 571 ൽ മുഹമ്മദ് മക്കയിൽ ഭൂജാതനാവുന്നത്.

അദ്ദേഹത്തിന്റെ സുവർണ്ണ വ്യക്തിത്വത്തിന് മാറ്റുകൂട്ടുന്ന ഒട്ടുവളരെ രജതരേഖകൾ പ്രകടമായിരുന്നു. അറബ് വംശ കുടുംബത്തിലെ കുലപതികളായ ഉന്നത പരമ്പരയിൽ ജനനം. ഒരു ചെറിയ ന്യൂനത പോലും ആ ഗോത്രത്തെ സംബന്ധിച്ച് അപഹസിക്കാനും ആക്ഷേപിച്ച് കണ്ടുപിടിക്കാനും ശത്രുപക്ഷത്തിന് പോലും കഴിഞ്ഞിട്ടില്ല. ഖുറൈശി ഗോത്രത്തിലെ ഹാശിം കുടുംബം പുരാതനമായ വിശുദ്ധ കഅ്ബയുടെ കാവലാളുകളും അധിപന്മാരും ആയിരുന്നു അവർ.

തിരുമേനിയുടെ പിതാവിന്റെ പേർ അബ്ദുല്ല. നാം പറഞ്ഞ പോലെ അറേബ്യയിലെ പ്രശസ്തരും കുലീന കുടുംബ പാരമ്പര്യമുള്ളവരും മക്കയുടെ നേതാവും പൗരമുഖ്യനും കാര്യപ്രസക്തനുമായ അബ്ദുൽ മുത്വലിബിന്റെ പൗത്രനുമാണദ്ദേഹം. പ്രബലന്മാരും, ജേതാക്കളും, ഉന്നതസ്ഥാനീയരുമായ ഖുറേശി ഗോത്രമാണ് അദ്ദേഹത്തിന്റേത്. പരിശുദ്ധ കഅബയുടെ ഊരാളന്മാരാ

യിരുന്നു(നബിയുടെ)പ്രപിതാക്കൾ. തിരുമേനിയുടെ കുടുംബം പ്രപിതാമഹനായ ഹാശിമിലേക്ക് ചേർത്ത് ഹാശിമീ കുടുംബം എന്നാണറിയപ്പെടുന്നത്. ഹാശിം സിറിയയുമായി വ്യാപാരബന്ധ മുള്ള ആളായിരുന്നു. അങ്ങോട്ടുള്ള യാത്ര മദീന വഴിക്കായിരുന്നു. മദീനയിൽ വെച്ച് നജ്ജാർ ഗോത്രത്തിലെ അംറിന്റെ മകൾ സൽമയെ വിവാഹം കഴിച്ചു. വിവാഹശേഷം കുറച്ച് കഴിഞ്ഞ് അദ്ദേഹം സിറിയയിലേക്ക് തിരിച്ചു. വഴി മദ്ധ്യേ പലസ്തീനിലെ ഗസ്സയിൽ വെച്ച് രോഗബാധിതനാവുകയും അവിടെ വെച്ച് മരണപ്പെടുകയുമുണ്ടായി. അവരുടെ പുത്രനാണ് അബ്ദുൽ മുത്വലിബ്. മക്കയിലെ ഹാശിമിന്റെ സഹോദരൻ വർഷങ്ങൾക്ക് ശേഷം വിവരമറിഞ്ഞു അബ്ദുൽ മുത്വലിബിനെ മക്കയിലെ പിതാവിന്റെ കുടുംബത്തിലേക്ക് കൂട്ടികൊണ്ടുവന്നു. അപ്പോൾ ഭാര്യ ഗർഭിണിയായിരുന്നു. ഹാശിം സൽമ ദമ്പതികളുടെ പുത്രനാണ് അബ്ദുൽ മുത്വലിബ്.

മക്കയിലെ ഹാശിമിന്റെ സഹോദരൻ വർഷങ്ങൾക്ക് ശേഷമാണ് ഈ സംഭവം അറിയുന്നത്. അപ്പോൾ അബ്ദുൽ മുത്വലിബ് മദീനയിലെ തന്റെ ഉമ്മയുടെ ഗോത്രമായ(ബനു നജ്ജാറിൽ) കോമളനായി വളർന്നുകൊണ്ടിരിക്കുകയായിരുന്നു. അബ്ദുൽ മുത്വലിബിന്റെ വിവരമറിഞ്ഞ പിതൃവ്യൻ മദീനയിലെത്തി സസന്തോഷം മക്കയിലെ അബ്ദുൽ മുത്വലിബിന്റെ പിതാവിന്റെ കുടുംബത്തിലേക്ക് കൂട്ടികൊണ്ടുവന്നു വളർത്തി. പിതാവിന്റെ സഹാദരൻ മുത്വലിബിന്റെ വിയോഗത്തിനുശേഷം ആ സ്ഥാനം പിന്നെ ഏറ്റെടുത്തത് അബ്ദുൽ മുത്വലിബാണ്. തന്റെ പിതാവിന്റെ പാതയിൽ കൂടി അബ്ദുൽ മുത്തലിബ് എന്ന ശൈബ പ്രയാണം തുടങ്ങി - വീരോചിതമായ പ്രയാണം.

ജാജ്വല്യമായ ഔന്നത്യവും പ്രബലവുമായിരുന്ന ഖുറൈശ് ഗോത്രത്തിന്റെ നേതാവ് അബ്ദുൽ മുത്വലിബിന്റെ പത്ത് ആൺ മക്കളിൽ ഒരാളാണ് അബ്ദുല്ല.

സഹ്റ ഗോത്രത്തിലെ വഹബ് ബിൻ അബ്ദുൽ മനാഫിന്റെ പുത്രി ആമിനയേയാണ് തന്റെ പതിനേഴാം വയസ്സിൽ അബ്ദുല്ല വിവാഹം കഴിച്ചത്. അന്നത്തെ മക്കക്കാരുടെ സമ്പ്രദായമനുസരിച്ച് അബ്ദുല്ല മൂന്ന് ദിവസം പത്നീ ഗൃഹത്തിൽ താമസിച്ചു. പിന്നീട്

വ്യാപാരാർത്ഥം ശാമിലേക്ക് (സിറിയയിലേക്ക്) പുറപ്പെട്ടു. എന്നാൽ മദീനയിൽ വെച്ച് രോഗബാധിതനാവുകയും വൈകാതെ മരണം പൂകുകയും ചെയ്തു. അപ്പോഴേക്കും ആമിന മുഹമ്മദിനെ ഗർഭം ധരിച്ചിരുന്നു. ക്രിസ്തുവർഷം 571 ഏപ്രിൽ 20 ന് ആയിരുന്നു മക്കയിൽ റസൂൽ ഭൂജാതനാകുന്നത്. റബീഉൽഅവ്വൽ ഒമ്പതിന്നാണെന്നും പന്ത്രണ്ടിനാണെന്നും രണ്ട് പ്രസ്താവമുണ്ട്. അക്കാലത്തെ മക്കക്കാരുടെ സമ്പ്രദായമനുസരിച്ച് മേലാളന്മാരായ അറബികൾ തങ്ങളുടെ കുഞ്ഞുങ്ങളെ മുലയൂട്ടി വളർത്താൻ ഗ്രാമങ്ങളിലേക്കയക്കുക പതിവായിരുന്നു. അവിടുന്ന് സംശുദ്ധമായ അറബ് ഭാഷ സംസാരിച്ച് പരിശീലിക്കുവാനും ഗ്രാമത്തിലെ തുറന്ന അന്തരീക്ഷത്തിൽ പ്രകൃതിരമണീയമായ വായു ആസ്വദിച്ച് ആരോഗ്യത്തോടെ വളരുവാനും ഇത് മൂലം ശിശുക്കൾക്ക് കഴിയുന്നു.

മുഹമ്മദ്(സ)ജനിച്ച് കുറച്ച് ദിവസങ്ങൾക്കകം തന്നെ ഗ്രാമീണ വനിതകൾ അവിടെ വരികയും അവരിൽപെട്ട ഹവാസിൻ ഗോത്രത്തിലെ സഅദിയ്യാക്കാരി ഹലീമയെ മുലയൂട്ടുവാൻ ഏൽപ്പിക്കുകയും ചെയ്തു. രണ്ട് വർഷത്തിനു ശേഷം കുട്ടിയെ മടക്കികൊടുത്തുവെങ്കിലും മക്കയിൽ പടർന്ന് പിടിച്ച ചില സാംക്രമിക ആരോഗ്യ പ്രശ്നങ്ങളാൽ കുട്ടിയെ അവരെ തന്നെ തിരിച്ചേൽപ്പിക്കുകയും പിന്നെ ഏകദേശം ആറ് വയസ്സ് വരെ അവിടെ ഗ്രാമത്തിൽ തന്നെ താമസിക്കയുമുണ്ടായി. കുട്ടിക്ക് ആറ് വയസ്സായപ്പോൾ മാതാവ് ആമിന കുട്ടിയേയും കൂട്ടി മദീനയിലേക്ക് തന്റെ ഭർത്താവും കുട്ടിയുടെ പിതാവുമായ അബ്ദുല്ലയുടെ ഖബർ സന്ദർശനത്തിനും മറ്റുമായി എത്തി. മദീനയിലെ ഏകദേശം ഒരു മാസത്തെ സന്ദർശനം കഴിഞ്ഞു ആമിന കുട്ടിയോടൊപ്പം മക്കയിലേക്ക് തന്നെ മടങ്ങി. വഴി മദ്ധ്യേ അബുവാഅ് എന്ന സ്ഥലത്ത് രോഗബാധിതയായി ആമിന മരിക്കുന്നു. പിന്നീട് കുട്ടിയെ പിതാമഹൻ അബ്ദുൽ മുത്വലിബ് തന്നെ സംരക്ഷിച്ചു. രണ്ട് വർഷം കഴിഞ്ഞപ്പോഴേക്കും കുട്ടിയുടെ എട്ടാം വയസ്സിൽ അബ്ദുൽ മുത്വലിബും മൃതിയടയുകയുണ്ടായി. അബ്ദുൽ മുത്വലിബിന്റെ വസിയ്യത്ത് പ്രകാരം മകൻ അബൂത്വാലിബ് കുട്ടിയുടെ സംരക്ഷണം ഏറ്റെടുത്തു. പിതാവ് അബ്ദുൽ മുത്വലിബിനെപോലെ തന്നെ വ്യക്തിപ്രഭാവനും പ്രമുഖ

നും നേതാവുമായിരുന്നു മക്കയിൽ അബുത്വാലിബും. സ്വന്തം മക്കളേക്കാൾ കൂടുതലായി സ്നേഹവും ലാളനയും വാത്സല്യവും ആദരവും നൽകി തന്റെ അനാഥനായ സഹോദരപുത്രൻ മുഹമ്മദിനെ തന്റെ ഹൃദയത്തിന്റെ ഒരു ഭാഗമാക്കി അബുത്വാലിഖ് ബ് തന്റെ കടമ നിറവേറ്റി.

മുഹമ്മദ് ഉറങ്ങുമ്പോഴും ഉണരുമ്പോഴുമൊക്കെ കൂട്ട് അബൂത്വാലിബിനോടൊന്നിച്ച് മുഹമ്മദിന്റെ പതിമൂന്നാം വയസ്സിൽ സിറിയയിലേക്ക് കച്ചവടാവശ്യാർത്ഥം അബൂത്വാലിബും സംഘവും പോവുമ്പോൾ മുഹമ്മദിനെ അബൂത്വാലിബ് ഒപ്പം കൂട്ടി. ഖുറൈശികളുടെ കുലത്തൊഴിലായിരുന്നുവല്ലോ കച്ചവടം. അബൂത്വാലിബും ഒരു വ്യാപാരിയായിരുന്നു. പിതൃവ്യന്റെ മാർഗ്ഗം സ്വീകരിച്ച് മുഹമ്മദ് എന്ന യുവകോമളനും അതേ മേഖല തന്റെ ഉപജീവനമാർഗ്ഗമായി തിരഞ്ഞെടുത്തു. അപ്പോഴേക്കും മക്കയിലും പരിസര പ്രദേശങ്ങളിലും വിശ്വസ്തൻ സത്യസന്ധൻ എന്ന പേരിൽ മുഹമ്മദ് അറിയപ്പെടാൻ തുടങ്ങി. യുവത്വത്തിലേക്ക് പ്രവേശിക്കും മുമ്പ് കുട്ടിയായിരിക്കുമ്പോൾ സഅദിയ്യക്കാർക്ക് വേണ്ടിയും ബാലനായിരിക്കുമ്പോൾ മക്കക്കാർക്ക് വേണ്ടിയും മക്കക്കാരുടെ സമ്പ്രദായമനുസരിച്ച് ആടിനെ മേയ്ക്കാൻ ആരംഭിച്ചിരുന്നു. കുബേര, കുചേല വ്യത്യാസമില്ലാതുള്ള ഒരാചാരമായിരുന്നു അത്. ക്ഷമയും അനുസരണവും തന്റേടവും സൂക്ഷ്മതയും കരുണയും സമാധാനവും ആ കാലത്ത് അദ്ദേഹം അഭ്യസിക്കയും പരിശീലിക്കയും ചെയ്തു. സ്വല്പമായ വരുമാനവും അതിലൂടെ ലഭിക്കയുണ്ടായി. ഇമാം ബുഖാരി(റ)റിപ്പോർട്ട് ചെയ്യുന്നു. ആട് മേയ്ക്കുന്നത് പ്രവാചകന്മാരുടെ സാമ്പ്രദായിക തൊഴിലായിരുന്നു എന്ന് നബി പറഞ്ഞപ്പോൾ സ്വഹാബികൾ ചോദിച്ചു? അപ്പോൾ അങ്ങോ?റസൂലെ!അതെ, ഞാനും മക്കകാർക്ക് ചില തുട്ടുകൾക്ക് പകരമായി ആട് മേച്ചിരുന്നു.

ആട് മേക്കുക, ജനസഞ്ചയത്തെ നയിക്കാനുള്ള ഒരു ട്രെനിങ്ങിന്റെ ഭാഗവും കൂടിയായിരുന്നു. വ്യാപാരാവശ്യാർത്ഥം പല ഘട്ടങ്ങളിലായി പിന്നീട് സിറിയ, ബസറ, യമൻ എന്നീ രാജ്യങ്ങൾ മുഹമ്മദ് (സ) സന്ദർശിച്ചിട്ടുണ്ട്. മക്കയിലെ ധനാഢ്യയും കുബേരയും വ്യവസായ പ്രമുഖയുമായ ഖുവൈലിദിന്റെ പുത്രി ഖദീജയു

ടെ വ്യാപാര-കച്ചവട സംഘത്തോടൊപ്പം ശാമിലേക്ക് (സിറിയ) തിരുമേനിയെ ഖദീജയുടെ നിത്യപ്രതിനിധി മൈസറയൊടൊപ്പം നിയോഗിച്ചയച്ചു. കച്ചവടത്തിന് ശേഷം തിരിച്ചെത്തിയ സംഘം വമ്പിച്ച ലാഭമാണ് മുഹമ്മദിന്റെ നേതൃത്വത്തിൽ ഖദീജക്കുണ്ടാക്കിയത്. ആദ്യം കണ്ട നാൾ മുതൽ തന്നെ മുഹമ്മദിന്റെ സംസാരത്തിലും സത്യസന്ധതയിലും ആത്മാർത്ഥതയിലും വിശ്വസ്തതയിലും ഖദീജ ആകൃഷ്ടയായിരുന്നു. അന്ന് മുഹമ്മദിന് 25 വയസ്സ് മാത്രമാണ് പ്രായം. യാത്ര കഴിഞ്ഞ് വന്നപ്പോൾ മുഹമ്മദിനെ പറ്റി പറയാൻ തന്റെ ആശ്രിതൻ മൈസറക്ക് നൂറ് നാവായിരുന്നു. ഇത് കൂടിയായപ്പോൾ ഖദീജയിൽ ചില ആഗ്രഹങ്ങൾ നാമ്പെടുത്തു. തന്റെ മുൻ ഭർത്താവിന്റെ വിയോഗം കഴിഞ്ഞിട്ട് കുറച്ചാവുകയാണ്. മക്കയിലുള്ള പല ഉന്നതന്മാരും പ്രമാണിമാരും വ്യവസായ പ്രമുഖരും ഖദീജയെ പരിണയിക്കാനാഗ്രഹിച്ച് നടക്കുകയാണ്.തന്റെ തോഴിയുമായി മുഹമ്മദിനെ സംബന്ധിച്ച ആഗ്രഹം പങ്കുവെച്ചു. തോഴി സസന്തോഷം 40 കാരിയായ ഖദീജയുടെ ആഗ്രഹം മുഹമ്മദിനെ അറിയിച്ച് തനിക്ക് തൃപ്തിയാണെന്നും എന്നാൽ തന്റെ പിതൃവര്യനോടും മറ്റ് ബന്ധപ്പെട്ടവരോടും ആലോചിച്ച് തീരുമാനിക്കണമെന്ന് പറയുകയും ഇരു കുടുംബക്കാരുടെയും പൂർണ്ണ തൃപ്തിയോടെയും ആശിർവാദത്തോടെയും വിവാഹം സമംഗളം നടക്കുകയുമുണ്ടായി. ഇരുപത് ഒട്ടകങ്ങളായിരുന്നു മഹറായി നൽകിയിരുന്നത്.

ദിവസങ്ങളും വർഷങ്ങളും കാലചക്രത്തിനനുസരിച്ച് ചലിച്ച് കൊണ്ടിരുന്നു. ഖദീജയുടെ ദാമ്പത്യം പൂവുകളും കായകളും വർഷിപ്പിച്ചു. ശാന്തസുന്ദരമായ ആ നൗക മുന്നോട്ട് സഞ്ചരിക്കയും ചെയ്തുകൊണ്ടിരുന്നു.

അവിടെ മക്കയിൽ നിന്ന് കുറച്ചകലെ ഏകദേശം മൂന്നിലധികം കിലോമീറ്റർ ദൂരമുള്ള ഒരു പർവ്വതമുണ്ട്. ജബ്ല് അന്നൂർ അതിൽ ഹിറാ എന്ന പേരിൽ ഒരു ഗുഹയുമുണ്ട്. ഏകാന്തവാസത്തിന് പറ്റിയ സ്ഥലം.

തന്റെ ചുറ്റ് വട്ടത്ത്, തന്റെ ജനങ്ങളുടെ ആചാരനുഷ്ഠാനങ്ങളിലും വിശ്വാസ പ്രവർത്തനങ്ങളിലും മനംനൊന്ത മുഹമ്മദ് ഏകാ

ന്തപഥികനായി ജനങ്ങളിൽ നിന്നകന്ന് ഗുഹയിൽ ധ്യാനനിമഗ്ന നായി. ദിവസങ്ങളോളം ആ ഗുഹയിൽ കഴിച്ച് കൂട്ടുക അദ്ദേഹ ത്തിന്റെ പതിവായി മാറി. ഭക്ഷണവുമായാണ് അങ്ങോട്ട് പോവുക. അത് തീരാറാകുമ്പോൾ പ്രിയ ഭാര്യ മല കയറി അവർ തന്നെ നേ രിട്ടെത്തിക്കുകയോ, പരിചാരകർ മുഖാന്തിരം കൊടുത്തയക്കുക യോ ചെയ്യും. ഇങ്ങനെ മൂന്ന് വർഷത്തെ നിരന്തര ധ്യാന ജീവിതവും ഗുഹാവാസവുമായി മുഹമ്മദിന് നാല്പത് വയസ്സ് തികയുകയാണ്. ഈ കാലയളവിൽ മുഹമ്മദിന്ന് പല സ്വപ്നദർശനങ്ങളുമുണ്ടായി ട്ടുണ്ട്. അങ്ങനെയൊരു ദിവസം റമദാൻ മാസത്തിലെ 17 ന് മലക്ക് ജിബ്രീൽ (അ) മുഹമ്മദിനെ സമീപിച്ച് അല്ലാഹുവിന്റെ സന്ദേശം നല്കി. വഹ്‌യിന്റെ ആരംഭവും നുബുവ്വത്തിന്റെ പ്രോൽഘാടനവു മായിരുന്നു അത്. മുഹമ്മദ് റസൂലായി മാറി.(സല്ലല്ലാഹുഅലൈഹി വസല്ലം)

ജിബ്‌രീലി(അ)ന്റെ ആഗമനം തിരുമേനിയിൽ അമ്പരപ്പും അസ്വാസ്ഥ്യവും പരിഭ്രമവും അപരിചിതത്വവും ഉണ്ടാക്കി. അചിന്ത്യ മായൊരു അനുഭവമായിരുന്നു അതുണ്ടാക്കിയത്. ഭീതിയാലും വികാര വിക്ഷോഭത്താലും ഭയത്താലും വിറച്ച് വിറച്ച് ഗുഹയിൽ നിന്ന് സ്വന്തം ഗൃഹത്തിലേക്ക് തന്റെ പ്രിയതമ ഖദീജയുടെ ചാരത്ത് വന്നണഞ്ഞു. സ്നേഹപാശത്താൽ നബിയെ പുണർന്ന് ബുദ്ധിമ തിയും പക്വമതിയുമായ ഖദീജ തന്റെ ഭർത്താവിനെ ആശ്വസിപ്പിച്ചു. ആ പരിലാളന നിർവൃതിയിൽ നബിക്ക് തെല്ലൊരാശ്വാസം ലഭിച്ചു. അദ്ദേഹം മയങ്ങി. ആ സംഭവത്തിന്റെ പ്രഥമഘട്ടം എങ്ങിനെയാ യിരുന്നുവെന്ന് ആയിശ പറയുന്നതിങ്ങനെ സംഗ്രഹിക്കാം.!!

ശരിയായി പുലരുന്ന സ്വപ്നങ്ങളായിരുന്നു അദ്ദേഹം ആയി ടക്ക് കാണുന്ന സ്വപ്നങ്ങൾ, പ്രഭാതോദയം പോലെ പുലരുമായി രുന്നു. ഏകാകിയായിരിക്കുക എന്നത് അദ്ദേഹത്തിന് മുമ്പ് ഇഷ്മാ യിരുന്നു. അങ്ങനെയാണ് ഹിറായിൽ പോയിരിക്കാനും താമസി ക്കാനും തുടങ്ങിയത്. ഹിറായിലായിരിക്കുമ്പോൾ തന്നെയാണ് അദ്ദേഹത്തിന് സത്യപ്രകാശം പൂരിതമാവുന്നത്. ധ്യാനനിരതനായി രിക്കുന്ന തിരുമേനിയുടെ അടുക്കൽ അല്ലാഹുവിന്റെ സന്ദേശവാ ഹകൻ ജിബ്രിൽ(അ)വന്നണഞ്ഞ് കൂട്ടിപ്പിടിച്ചു പറഞ്ഞു. വായിക്കു

ക. നബി(സ)പറഞ്ഞു. എനിക്ക് വായിക്കാനറിഞ്ഞുകൂടാ. അപ്പോൾ ജിബ്രീൽ അദ്ദേഹത്തെ അണച്ച് പിടിച്ചു. ആ ആണച്ച് പിടുത്തം നബിക്ക് അസ്വസ്ഥതയും വിഷമവുമുണ്ടാക്കി. പിടിവിട്ട് പിന്നെയും ആജ്ഞാപിച്ചു.താങ്കൾ വായിക്കുക. മൂന്നാമത്തെ പ്രാവശ്യം പിടി വിട്ട് ജിബ്രീൽ(അ) ഓതിക്കൊടുത്തു.

സർവ്വ സൃഷ്ടി ജാലങ്ങളേയും സൃഷ്ടിച്ച നിന്റെ രക്ഷിതാവിന്റെ നാമത്തിൽ വായിക്കുക. മനുഷ്യനെ ഒട്ടിപ്പിടിച്ചതിൽ നിന്നാണ്(ഭ്രൂണത്തിൻ)അവൻ സൃഷ്ടിച്ചിരിക്കുന്നത്. വായിക്കുക പേന കൊണ്ട് എഴുത്ത് പഠിപ്പിച്ചിരിക്കുന്ന അത്യുദാരനാണ് നിന്റെ രക്ഷിതാവ്. അറിവില്ലാത്ത കാര്യങ്ങൾ അവൻ മനുഷ്യന് പഠിപ്പിച്ച് കൊടുത്തിരിക്കുന്നു' ഖുർ:96/1 -4.

ഒരുപാട് പ്രത്യേകതകളാൽ ആവരണം ചെയ്യപ്പെട്ട മനുഷ്യ മഹാപുത്രനായിരുന്നുവല്ലോ റസൂൽ. വ്യക്തി ജീവിതത്തിലാവട്ടെ, ആരാധനാ കർമ്മങ്ങളിലാവട്ടെ, സാമൂഹ്യനീതി ശാസ്ത്രത്തിലാവട്ടെ നബിക്ക് സമം നബി മാത്രം. യുഗാന്തരങ്ങളുടെ ഉന്നത വിശ്വാസ കർമ്മ സംസ്കൃതി പ്രവാചകത്വത്തിന്റെ മഹൽ വ്യക്തിത്വ നിദർശനം കൂടിയാണ്. അദ്ദേഹത്തിന്റെ വ്യക്തിപ്രഭാവത്തെ സംബന്ധിച്ച് പ്രൊഫസർ കെ. എസ്.രാമകൃഷ്ണറാവു രേഖപ്പെടുത്തുന്നു.

എല്ലാ പ്രവാചകന്മാരിലും മതനേതാക്കളിലും വെച്ച്. ഏററവുമധികം വിജയശ്രീലാളിതനായ പ്രവാചകൻ മുഹമ്മദാണ്. എൻസൈക്ലോപീഡിയ ബ്രിട്ടാനിക്ക പറയുന്നത്. ഈ വിജയം യാദൃച്ഛികമായിരുന്നില്ല. ഭാഗ്യാതിരേകവുമായിരുന്നില്ല. സമകാലികർ അദ്ദേഹത്തിന്റെ സൽഗുണ സമ്പന്നതക്ക് നൽകിയ അംഗീകാരമായിരുന്നു. ഉജ്ജ്വലവും ആകർഷകവുമായ ആ വ്യക്തിത്വത്തിന്റെ വിജയമായിരുന്നു അത്.

മുഹമ്മദിന്റെ വ്യക്തിത്വം. അതിനെ മുഴുവൻ കണ്ടെത്തുക പ്രയാസം. ഒരു ചെറിയ അംശം മാത്രമേ എനിക്ക് കണ്ടെത്താൻ കഴിഞ്ഞുള്ളൂ. എത്ര മാത്രം ഹൃദയ ഹാരിയായ ബഹുമുഖത്വം. എന്ത് മാത്രം നാടകീയ രംഗങ്ങൾ. മുഹമ്മദ് എന്ന പ്രവാചകൻ, മുഹമ്മദ് എന്ന സർവ്വസൈന്യാധിപൻ, മുഹമ്മദ് എന്ന പടയാളി, മു

ഹമ്മദ് എന്ന ഭരണാധികാരി, മുഹമ്മദ് എന്ന കച്ചവടക്കാരൻ, മുഹമ്മദ് എന്ന പ്രഭാഷകൻ, മുഹമ്മദ് എന്ന തത്വജ്ഞാനി, മുഹമ്മദ് എന്ന രാഷ്ട്രതന്ത്രജ്ഞൻ, മുഹമ്മദ് എന്ന അടിമ വിമോചകൻ. മുഹമ്മദ് എന്ന പരിഷ്കർത്താവ്. മുഹമ്മദ് എന്ന അനാഥ സംരക്ഷകൻ. മുഹമ്മദ് എന്ന സ്ത്രീ വിമോചകൻ, മുഹമ്മദ് എന്ന നിയമജ്ഞൻ, മുഹമ്മദ് എന്ന ന്യായാധിപൻ, മുഹമ്മദ് എന്ന പുണ്യവാളൻ ഉജ്ജ്വലമായ ഈ വശങ്ങളിലെല്ലാം മനുഷ്യജീവിതത്തിന്റെ വൈവിധ്യമാർന്ന ഈ വകുപ്പുകളിലെല്ലാം ഒരു ഹീറോ തന്നെയായിരുന്നു അദ്ദേഹം.

ശ്രീമതി സരോജിനി നായിഡു പറയുന്നു. ജനാധിപത്യത്തെ കുറിച്ച് പറയുകയും അത് പ്രയോഗവൽക്കരിക്കയും ചെയ്ത പ്രഥമ മതമാണ് ഇസ്ലാം.(ലോകത്തിലെ പ്രമുഖ മതങ്ങളെല്ലാം ഈ സന്ദേശത്തിന്റെ വാഹകരായിരുന്നുവെങ്കിലും പൂർണാർത്ഥത്തിൽ അത് പ്രയോഗവൽക്കരിച്ചത് ഇസ്ലാമിന്റെ അവസാന പ്രവാചകനാണ്). അവർ തുടരുന്നു. പള്ളികളുടെ മിനാരങ്ങൾ ശബ്ദമുഖരിതമാവുകയും ആരാധകർ പള്ളിയിലൊരുമിച്ച് കൂടുകയും, രാജാവും പ്രജയും തോളോട് തോൾ ചേർന്ന് നിന്ന് അല്ലാഹു ഏറ്റവും മഹാൻ എന്ന് പ്രഖ്യാപിച്ചുകൊണ്ട് മുട്ടുകുത്തുകയും ചെയ്യുമ്പോൾ ഇസ്ലാമിലെ ഡമോക്രസി മൂർത്തരൂപം കൊള്ളുന്നു. ഒരു മനുഷ്യനെ ജന്മനാതന്നെ മറ്റൊരു മനുഷ്യന്റെ സഹോദരനായി കാണുന്ന ഇസ്ലാമിന്റെ ഈ അവിഭാജ്യമായ ഏകത്വം എന്നെ പലവുരു അത്ഭുതസ്തംഭയാക്കിയിട്ടുണ്ട്.(മുഹമ്മദ് മഹാനായ പ്രവാചകൻ പ്രൊഫ. രാമകൃഷ്ണറാവു. (പരിഭാഷ.കെ.പി.കമാലുദ്ധീൻ).

നബിയുടെ വാല്യക്കാരനായ അനസ് തിരുമേനിയെ സംബന്ധിച്ച് പലഘട്ടങ്ങളിൽ ഓരോരോ അനുഭവങ്ങൾ പറഞ്ഞ കൂട്ടത്തിൽ പറയുകയാണ്. ഒരു ദിവസം എന്നോട് റസൂൽ പറഞ്ഞു. മോനെ നീ നിന്റെ കുടുംബത്തിൽ പ്രവേശിക്കുമ്പോൾ അവർക്ക് സലാം പറയുക. അത് നിനക്കും അവർക്കും ഒരനുഗ്രഹമായിരിക്കും ഉണ്ടാക്കുക.(തുർമുദി)

തിരുമേനി തന്റെ സഖാക്കളിൽ നിന്നകന്ന് ഓരൊറ്റപ്പെട്ട ജീവിതമായിരുന്നില്ല നയിച്ചിരുന്നത്. അവരുടെ ഏത് കാര്യങ്ങളും

അന്വേഷിച്ച് അവർക്ക് പരിഹാരം കാണുന്ന പുത്രവത്സലനായ പിതാവായിരുന്നു അവർക്കദ്ദേഹം. ആരെങ്കിലുമൊരാൾ തന്റെ കൺവെട്ടത്ത് നിന്ന് മറഞ്ഞാലോ അല്ലെങ്കിൽ ഒരു ദിവസം കാണാതിരുന്നാലോ നബി(സ) ആ വ്യക്തിയെ അന്വേഷിക്കും. അയാൾ രോഗിയാണെന്നറിഞ്ഞാൽ രോഗസന്ദർശനത്തിനും യാത്രയിലാണ് അയാളെന്നറിഞ്ഞാൽ താൻ അയാളുടെ സന്താനങ്ങളുടെ അടുത്ത് ചെന്ന് സുഖാന്വേഷണം നടത്തുകയും ചെയ്യും. ഏത് ദരിദ്രനോടും മുതലാ ളിയോടുമുള്ള സമീപനം ഇതായിരുന്നു. ഒരാളോടും ഏറ്റക്കുറച്ചിലില്ലാത്ത പെരുമാറ്റം റസൂലിന്റെ ശിഷ്യനും സഹകാരിയും ഖലീഫയു മായിരുന്ന ഹ:ഉസ്മാൻ(റ)പറയുന്നതിങ്ങനെ. മുഹമ്മദ് നബിയോ ടൊന്നിച്ച് യാത്രയിലും അല്ലാത്തപ്പഴുമൊക്കെ സഹവർത്തിച്ചിട്ടുണ്ട്. ഞങ്ങളിലെ രോഗികളെ സന്ദർശിക്കുന്നു. മരിച്ച വീടുകളിൽ വന്ന് സാന്ത്വനം നൽകുകയും കുഴിമാടങ്ങളിലേക്ക് ജനാസയെ പിന്തുടരു കയും അന്ത്യകർമ്മങ്ങളിൽ പങ്കുകൊള്ളുകയും ചെയ്യുന്നു. ഞങ്ങളോടൊപ്പം നിന്ന് യുദ്ധം ചെയ്യുകയും ഞങ്ങളുടെ ഇല്ലായ്മ യിലും വല്ലായ്മയിലും ആശ്വാസം പകരുകയും സമാധാനിപ്പി ക്കയും ചെയ്യുന്നു.

ഖുറൈശി പ്രമുഖനും വർത്തക പ്രമാണിയും അക്കാലത്ത് നബി(സ)യുടെ കൊടിയ ശത്രുവും ബദ്ധവൈരിയുമായിരുന്ന അ ബൂ സുഫ്‌യാൻ തിരുമേനിയെ പറ്റി പറയുന്നത്. മുഹമ്മദിനെ തന്റെ അനുയായികൾ സ്നേഹിക്കുന്നത് പോലുള്ള ഒരു സ്നേഹം മറ്റാരേ യും സ്നേഹിക്കുന്നത് ഞാൻ കണ്ടിട്ടേയില്ല.

തിരുമേനിയുടെ സഖാക്കൾ അൻസാറുകളും മുഹാജിറുകളും അവരുടെ ദേഹികളും ദേഹവും സമ്പത്തും ശരീരവുമൊക്കെ തിരു മേനിയുടെ മുന്നിൽ അടിയറ വെച്ചു പറഞ്ഞിരുന്നതിപ്രകാരമായി രുന്നു. യുദ്ധമുഖത്തുവെച്ച് അല്ലാഹുവിന്റെ തിരുദൂതരെ ഞങ്ങളു ടെ സർവ്വസമ്പാദ്യങ്ങളുമിതാ എല്ലാ സ്വത്തുക്കളുമടക്കം സമർപ്പി ക്കുന്നു. താങ്കളെന്താണോ ഉദ്ദേശിക്കുന്നത് അത് പോലെ ചെയ്തോ ളു. ഞങ്ങളുടെ ജീവനുള്ള ദേഹങ്ങളിതാ താങ്കൾക്ക് അർപ്പിക്കുന്നു. (മുസ്ലിം. സംഗ്രഹം 1739).

ഞങ്ങൾക്ക് മുന്നിലുള്ള സമുദ്രം താണ്ടണമെന്നും അത് ചാടണമെന്നും ഞങ്ങളോട് കല്പിക്കുന്നുവെങ്കിൽ ഞങ്ങളതിനും തയ്യാർ. താങ്കളുടെ മുന്നിലും പിന്നിലും വലത് ഭാഗത്തും ഇടത് ഭാഗത്തും നിന്ന് യുദ്ധത്തിനിതാ ഞങ്ങൾ സദാ സന്നദ്ധർ (മുസ്ലിം).

മുഹമ്മദ് നബിയുടെ ശിഷ്യൻ അംറബിൻ ആസി ഇപ്രകാരമാണ് നബിയെ കുറിച്ച് പറഞ്ഞത്. റസൂലിനേക്കാൾ ഇഷ്ടപെട്ടവനായി ഒരാളും എനിക്കില്ല. എന്റെ കണ്ണിൽ അദ്ദേഹത്തോളം ആദരവുള്ള മറ്റൊരാളും ഇല്ലതന്നെ.(മുസ്ലിം).

തിരുമേനിയുടെ അരുമശിഷ്യനും ജാമാതാവും നാലാം ഖലീഫയുമായിരുന്ന ഹ:അലിയോട് റസൂലുമായുള്ള നിങ്ങളുടെ സ്നേഹം എപ്രകാരമായിരുന്നെന്ന് ചോദിച്ചപ്പോൾ അദ്ദേഹത്തിന്റെ മറുപടി. അദ്ദേഹം അല്ലാഹുവാണ്!.സത്യം ഞങ്ങളുടെ ധനത്തേക്കാൾ, സന്താനങ്ങളേക്കാൾ പിതാക്കളേക്കാൾ മാതാക്കളേക്കാൾ, ദാഹിച്ച് അലയുമ്പോൾ ലഭിക്കുന്ന ദാഹജലത്തേക്കാൾ ഇഷ്ടപ്പെട്ടവനാണദ്ദേഹം, ഞങ്ങൾക്ക്. എന്നായിരുന്നു മറുപടി (ശർഹ് ശിഫാ)

തിരുമേനിയേക്കാൾ പ്രായമുള്ളവർ വരെ നബിയേയായിരുന്നു വലിയ ആളായി ബഹുമാനിച്ചിരുന്നതും സങ്കൽപ്പിച്ചിരുന്നതും.

അദ്ദേഹത്തിന്റെ പിതൃവ്യൻ അബ്ബാസ് (റ)വിനോട് താങ്കൾക്കോ മുഹമ്മദ് നബിക്കോ പ്രായം അധികമെന്ന് ചോദിച്ചപ്പോൾ അദ്ദേഹത്തിന്റെ മറുപടി.റസൂലാകുന്നു ഏറ്റവും വലിയവൻ. അദ്ദേഹത്തിന് മുമ്പാണ് ഞാൻ ജനിച്ചതെങ്കിലും.(അബൂ ദാവൂദ്).

തന്റെ ജനതയുടെ സുഖത്തിനും സന്തോഷത്തിനും ക്ഷേമത്തിനും വേണ്ടി റസൂൽ വലിയ ത്യാഗവും ദുരിതങ്ങളുമായിരുന്നു അനുഭവിച്ചുകൊണ്ടിരുന്നത്. പരലോക മോക്ഷവും ദൈവ പ്രീതിയും മാത്രമെ റസൂൽ ആഗ്രഹിച്ചിരുന്നുള്ളൂ.ഭാര്യ ആയിശ(റ)യോട് ഒരാൾ ചോദിച്ചു. തിരുമേനി ഇരുന്ന് നമസ്ക്കാരിക്കാറുണ്ടായിരുന്നോ. അവരുടെ മറുപടി. അതെ. അദ്ദേഹം ഇരുന്ന് നമസ്ക്കരിച്ചിരുന്നു. ജനങ്ങൾക്ക് വേണ്ടിയുള്ള കഷ്ടപാടിന്റെ ക്ഷീണവും തളർച്ചയും കാരണമായി.(ത്വബ്റാനി).

ജനങ്ങൾക്ക് സഹായങ്ങളും, സേവനങ്ങളും സദാ സമർപ്പിക്കണമെന്നും, തന്റെ സഹോദരന്റെ ഹൃദയത്തിൽ സമാധാനവും സുരക്ഷിത ബോധവും സന്തോഷവും ഉണ്ടാക്കണമെന്നും റസൂൽ നിർബന്ധിക്കുന്നു. *ദുനിയാവിലെ ഒരു ബുദ്ധിമുട്ടിൽ നിന്ന് ഒരു വിശ്വാസിയെ ആര് സഹായിക്കുന്നുവോ അവന്റെ ആവശ്യ നിർവ്വഹണത്തിൽ അല്ലാഹു അവനെ സഹായിക്കുന്നതാണ്. ഒരാൾ തന്റെ സഹോദരനെ ഒരു ക്ലേശത്തിൽ നിന്ന് മോചിതനാക്കുന്ന പക്ഷം അതിന് പകരമായി അല്ലാഹു അവനെ അന്ത്യനാളിലെ ഒരു ക്ലേശത്തിൽ നിന്ന് മോചിപ്പിക്കുന്നതാണ്. ഒരുത്തൻ തന്റെ സഹോദരന്റെ കുറവുകളെ (ന്യൂനതകൾ) മറച്ചു വെച്ചാൽ അല്ലാഹു അവന്റെയും കുറവുകളെ മറച്ചു വെക്കുന്നതാണ്.* (ബുഖാരി മുസ്ലിം)

പരസ്പര സഹായത്തിനുള്ള മാർഗ്ഗങ്ങൾ വളരെ വിപുലമാണ്. തന്റെ സഹോദരനെ എപ്പോൾ, എങ്ങനെ സഹായിക്കണമെന്നത് മുസ്ലീമിന്റെ വിവേകത്തിനും സാഹചര്യത്തിനുമനുസരിച്ച് വിടുകയാണ് തിരുമേനി ചെയ്തിട്ടുള്ളത്. ഹ: അനസി(റ)ൽ നിന്ന് ബൈഹഖി:ഉദ്ധരിക്കുന്ന ഒരു ഹദീസ്. എന്റെ സമുദായത്തിൽപ്പെട്ട ഒരു വ്യക്തിയെ സന്തോഷിപ്പിക്കാനുദ്ദേശിച്ച് അവന്റെ ഒരാവശ്യം നിറവേറ്റിയവൻ അല്ലാഹുവിനെ സന്തോഷിപ്പിച്ചു. അല്ലാഹുവിനെ സന്തോഷിപ്പിച്ചവനെ അല്ലാഹു സ്വർഗ്ഗത്തിൽ പ്രവേശിപ്പിക്കുന്നതാണ്. റസൂൽ അരുളി.

# മരണം സുനിശ്ചിതം

എല്ലാവരുടെയും മരണം പോലെ തിരുമേനിയുടെയും വേർപാടും സുനിശ്ചിതമാണ്. അദ്ദേഹത്തിന്റെ ദൗത്യ സമാപ്തി യോടെയും അതിന്റെ പൂർത്തീകരണത്തോടെയും ആ ദിനം അടു ത്ത് വരികയാണ്. മനുഷ്യന് ജന്മമുണ്ടെങ്കിൽ മരണവുമുണ്ടല്ലോ

നബിയേ, താങ്കൾക്ക് മുമ്പ് ഒരു മനുഷ്യനും നാം അനശ്വരത നൽകിയിട്ടില്ല. എന്നിരിക്കെ താങ്കൾ മരിച്ചെങ്കിൽ അവർ നിത്യ ജീവികളായിരിക്കുമോ ഓരോ വ്യക്തിയും മരണം ആസ്വദിക്ക തന്നെ ചെയ്യും. ഒരു പരീക്ഷണം എന്ന നിലയൽ തിന്മ നൽകി കൊണ്ടും നന്മ നൽകികൊണ്ടും നിങ്ങളെ നാം പരിശോധിക്കുന്ന താണ്. നമ്മുടെ അടുത്തേക്ക് തന്നെ നിങ്ങൾ മടുക്കപ്പെടുകയും ചെയ്യും (ഖുർആ ൻ.21/34.35)

തിരുമേനിയോട് അല്ലാഹു പറയുന്നു തീർച്ചയായും താങ്കൾ മരിക്കുന്നവനാകുന്നു അവരും മരിക്കുന്നവരാകുന്നു. (ഖുർ.39/30)

തിരുമേനിയുടെ മരണകാര്യം ഉൾകൊള്ളാൻ അനുചരന്മാരുടെ മനസ്സുകൾ ഒരുങ്ങിയിരുന്നില്ല. നബിയില്ലാത്ത ഒരു സൂര്യോദയം ആലോചിക്കാനേ സഹാബത്തിന് ആകുമായിരുന്നില്ല. എന്നാൽ ആ കാര്യത്തിന് റസൂൽ തയാറെടുത്ത് സന്നദ്ധനാകുകയായിരുന്നു.

ഹസ്രത്ത് മുആദ്ബിൻ ജബലിനെ യമനിലേക്ക് യാത്രയാ ക്കുമ്പോൾ അദ്ദേഹത്തോട് വസിയ്യത്ത് പറഞ്ഞ ശേഷം മുആദിനെ വാഹനത്തിൽ കയറ്റി റസൂൽ അതിന്റെ ചുവട്ടിൽ നടന്ന് കൊണ്ട് പറയുകയാണ്. ഓ മുആദ്... ഈ വർഷത്തിന് ശേഷം താങ്കളെന്നെ

കണ്ടില്ലന്ന് വരാം. തന്റെ പള്ളിക്കരികിലൂടെയോ, ഖബറിനരികിലൂടെയോ ആയിരിക്കും താങ്കൾ സഞ്ചരിക്കുന്നത്. അതു കേട്ടപ്പോളുണ്ടായ സങ്കടം സഹിക്കവയ്യാതെ മുആദ്(റ)തേങ്ങി, തേങ്ങികരഞ്ഞു. പിന്നെ മദീനാ ഭാഗത്തേക്കു തിരിഞ്ഞു നോക്കി. റസൂൽ പറഞ്ഞു. എനിക്ക് ഏറ്റവും അടുത്തവർ മുഅ്മിനീങ്ങളാണ്. അവർ ആരാകട്ടെ, എവിടെയാകട്ടെ. (ഇമാം അഹ്മദ്)

# പ്രവാചക വിയോഗം

ഹിജ്റ: പത്താം വർഷം അവസാനം ഹജ്ജുത്തുൽ വദാഇന്ന് ശേഷം പ്രവാചകനും അനുചരൻമാരും മക്കയിൽ നിന്ന് മദീനയിലേക്ക് മടങ്ങുന്നു. ദുൽഹജ്ജ് മാസത്തിലെ ശേഷിച്ച ദിവസങ്ങൾ മദീനയിൽ തന്നെയായിരുന്നു പ്രവാചകനുണ്ടായിരുന്നത്.

ഒരു വ്യാഴാഴ്ച തന്റെ ഭാര്യ ഹസ്രത്ത് മൈമൂനയുടെ വീട്ടിലായിരിക്കുമ്പോൾ കലശലായ തലവേദന തിരുമേനിക്ക് അനുഭവപ്പെട്ടു. രോഗത്തിന്റെ തുടക്കത്തെ സംബന്ധിച്ച് ആയിശ പറയുന്നത് ഇപ്രകാരമാണ്. ഒരു ദിവസം റസൂൽ ബകീഅ് ശ്മശാനത്തിൽ ഒരാളുടെ ജനാസ മറമാടി കഴിഞ്ഞ ശേഷം മടങ്ങുമ്പോൾ, കലശലായ തലവേദനയുണ്ടാവുകയും സഹിക്കവയ്യാതെയാണ് വീട്ടിൽ പ്രവേശിക്കുകയും ചെയ്തത്. എനിക്കും (ആയിശ) അപ്പോൾ തലവേദനയുണ്ടായിരുന്നു. നബി വന്നപ്പോൾ ഞാനാ കാര്യം പറഞ്ഞു വിലപിച്ചപ്പോൾ റസൂൽ പറഞ്ഞു. നിന്നേക്കാൾ എനിക്ക് അത്യധികം വേദനയുണ്ട്. നീ ബേജാറാവേണ്ട. നീയെങ്ങാനും എനിക്ക് മുമ്പ് മരിച്ച് പോയാൽ നിന്നെ കുളിപ്പിക്കുന്നതും കഫൻ ചെയ്യുന്നതും ഞാനായിരിക്കും. പിന്നെ നിനക്ക് വേണ്ടി നമസ്ക്കരിക്കുന്നതും നിന്നെ മറമാടുന്നതും ഞാൻ തന്നെ.(അഹമ്മദ്)

ഈ സംഭവമുണ്ടാകുന്നത് ഹിജ്റ പതിനൊന്നിൽ രണ്ടാം മാസം സഫർ 29 ന് ആണെന്ന് ചില ചരിത്രകാരന്മാർ പറയുന്നുണ്ട്. ആയിടക്ക് തിരുമേനിയോട് ബകീഇൗൽ അന്ത്യവിശ്രമം കൊള്ളുന്നവർക്ക് വേണ്ടി പാപമോചനവും അനുഗ്രഹ പ്രാർത്ഥനയും ചെയ്യാൻ അല്ലാഹുവിന്റെ കല്പന റസൂലിന് ലഭിക്കുന്നു.

തിരുമേനിക്കുണ്ടായ രോഗം മൂർച്ഛിച്ച്കൊണ്ടിരുന്നു. ശമനമാകുന്നില്ല. അപ്പോഴും തന്റെ പതിവു ദിനചര്യ ഉപേക്ഷിച്ചിരുന്നുമില്ല. ഓരോ ഭാര്യമാരുടെ അടുത്തുള്ള സന്ദർശനം രോഗം നിമിത്തം പ്രയാസകരവും ബുദ്ധിമുട്ടുമായി വരികയും ചെയ്തപ്പോൾ എല്ലാ ഭാര്യമാരുടെയും സമ്മതത്തോടും ഇഷ്ടപ്രകാരവും തിരുമേനി (സ) ആശയുടെ(റ)വീട്ടിൽ രോഗസ്ഥനായി നിലകൊണ്ടു.(ബുഖാരി, മുസ്ലിം) അത് ഒരാഴ്ചകാലത്തോളം കാലമായിരുന്നു.

ഓരോ ദിവസവും പ്രവാചകന് വേദനയും മോഹാലസ്യവുമുണ്ടായി. അസഹ്യമായ തലകടച്ചിൽ മൂലം തിരുമേനി തളർന്നവശനായി. പന്ത്രണ്ട് ദിവസത്തോളം ഈ നില തുടർന്നു. ഈ കാലയളവിൽ ഹസ്രത്ത് അബൂബക്കർ പ്രവാചകന്റെ നിർദ്ദശമനുസരിച്ച് നമസ്ക്കാരത്തിന് നേതൃത്വം നൽകി.(ബുഖാരി, മുസ്ലിം)

ആരോഗ്യം ഉള്ളേടത്തോളം തിരുമേനി പള്ളിയിൽ വന്ന് ജമാഅത്ത് നമസ്ക്കാരം നിർവ്വഹിച്ച് കൊണ്ടിരുന്നു. അവസാനമായി പള്ളിയിൽവെച്ച് തിരുമേനി നിർവ്വഹിച്ചത് മഗ്രിബ് നമസ്ക്കാരമായിരുന്നു.(ബുഖാരി,മുസ്ലിം)അസഹ്യമായ വേദനകൊണ്ട് പുളയുന്ന പ്രവാചകൻ തൂവാല കെട്ടിയാണ് നമസ്ക്കാരത്തിനെത്തിയത്. പിന്നീട് രോഗം മൂർച്ഛിച്ചു. ഇടക്കൊരുദിവസം രോഗത്തിന് അല്പം ശാന്തി കണ്ടപ്പോൾ കുളിച്ച് രണ്ടു പേരുടെ സഹായത്തോടെ പള്ളിയിൽ വന്നു. അവിടുന്ന് സഖാക്കളോട് ഒരു ലഘു പ്രഭാഷണം നടത്തി. തിരുമേനിയുടെ ഒടുവിലത്തെ പ്രസംഗം. ഈ ലോകത്തിലെ അനുഗ്രഹങ്ങളെല്ലാം സ്വീകരിക്കയോ, അല്ലെങ്കിൽ പാരത്രിക ജീവിതത്തിൽ അല്ലാഹുവിങ്കലുള്ളത് കൈകൊള്ളുകയോ. രണ്ടിലൊന്ന് തിരഞ്ഞെടുക്കാൻ അല്ലാഹു അവന്റെ ഒരു ദാസന്ന് സ്വാതന്ത്ര്യവും നല്കി. എന്നാൽ ആ ദാസൻ അല്ലാഹുവിങ്കലുള്ളത് തിരഞ്ഞെടുത്തു.

ഇത് കേട്ട ഹസ്രത്ത് അബൂബക്കർറ(റ)ന്ന് ആരിലേക്കാണ് ആ സൂചനയെന്ന് മനസ്സിലായപ്പോൾ അദ്ദേഹം പൊട്ടിക്കരഞ്ഞു. (ബുഖാരി, മുസ്ലിം)പ്രവാചകൻ പിന്നേയും തുടർന്നു. *മൈത്രിക്കും ധനം വ്യയം ചെയ്യുന്ന വിഷയത്തിന്നും(സമ്പത്തിനും)ഞാൻ ഏ*

*റ്റവും കടപ്പെട്ട വ്യക്തി അബൂബക്കറാണ്. ഈ ലോകത്ത് എന്റെ സമുദായത്തിൽ നിന്ന് ആരെയെങ്കിലും ഉറ്റ സ്നേഹതനായി വരിക്കുമായിരുന്നുവെങ്കിൽ അത് അബൂബക്കറിനെയാകുമായിരുന്നു. പക്ഷേ, ഇസ്ലാമിന്റെ ബന്ധം തന്നെ സൗഹാർദ്ദത്തിന് ധാരാളം മതി.*(ബുഖാരി)

എന്നിട്ട് റസൂൽ തുടർന്നു. *ശ്രവിക്കയും ശ്രദ്ധിക്കുകയും ചെയ്തു കൊള്ളുക. നിങ്ങൾക്ക് മുമ്പുള്ള സമുദായങ്ങൾ അവരുടെ പ്രവാചകന്മാരുടെയും മഹാത്മാക്കളുടെയും ഖബറുകളെ ആരാധനാലയങ്ങളാക്കി മാറ്റി. നോക്കൂ, നിങ്ങളങ്ങനെ ചെയ്യരുത്. ഞാൻ നിങ്ങളെ അതിൽ നിന്ന് തടയുകയും വിരോധിക്കുകയുമാണ്.* (ബുഖാരി,മുസ്ലിം)

നബി തുടരുന്നു.*അല്ലാഹു അനുവദിച്ച കാര്യങ്ങൾ മാത്രമെ ഞാനും ഹലാലാക്കിയിട്ടുള്ളൂ. തിരുമേനിയുടെ രോഗം ചിലപ്പോൾ മൂർച്ഛിക്കും. കുറച്ച് കഴിഞ്ഞ് ശമനമാകും. വഫാത്തായ തിങ്കളാഴ്ച്ച രോഗം ശാന്തമായിരുന്നു. റസൂൽ അനുഭവിച്ച വേദനയെപറ്റി ആയിശ(റ)പറയുന്നു. റസൂലിനേക്കാൾ ഏറ്റവും അധികം വേദനയനുഭവിച്ച ആരേയും ഞാൻ കണ്ടിട്ടില്ല*(ബുഖാരി,മുസ്ലീം) രോഗം മുർഛിച്ച ഒരു ദിവസം തന്റെ കരളിന്റെ കരളായ മകൾ ഫാത്തിമ വന്ന് തിരുമേനിയെ ചുംബിച്ചുകൊണ്ട് വിലപിച്ച് പറഞ്ഞു. തന്റെ ഉപ്പയുടെ കഷ്ടപ്പാട് എത്ര ഭയാനകം. അത് കേട്ട നബി പറഞ്ഞു. നിന്റെ പിതാവിന് ഇന്ന് കഴിഞ്ഞാൽ പിന്നെ യാതൊരു ബുദ്ധിമുട്ടുമില്ല. റസൂൽ മകളെ സമാധാനിപ്പിച്ചു. വഫത്താകുന്ന അന്ന് പ്രഭാത ശേഷം പകൽ നീളുന്തോറും തിരുമേനിക്ക് ബോധക്ഷയമുണ്ടായി. തിരുമേനിയുടെ രോഗശയ്യക്കരികെ ഒരു പാത്രത്തിൽ കുറച്ച് ജലം വച്ചിട്ടുണ്ടായിരുന്നു. തന്റെ കരം ആ പാത്രത്തിൽ മുക്കി മുഖം തടവി കൊണ്ട് അദ്ദേഹം പറഞ്ഞതിങ്ങനെ. *ലാഇലാഹ ഇല്ലല്ലാഹ് ഇന്ന ഹാദി ഹാമിന സകറാത്ത്.!!*

തിരുമേനി മരണത്തോടടുക്കുകയാണ്. ആയിശ നബിയെ തന്നിലേക്ക് ചേർത്ത് തന്റെ മാറത്തേക്കണച്ചുകൊണ്ട് കിടത്തുകയുണ്ടായി. സിദ്ധിഖിന്റ മകൻ അബ്ദുറഹിമാൻ(ആയിശയുടെ

സഹോദരൻ)അവിടേക്ക് കടന്നുവന്നു. അദ്ദേഹത്തിന്റെ കയ്യിൽ മിസ്‌വാക്കുണ്ടായിരുന്നു. തിരുമേനിയുടെ ദൃഷ്ടി തന്റെ സഹോദരന്റെ മിസ്‌വാക്കിൽ പതിയുന്നത് ആയിശ കണ്ടു. തിരുമേനിക്കതിൽ താല്പര്യമുണ്ടെന്ന് മനസ്സിലാക്കിയ ആയിശ ചോദിച്ചു. മിസ്‌വാക്ക് കൊണ്ട് പല്ല് തേക്കണമോ. തിരുമേനി, അതെയെന്ന് സൂചന നൽകി. അബ്ദുറഹിമാനിൽ നിന്ന് ആയിശ ആ മിസ്‌വാക്ക് വാങ്ങി. അപ്പോഴത് വളരെ കട്ടിയുള്ളതും ഉറച്ചതുമായിരുന്നു. തന്റെ വായയിലിട്ട് ചവച്ചു മിനുസപ്പെടുത്തി. പിന്നെയത് തിരുമേനിയുടെ വായിലേക്ക് വെച്ച് കൊടുത്തു. എന്റെ കുടിനീർ തിരുമേനിയുടെ കുടിനീരുമായി സമ്മിശ്രം ലയിച്ചു അതു തിരുമേനിയുടെ ഉള്ളിലേക്ക് വിലയം പ്രാപിക്കുകയുണ്ടായി.(ബുഖാരി).

പള്ളിയിൽ വെച്ച് അവസാനം നമസ്കരിച്ചത് മഗ്‌രിബ് നമസ്കാരമായിരുന്നുവല്ലോ. രോഗം മൂർച്ഛിച്ച് അസഹ്യമായപ്പോഴും നമസ്ക്കാരത്തിന്റെ കാര്യത്തിൽ ഏറ്റവും തൽപരനായിരുന്നു റസൂൽ. ഹസ്രത്ത് സാലിമുബിൻ ഉബൈദിൽനിന്ന് റസൂൽ തിരുമേനി രോഗബാധിതനായിരിക്കെ ബോധരഹിതനാവുകയും പിന്നീട് ബോധം തെളിഞ്ഞപ്പോൾ അദ്ദേഹമമ്പേഷിച്ചത് നമസ്ക്കാര സമയമായോ എന്നാണ്. അവർ പറഞ്ഞു. അതെ. അപ്പോൾ തിരുമേനി പറഞ്ഞു. ബിലാലിനോട് ബാങ്ക് വിളിക്കുവാനും അബൂബക്കറിനോട് ജനങ്ങൾക്ക് നമസ്ക്കാരത്തിന് നേതൃത്വം നൽകുവാനും നിർദ്ദേശിക്കുവിൻ.

ഹസ്രത്ത് അബൂബക്കർ തിരുമേനിയുടെ രോഗകാലത്ത് 17 തവണ നമസ്ക്കാരത്തിന് നേതൃത്വം നൽകിയതായി രേഖപ്പെടുത്തപ്പെടുന്നു. പ്രവാചകന്ന് ഇടക്കിടെ ബോധക്ഷയം ഉണ്ടായിക്കൊണ്ടിരുന്നു. ബോധം വരുമ്പോഴൊക്കെ തന്റെ മടിയിൽ കിടന്നിരുന്ന പ്രവാചകനിൽ നിന്ന് കേട്ടിരുന്ന വചനങ്ങൾ *അല്ലാഹു അനുഗ്രഹിച്ചവരുടെ കൂട്ടത്തിൽ ഉൾപ്പെടുത്തേണമേ. എന്നായിരുന്നുവെന്ന്* ഹ: അയിശ(റ)പറയുന്നു.

മറ്റൊരിക്കൽ പറഞ്ഞത്.*അല്ലാഹുവേ, സ്വർഗത്തിൽ മഹോന്നതന്മാരായ കൂട്ടുകാരോടൊപ്പം ചേർക്കേണമേ* എന്നുമായിരുന്നു.

തിരുമേനി മരിക്കുന്നതിന്റെ സ്വല്പം മുമ്പ് അദ്ദേഹം വീണ്ടും വീണ്ടും ഉച്ചരിച്ചതിപ്രകാരമായിരുന്നുവെന്ന് മഹതി ആയിശ പറയുന്നു. *അല്ലാഹുവേ എനിക്ക് പൊറുത്ത് തരികയും, കരുണ ചെയ്യുകയും, നല്ല കൂട്ട്കാരോടൊത്ത് ചേർക്കുകയും ചെയ്യേണമേ.*

ഇങ്ങനെ പറഞ്ഞ് കൊണ്ടിരിക്കെ ആ പരിശുദ്ധാത്മാവ് തന്റെ കരുണാനിധിയായ അല്ലാഹുവിന്റെ ചാരത്തേക്ക് യാത്രയായി. ഹിജ്റ വർഷ കണക്കനുസരിച്ച് പ്രവാചകനപ്പോൾ 63 വയസ്സ് 4 മാസവുമാണ് പ്രായം. ഹിജ്റ.11 പതിനൊന്ന്(റബീഉൽ അവ്വൽ 12 ന്ന് തിങ്കളാഴ്ച പൂർവ്വാഹ്നത്തിൽ തിരുമേനി(സ)മരണപ്പെട്ടു. ഇന്നാ ലി ല്ലാഹി വഇന്നാ ഇലൈഹി റാജിഹൂൻ.

പിറ്റേന്ന് ചൊവ്വാഴ്ച ആയിശാ(റ)യുടെ വീട്ടിൽ പ്രവാചകൻ വഫാത്തായ അതേ റൂമിൽ അതേ സ്ഥലത്ത് അതേ സ്ഥാനത്ത് അദ്ദേഹത്തെ മറമാടുകയാണുണ്ടായത്.

തിരുമേനിയെ കുളിപ്പിക്കാനും കഫൻ ചെയ്യുവാനും നേതൃത്വം നൽകിയത് തിരുമേനിയുടെ പിതൃവ്യൻ അബ്ബാസ്(റ) ആയിരുന്നു. ഒപ്പമുണ്ടായിരുന്നത് അദ്ദേഹത്തിന്റെ പുത്രൻ ഖുസൽ അബ്ബാസ് ഹസ്രത്ത് അലിയ്യ് ബിൻ അബൂത്വാലിബ്, ഉമാമബിൻ സൈദു, ശുഖ്റാൻ, ഔസ്ബിൽ ഖൗലി മുതലായവർ യമനിൽ നെയ്ത മൂന്ന് കഷ്ണം തൂവെള്ള പരുത്തി തുണിയിലാണ് പ്രവാചകനെ കഫൻ ചെയ്തത്.

തിരുമേനിയുടെ ജനാസ നമസ്ക്കാരം ഓരോരുത്തർ ഓരോരുത്തരായി വേറെ വേറെയായിട്ടാണ് നമസ്ക്കരിച്ചത്. ഇമാംശാഫി (റ)പറയുന്നു: അങ്ങിനെ ഓരോരുത്തർ വേറെ വേറേയായി നമസ്ക്കരിച്ചത് തിരുമേനിയുടെ മഹത്വം പരിഗണിച്ചും ഇമാമത്ത് നിൽക്കാനുള്ള മാത്സര്യം ഇല്ലാതാക്കാനുമായിരിക്കാം. അൽഹാക്കിം അബൂ അഹ്മദ് പറയുന്നു. ആദ്യം ജനാസ നമസ്ക്കരിച്ചത് നബിയുടെ പിതൃവ്യൻ അബ്ബാസ് തന്നെ. പിന്നെ ഹാശിം കുടുംബാംഗങ്ങൾ, പിന്നീട് മുഹാജിറുകൾ,പിന്നെ അൻസാറുകൾ. പിന്നീടായി മറ്റുള്ള പുരുഷൻമാർ, പുരുഷന്മാർ കഴിഞ്ഞപ്പോൾ കുട്ടികളും അവർ കഴിഞ്ഞപ്പോൾ സ്ത്രീകളും. ഇങ്ങനെ ഓരോരുത്തരായി എല്ലാവരും നമസ്ക്കരിച്ചു.

ചില ചരിത്രഗവേഷകരുടെ അഭിപ്രായപ്രകാരം തിരുമേനിയുടെ വിയോഗം റബീഇന്റെ ആദ്യത്തിൽതന്നെ ആയിരുന്നുവെന്നും അഭിപ്രായമുണ്ട്.

തിരുമേനിയുടെ വിയോഗ വാർത്ത മദീനാ നഗരിയെ ഇളക്കി മറിച്ചു. അതിന് കാരണമായത് തിരുമേനിയോടുള്ള അവരുടെ അതിരില്ലാത്ത സ്നേഹവും ആത്മാർത്ഥതയും പിന്നെ സ്വഹാബത്തിന്റെ മനസ്സുകളിൽ തിരുമേനി മരിച്ചിട്ടും ആ സുന്ദര വദനം അവരിൽ ജീവിച്ച് കൊണ്ടിരിക്കുന്നതുമാണ്. അവരിൽ ഓരോരുത്തരിലും മധുരസ്മരണകൾ തെളിഞ്ഞു അലയടിച്ച് കൊണ്ടിരിക്കുന്നു. മറക്കാൻ കഴിയുമോ റസൂലിനെ അവർക്ക്.!

തിരുമേനിയെ കാണുന്ന പോലെയും, കണ്ടുകൊണ്ടിരിക്കുന്ന പോലെയുമാണ് അവരുടെ കണ്ണുകളും കാതുകളും മാനസവും പ്രതികരിച്ചത്.!

തിരുമേനിയോടൊപ്പമുണ്ടായിരുന്ന യാത്രകളും വിജ്ഞാന സദസ്സുകളും മസ്ജിദുന്നബവിയിലെ കൂട്ടായ്മകളുമെല്ലാം മധുരിക്കുന്ന എന്തുമാത്രം അനുഭൂതികളും ആത്മഹർഷവുമാണ് അവർക്കുണ്ടാക്കിയത്. അദ്ദേഹത്തിന്റെ ചര്യ അവർക്ക് ശമനവും വെളിച്ചവുമായിരുന്നു. അതിൽ ഭാവി സുരക്ഷയും വിജയവും സമാധാനവും അവർ ദർശിച്ചിരുന്നു.

മഹാനും ദൃഢചിത്തനും പ്രബലനുമായ ഉമറിന്ന് പോലും ഉൾക്കൊള്ളാൻ കഴിയാത്തത്ര ഹൃദയഭേദകമായ ഏറ്റവും ദുരന്ത വാർത്തയായിരുന്നു അത്. തിരുമേനിക്ക് മരണമില്ല എന്ന ഒരു പ്രതീതി സംജാതമായതുപോലെ മദീനാ നഗരി അസ്തപ്രജ്ഞരായി മാറി. ചിത്തഭ്രമത്തിന് വിധേയമായവരെപ്പോലെ ഈ രംഗത്തിന് സാക്ഷ്യം വഹിച്ചുകൊണ്ടാണ് ഹസ്രത്ത് അബൂബക്കർ രംഗ പ്രവേശനം ചെയ്യുന്നത്. എല്ലാം കണ്ടറിഞ്ഞു മനസ്സിലാക്കിയ അദ്ദേഹം ആയിശയുടെ വീട്ടിൽ പ്രവേശിക്കുകയും ഹൃദയവേദനയോടെയും കരഞ്ഞുകൊണ്ടും റസൂലിനെ ചുംബിക്കയും ചെയ്തശേഷം ജനങ്ങളിലേക്കെത്തി. അവരെ യാഥാർത്ഥ്യത്തിലേക്ക് തിരിച്ച് കൊണ്ട് വരാനുള്ള ഒറ്റമൂലി ഖുർആനാണെന്ന് മനസ്സിലാക്കി തിരു

മേനിയെ പ്രതിപാദിക്കുന്ന ഖുർആനിക വചനങ്ങൾ അവരെ ഓതി കേൾപ്പിക്കുന്നു. ആ വരികൾ മുമ്പ് അവർ കേട്ടിട്ടില്ലാത്ത പോലെയും ഇപ്പോൾ ഇറങ്ങിയ വഹ്യ് പോലെയും അവർക്ക് തോന്നുകയും ചെയ്തു. അത് കേട്ടതോടെ അവർക്ക് ബാധിച്ച മാനസികാഘാതത്തിൽ നിന്ന് അവർ മുക്തരാവുകയും ചെയ്തു. 'സൂറ: ആലു ഇംറാനിലെ 144 ാം വചനമായിരുന്നു അത്. *മുഹമ്മദ് അല്ലാഹുവിന്റെ ഒരു ദൂതൻ മാത്രമാകുന്നു. അദ്ദേഹത്തിന് മുമ്പ് ദൂതന്മാർ കഴിഞ്ഞു പോയിട്ടുണ്ട്. അദ്ദേഹം മരണപ്പെടുകയോ, കൊല്ലപ്പെടുകയോ ചെയ്തെങ്കിൽ നിങ്ങൾ പിറകോട്ട് തിരിഞ്ഞു പോകുകയോ? ആരെങ്കിലും പുറകോട്ട് തിരിഞ്ഞു പോകുന്നപക്ഷം അല്ലാഹുവിന്ന് ഒരു ദ്രോഹവും അത് വരുത്തുകയില്ല. നന്ദി കാണിക്കുന്നവർക്ക് അല്ലാഹു തക്കതായ പ്രതിഫലം നൽകുന്നതാണ്'*(ഖുർആൻ -3/144) എന്നിട്ട് അദ്ദേഹം അവരെ ഉണർത്തി. ആരെങ്കിലും മുഹമ്മദിനെ ആരാധിക്കുന്നുവെങ്കിൽ മുഹമ്മദ് മരിച്ചു കഴിഞ്ഞു. ആര് മുഹമ്മദിന്റെ റബ്ബിനെ ആരാധിക്കുന്നുവോ ആ റബ്ബ് (അല്ലാഹു)എന്നെന്നും ജീവിച്ച് കൊണ്ടിരിക്കുന്നവനും ഒരിക്കലും മരിക്കാത്തവനുമാണ്.

യാഥാർത്ഥ്യം അംഗീകരിക്കാൻ അവർ സർവ്വാത്മനാ സന്നദ്ധ രായി. മദീനാ നഗരിയിലെ ഓരോ ചുണ്ടുകളിൽ നിന്നും ഈ ആ യത്ത് പ്രസരിച്ചുകൊണ്ടിരുന്നു.(ബുഖാരി,ആയിശയിൽ നിന്ന്) തിരുമേനിയുടെ വിശുദ്ധ ശരീരം മറമാടപ്പെട്ട് ഏറെ കഴിയും മുമ്പ് തന്നെ പൂർണ്ണ മനഃസാന്നിദ്ധ്യം അവർ കൈവരിക്കയും റസൂലിന്റെ വിയോഗത്തിന് മുമ്പുള്ള അതേ അവസ്ഥയിലേക്ക് അവർ മടങ്ങി എത്തുകയും ചെയ്തു.

തിരുമേനിയിൽ നിന്ന് അവർക്ക് സിദ്ധിച്ചതും അവർ ഉൾക്കൊണ്ടതും അദ്ദേഹത്തിന്റെ ഉൽകൃഷ്ടവും ഉദാത്തവുമായ മാതൃകാ ജീവിതമായിരുന്നു. അതുമൂലം അവർ ഇരു ലോക നേതാക്കളും ജേതാക്കളുമായി. അവർ കണ്ടതൊക്കെ നേരിട്ട് കാണുവാൻ നമുക്ക് ഭാഗ്യമുണ്ടായില്ല. സ്വഹാബത്തിന്റെ ഹൃദയത്തിലുള്ള മുഹമ്മദീ മഹബ്ബത്ത് കേവലം പൊള്ളയായ പ്രഹസനവും പ്രകടനവുമായിരുന്നില്ല.

സുന്ദരമായൊരു മാനുഷിക സംസ്ക്കാരത്തിന്റെ ശില്പിക ളും വക്താക്കളുമായി അവർ മാറിയിട്ടുണ്ടെങ്കിൽ റസൂലായിരുന്നു അതിന് കാരണക്കാരൻ. അതൊക്കെ സവിസ്തരം പഠിക്കുകയും മനസ്സിലാക്കുകയും ചെയ്യുമ്പോൾ ആ മഹാനുഭാവനെ ഒരിക്കലെ ങ്കിലും കാണുവാൻ നമ്മുടെ മനസ്സ് ത്രസിക്കും. നമ്മെ നാം സ്നേ ഹിക്കുന്നതിലുപരി ലോകാനുഗ്രഹിയായ ആ കാരുണ്യത്തിന്റെ പ്രവാചകനെ നാം സ്നേഹിക്കുകയും ആദരിക്കയും പിൻ പറ്റുക യും ചെയ്യുന്നു.

പരലോകത്തുവെച്ച് പരമകാരുണികനും കരുണാനിധിയു മായ അല്ലാഹുവേ, നിന്റെ തിരുമുഖ ദർശനം സാധ്യമാക്കുന്നതു പോലെ നിന്റെ മഹാനും അന്ത്യപ്രവാചകനുമായ മുഹമ്മദ് റസൂലി നോടൊത്തും മറ്റ് പ്രവാചകന്മാരോടൊത്തും സ്വാലിഹീങ്ങളും പുണ്യവാളന്മാരോടൊത്തും സ്വർഗ്ഗത്തിൽ ഞങ്ങളെ ചേർത്ത് അനുഗ്രഹിച്ചു തരേണമേ, ആമീൻ...

# പ്രവാചക കുടുംബം

മുഹമ്മദ് നബി (സ) ജീവിതത്തിൽ നിന്നുള്ള ഒരു ദിവസം എങ്ങിനെ ആയിരുന്നു എന്നാണ് നാം ഈ പുസ്തകത്തിലൂടെ ഇത്രയും നേരം പരിശോധിച്ചത്. അങ്ങിനെ പരിശോധിക്കാൻ വ്യക്തമായ കാരണമുണ്ട്. ഈ ഭൂമിയിൽ ഏറ്റവും ശ്രേഷ്ഠമായ പദവിയിൽ ജീവിച്ചു മരിച്ചുപോയ മഹാനാണ് മുഹമ്മദ് നബി. ആ ജീവിതത്തിന്റെ ഇഹലോക ലക്ഷ്യം എന്നത് മാനവ സമൂഹത്തെ നേർവഴിയിൽ നടത്തിക്കുക എന്നതായിരുന്നു. സത്യസരണിയിലേക്കുള്ള പ്രബോധന സഞ്ചാരത്തിൽ മുഹമ്മദ് നബി വരച്ചിട്ട ജീവിത കാഴ്ചപ്പാടുകളും ഖുർആനിക മഹത് വചനങ്ങളുമാണ് ഈ പുസ്തകത്തിന്റെ അടിസ്ഥാനം. അതുകൊണ്ടു തന്നെ ആ മഹാമനീഷിയുടെ കുടുംബത്തിലൂടെ സഞ്ചരിച്ചുകൊണ്ട് ഈ പുസ്തകം അവസാനിപ്പിക്കുക എന്നതാണ് ആഗ്രഹം. പ്രവാചക ജീവിത ചരിത്രത്തിലൂടെയുള്ള സഞ്ചാരം എന്നത് അനന്തമായ യാത്രയാണ്. അവിടുത്തെ ഓരോ ചലനങ്ങളും അതിസൂക്ഷ്മം പകർത്തിയെടുത്താണ് അനുചരന്മാർ വരുംകാല സമൂഹത്തിനു സമർപ്പിച്ചത്. ആ സമർപ്പണ ബോധം തന്നെയാവട്ടെ വലിയ കരുതലും ആയിരുന്നു. ഭാര്യമാരും മക്കളുമൊത്തുള്ള ജീവിതം പോലും ഒരു മാതൃകാ സമൂഹത്തിന് പിന്തുടരാനുള്ളതാകയാൽ ദൈവിക വിധിക്കനുസരിച്ചായിരുന്നു ഓരോ ചലനങ്ങളും. അവ അപ്പാടെ ജീവിതത്തിൽ പകർത്തി താവഴികളിലൂടെ ആധുനിക ലോകത്തിൽ വരെ വന്നെത്തി നിൽക്കുന്നു. അതുകൊണ്ടു തന്നെയാണ് ഈ പട്ടിക ഇവിടെ ചേർക്കുന്നത്. അറബ് ദേശത്തെ മതകാര്യവകുപ്പ് അവിടുത്തെ പള്ളികളിൽ വിതരണം ചെയ്യുന്ന ബ്രോഷറിൽ നിന്നാണ്

ഈ പട്ടിക എടുത്തത്. നിറഞ്ഞ കടപ്പാടോടെ ഇവിടെ പുനർ പ്രസിദ്ധീകരിക്കുന്നു. പ്രവാചക കുടുംബത്തിന്റെ പേരു വിവരങ്ങൾ അറിയുന്നതിന്നു ഈ പട്ടിക ഏറെ സഹായകമാവും.

റസൂൽ(സ)പറഞ്ഞു എന്റെ കുടുംബത്തിന് നിങ്ങളുമായുള്ള ബന്ധത്തിന്റെ ഉപമ നൂഹ് നബി(അ)ന്റെ കപ്പൽ പോലെയാണ്. ആര് അതിൽ കയറിയോ,അവൻ രക്ഷപ്പെട്ടു. ആര് അതിൽ നിന്ന് പിൻമാറിയോ അവൻ മുങ്ങി നശിക്കും (അഹമ്മദ്,ഹാകിം)

അലി(റ) പറയുന്നു, നബി(സ) പറഞ്ഞു. ആകാശത്തുള്ളവർക്ക് സുരക്ഷിതത്വമാണ് നക്ഷത്രങ്ങൾ, ഭൂമിയിലുള്ളവർക്ക് നിർഭയത്വത്തിന് നിദാനമാണ് എന്റെ കുടുംബം. എന്റെ കുടുംബം ഭൂമിയിൽ നിന്ന് ഇല്ലാതായാൽ ഭൂമിയിൽ ഉള്ളവരും ഇല്ലാതായി. (അഹമ്മദ്)

അബൂബക്കർ(റ)പറയുന്നു. എന്റെ ആത്മാവ് ആരുടെ കൈയ്യിലാണോ അവൻ സത്യം. എന്റെ കുടുംബങ്ങളോട് ബന്ധം ചേർക്കുന്നതിനേക്കാൾ എനിക്ക് ഇഷ്ടം പ്രവാചകനുമായുള്ള അടുപ്പമാണ്. (ബുഖാരി, മുസ്ലീം, അഹമ്മദ്)

മുഹമ്മദ് നബി(സ)യെ അവരുടെ കുടുംബത്തിലൂടെ കണ്ടെത്തുക (ബുഖാരി)അല്ലാഹുവിന്റെ മുഴുവൻ സൃഷ്ടികളെക്കാളും ഏറ്റവും ഉത്തമനാണ് മുഹമ്മദ് നബി(സ). ആദമിന്റെ മക്കളുടെ നേതാവും (മുസ്ലിം).

# പ്രവാചക ശരീരത്തിന്റെ വിശേഷണങ്ങൾ

| | | |
|---|---|---|
| മുഖം | : | ചുവപ്പ് കലർന്ന വെളുപ്പ് |
| കണ്ണ് | : | കറുത്ത കണ്ണ് |
| മുടി | : | കറുപ്പ് |
| നീളം | : | ഒത്ത നീളം, ഒത്ത ശരീരം |
| മിഡ് വൈഫിന്റെ പേര് | : | ശിഫാഅ് ബിൻത് ഔഫ് |
| പോറ്റുമ്മ | : | ഉമ്മു അയ്മൻ |
| മുലകൊടുത്തവർ | : | സുവയ്ബത്തുൽ അസ്ലമിയ്യ, ഹലീമ ബിൻത് അബീദു ഐബ് അസ്സഹദിയ്യ. |

## മുലകുടിയിലെ സഹോദരങ്ങൾ:

1) **സുവൈബത്ത്** : അബ്ദുല്ലാഹിബ്നു ജഹ്ശ്, ഹംസത്ത്ബ്നു അബ്ദുൽ മുത്ത്വലിബ്, അബൂസലമബ്നു അബ്ദുൽ അസദ്, മസ്റൂഹ്ബ്നു സുവയ്ബത്ത്.

| | | |
|---|---|---|
| 2) **ഹലീമ** | : | അബ്ദുല്ല, അനീസ,ഹുദാഫ (ഹാരിസിന്റെ മക്കൾ) |
| പേര് | : | മുഹമ്മദ് (സ), അബുൽ കാസിം |
| മറ്റു പേരുകൾ | : | അഹ്മദ്, അൽമാഹി, അൽഹാഷിർ, അൽ ആഖിബ്, അൽ മുഖ്ഫ്, നബിയ്യുതൗബ, നബിയുറഹ്മ, നബിയുൽ മൽഹമ |
| പിതാവ് | : | അബ്ദുല്ലാഹിബ്നു അബ്ദുൽ മുത്തലിബ് |

| | | |
|---|---|---|
| മാതാവ് | : | ആമിനാബിൻത് വഹബ് |
| പിതാമഹി | : | ഫാത്തിമ ബിൻത് അംറ് |
| ജനനം | : | മക്ക, സ്വഫമലയുടെ സമീപം, അബുത്വാലിബിന്റെ വീട്ടിൽ(ഇന്നിത് ഇത് മക്ക്തബത് മക്ക എന്നറിയപ്പെടുന്നു. തിങ്കൾ റബീഉൽ അവ്വൽ 12, (ഹിജ്റക്ക് മുമ്പ്) ഏപ്രിൽ 20. 570 എ.ഡി. |
| പ്രവാചകത്വം | : | മക്ക, ഹിറാഗുഹയിൽവെച്ച്. റമളാൻ 27,13 (ഹി ജ്റക്ക് മുമ്പ്) ആഗസ്റ്റ് 17, 609 എ.ഡി |
| വർഗ്ഗം | : | പുരുഷൻ |
| മതം | : | ഇസ്‌ലാം |
| വിലാസം | : | മക്ക, ഹറമിന് സമീപം, മദീന: മസ്ജിദ്ന്നബവിയുടെ സമീപം |
| മരണം | : | മദീനയിൽ, തിങ്കൾ റ.അവ്വൽ 12. ഹി. 11 ജൂൺ 6-632. എ.ഡി |
| ജോലി | : | ചെറുപ്പത്തിൽ ആട് മേയ്ക്കൽ, പിന്നീട് കച്ചവടം (40 വയസ്സ് വരെ) |
| തിരിച്ചറിയാനുള്ള അടയാളം | : | ചുമലുകൾക്കിടയിൽ പ്രവാചകത്വ മുദ്ര, എപ്പോഴും മേഘം തണലിട്ട് കൊടുക്കും. ഇബ്രാഹിം നബിയോട് സാദൃശ്യം |
| ഭാര്യമാർ | : | ഖദീജ, സൗദ, ആയിശ, ഹഫ്സത്ത്, സൈനബ് ബിൻത് ഹുസൈമ, ഹിൻദ് ബിൻത്ത് ഹുദൈഫ, സൈനബ് ബിൻത്ത് ജഹ്ശ്, ജുവൈരിയ്യ, സഫിയ്യ, റംല, മൈമൂന, മാരിയ. |
| ആൺകുട്ടികൾ | : | കാസിം, അബ്ദുള്ള (ത്വയ്യിബ് ത്വാഹിർ) ഇബ്റാഹിം |
| പെൺകുട്ടികൾ | : | സൈനബ്, റുഖിയ, ഉമ്മുകുൽസു, ഫാത്തിമ |
| പേരക്കുട്ടികൾ | : | അലി, അബ്ദുല്ല, ഹസൻ, ഹുസൈൻ, മുഹ്സിൻ |

(പെ) : ഉമാമ, ഉമ്മുക്കുൽസ്, സൈനബ്

പിതൃവ്യന്മാർ : സുബൈർ (അബുത്വാഹിർ), അബു ത്വാലിബ്, (അബ്ദുമനാഫ്), അബ്ബാസ്, ളിറാർ, ഹംസ, മുഖവ്വിമ്, ഹജൽ, ഹാരിസ്, അബുലഹബ് (അബ്ദുൽ ഉസ്സ)അൽ ഗയ്തക്ക്,അബ്ദുൽ കഅ്ബ, ഖുസമ്.

പിതൃസഹോദരികൾ : ഉമ്മുഹക്കീം, ആത്തിക്ക, ഉമൈമ, അർവ്വ, ബറവത്ത്, സ്വഫിയ്യ.

അമ്മാവന്മാർ : അസ്വദ്ബ്നു യഊസ്, അബ്ദുല്ലാഹി ബാനുൽ അർക്കമ്ബ്നു യഊസ.

പ്രവാചക ജീവിതത്തെക്കുറിച്ച് ആധുനിക ബുദ്ധിജീവികൾ പരിഹാസ രൂപേണ ഉയർത്തുന്ന ഒരു വിമർശനമാണ് വിവാഹത്തെക്കുറിച്ചുള്ളത്. പ്രവാചകൻ നിരവധി സ്ത്രീകളെ വിവാഹം ചെയ്തു എന്ന വിഷയത്തിന്റെ സത്യാവസ്ഥ പലരേയും ഇരുത്തിചിന്തിപ്പിക്കേണ്ടതാണ്. നബി ഓരോ സ്ത്രീകളേയും ഇണയായി സ്വീകരിച്ചത് പല സന്ദർഭങ്ങളിലാണ്. ആ കാരണങ്ങൾ പരിശോധിക്കാനുള്ള സഹായി എന്ന നിലക്കാണ് പ്രവാചക പത്നിമാരുടെ വിവരങ്ങൾ താഴെ ചേർക്കുന്നത്. ലൈംഗിക തൃഷ്ണയോടെ സ്ത്രീകളെ സ്വന്തമാക്കുകയായിരുന്നു എന്നും ഒന്നിലധികം ഭാര്യമാർ എന്നത് ശ്രേഷ്ഠമായ വ്യക്തിത്വത്തിനു ചേർന്നതാണോ എന്നും ആധുനിക സമൂഹം ഉയർത്തുന്ന വലിയ ചോദ്യമാണ്. ആ ചോദ്യത്തെ ഈ പട്ടിക പരിശോധിച്ചാൽ ദൂരീകരിക്കാനാവും. ഇന്നും ഏറെ ചർച്ചചെയ്യുകയും തെറ്റിദ്ധരിപ്പിക്കുകയും ചെയ്യുന്നുണ്ട് ഈ വിഷയം. അതുകൊണ്ട് തന്നെയാണ് ഈ പേരുകൾ കൂടി ഇവിടെ ചേർക്കുന്നത്. നബിയുടെ ജീവിതത്തിലേക്ക് ഓരോ സ്ത്രീയും എങ്ങിനെയാണ് കടന്നു വന്നതെന്നു ഈ പട്ടിക വായിച്ചാൽ ബോധ്യമാകും.

## ഒന്നാം ഭാര്യ

പേര് : ഖദീജ (റ)

പിതാവ് : ഖുവൈലിദ്ബ്നു അസദ്

മാതാവ് : ഫാത്ത്വിമ ബിൻത് സാഇദ.

ജനനം : 68 ഹിജ്റയ്ക്ക മുമ്പ്.

| | | |
|---|---|---|
| വിവാഹം | : | മക്ക, 28 ഹിജ്റക്ക് മുമ്പ്. |
| വിവാഹമൂല്യം | : | 28 ഒട്ടകം. |
| വിവാഹ കാലം | : | 25 വർഷം. |
| മരണം | : | മക്ക - നൂബ്വുവ്വത്തിന്റെ പത്താം കൊല്ലം, ഹിജ്റക്ക് മുമ്പ് 3-ാം കൊല്ലം |
| നബി(സ)യിൽ ഉണ്ടായ മക്കൾ | : | സൈനബ്, ഖാസിം, റുഖിയ്യ, ഉമ്മുകുൽസും, ഫാത്വിമ, അബ്ദുള്ള. |
| മുൻ വിവാഹം | : | രണ്ട് പ്രാവശ്യം. |
| മുൻ ഭർത്താവ് | : | 1) അബുഹാല (നബാശ്ബ്നു സറാറത്തു തമീമി) |
| രണ്ടു പെൺമക്കൾ | : | 1) ഹിൻദ്, 2) ഹാലത്ത് രണ്ടു പേരും ഇസ്ലാം സ്വീകരിച്ചു. അത്തീക്ക്ബ്നു ആബിദ്, ഒരു മകൾ, ഹിൻദ് അവളും ഇസ്ലാം സ്വീകരിച്ചു. |
| പ്രത്യേകത | : | ആദ്യമായി ഇസ്ലാം സ്വീകരിക്കുകയും സമ്പത്ത് കൊണ്ടും ശരീരം കൊണ്ടും ഇസ്ലാമിന് സേവനം ചെയ്യുകയും ചെയ്തു.<br>2. പരിപൂർണ്ണരായ പുരുഷൻമാർ ധാരാളം ഉണ്ട്. പൂർണ്ണത നേടിയ സ്ത്രീകൾ നാല് മാത്രം. മറിയം, ആസിയ, ഖദീജ, ഫാത്വിമ ബിൻത് മുഹമ്മദ്.(സ)<br>3. ഇവരുടെ ജീവിതകാലത്ത് നബി(സ)മറ്റൊരു വിവാഹം കഴിച്ചിട്ടില്ല. |

## രണ്ടാം ഭാര്യ

| | | |
|---|---|---|
| പേര് | : | സൗദ |
| പിതാവ് | : | സംഅത്ത്ബ്നു ഖൈസ് |
| മാതാവ് | : | ശമൂസ് ബിൻത് ഖൈസ് |

| | | |
|---|---|---|
| ജനനം | : | മക്ക, 3 ഹിജറക്ക് മുമ്പ് |
| വിവാഹകാലം | : | 14 വർഷം |
| വിവാഹ കാരണം | : | നബിയുടെ മക്കളുടെ പരിപാലനം. പറയത്തക്ക സൗന്ദര്യമില്ലാത്തവളും പ്രായാധിക്യമുള്ളവളും ആയിരുന്നു. |
| മരണസ്ഥലം | : | മദീന, ശവ്വാലിൽ, ഉമർ(റ)വിന്റെ ഭരണകാലത്തിന്റെ അവസാനത്തിൽ |
| മുൻഭർത്താവ് | : | സക്ക്റാനുബ്നു അംറ്. ഇതിൽ 5 കുട്ടികൾ. ഇയാൾ എത്യോപ്യയിലേക്ക് ഹിജ്റപോയി. അവിടെവെച്ച് മരിച്ചു. |
| പ്രത്യേകത | : | ഖദീജക്ക് ശേഷം നബി ആദ്യമായി വിവാഹം ചെയ്തവൾ, നബിയെ പലപ്പോഴും ചിരിപ്പിച്ചവൾ. അവർ പറഞ്ഞു.നബിയെ,ദുനിയാവിനോട് എനിക്ക് താൽപര്യമില്ല. എന്റെ ആഗ്രഹം ഖിയാമത്ത് നാളിൽ നിങ്ങളുടെ ഭാര്യയായി ഉയർത്തെഴുന്നേൽക്കണം എന്ന് മാത്രം. |

## മൂന്നാം ഭാര്യ

| | | |
|---|---|---|
| പേര് | : | ആയിശ(റ) |
| പിതാവ് | : | അബുബക്കർ സിദ്ദീഖ് (റ) |
| മാതാവ് | : | സൈനബ് ബിൻത് അബ്ദി ദിഹ്മാൻ (ഉമ്മുറുമാൻ) |
| ജനനം | : | ഹിജ്റക്ക് മുമ്പ് 9-ാം കൊല്ലം |
| വിവാഹം | : | മദീന, ഹിജ്റ 5-ാം കൊല്ലം |
| വിവാഹമൂല്യം | : | 400 ദിർഹം |
| വിവാഹകാലം | : | 11 വർഷം |
| വിവാഹകാരണം | : | നബി(സ) കല്യാണം ചെയ്തഏക കന്യക, അബുബക്കറുമായുള്ള സ്നേഹബന്ധം ദൃഢീകരിക്കാൻ, |

| | | |
|---|---|---|
| | | ജനങ്ങളുടെ മതപരമായ സംശയങ്ങൾ ദൂരീകരിക്കാൻ. |
| മരണം | : | മദീന-ഹിജ്റ 58-ാം കൊല്ലം |
| പ്രത്യേകത | : | 1) മറ്റു സ്ത്രീകളിൽ നിന്ന് ആയിശയുടെ പ്രത്യേകത, മറ്റു ഭക്ഷണത്തിൽ നിന്ന് സരീദിനെ പോലെയാണ്. (ഇറച്ചിയും റൊട്ടിയും കൂട്ടിച്ചേർത്ത് ഉണ്ടാക്കുന്ന പലഹാരമാണ് സരീദ്) |

## നാലാം ഭാര്യ

| | | |
|---|---|---|
| പേര് | : | ഹഫ്സത്ത് (റ) |
| പിതാവ് | : | ഉമറുബ്നുൽ ഖത്താബ് |
| മാതാവ് | : | സൈനബ് ബിൻത് മള്ഊൻ |
| ജനനം | : | ഹിജ്റക്ക് മുമ്പ് 18. മക്ക |
| വിവാഹം | : | മദീന - ഹിജ്റ മൂന്നാം വർഷം |
| വിവാഹ കാലം | : | 8 വർഷം |
| വിവാഹ കാരണം | : | ഉമർ (റ) വിന്റെ ബന്ധവും, ഇവരുടെ ഭർത്താവ് ഹുനൈസ്ബ്നു ഹുദാഹ ഉഹ്ദ് യുദ്ധത്തിൽ രക്തസാക്ഷിയായി, അവരോടുള്ള ആദരവും |
| മരണം | : | മദീന - ഹിജ്റ 41-ാം വർഷം |
| മുൻ ഭർത്താവ് | : | ഹനൈസ്ബ്നു ഹുദാഫ |
| പ്രത്യേകത | : | സാഹിത്യകാരി, എഴുത്തുകാരി, അബുബക്കർ(റ)വിന്റെ കാലത്ത് ക്രോഡീകരിച്ച ഖുർആൻ ഇവരുടെ വീട്ടിലായിരുന്നു സൂക്ഷിച്ചിരുന്നത്. |

## അഞ്ചാം ഭാര്യ

| | | |
|---|---|---|
| പേര് | : | സൈനബ്(റ)ഉമ്മുൽ മസാക്കിൻ |
| പിതാവ് | : | ഖുസൈമത്ത്ബ്നുൽ ഹാരിസ് |

| | | |
|---|---|---|
| മാതാവ് | : | ഹിൻദ് ബിൻത് ഔഫ് |
| ജനനം | : | മക്ക -26 ഹിജറക്ക് / മുമ്പ് |
| വിവാഹം | : | മദീന /ഹിജ്റ 3 റമളാൻ |
| വിവാഹമൂല്യം | : | 400 ദിർഹം |
| വിവാഹകാലം | : | 8 മാസം |
| വിവാഹ കാരണം | : | ഉഹ്ദിൽ വെച്ച് ഭർത്താവ് മരിച്ചു. അവളുടെ സംരക്ഷണാർത്ഥം |
| മരണം | : | ഹിജ്റ 4 റബീഉൽ ആഖർ |
| മുൻ ഭർത്താവ് | : | അബ്ദുല്ലാഹിബ്നു ജഹ്ശ, മുലകുടിയിൽ നബിയുടെ സഹോദരൻ ഉഹ്ദിൽ രക്തസാക്ഷിയായി. |
| പ്രത്യേകത | : | ധാരാളം ധർമ്മം, പാവപ്പെട്ടവരെ ഭക്ഷിപ്പിക്കൽ, അതിനാൽ പാവപ്പെട്ടവരുടെ ഉമ്മ എന്നറിയപ്പെട്ടു. നബി(സ)യുടെ ഭാര്യ മൈമൂന്യ (റ) ഉമ്മയൊത്ത സഹോദരികൂടിയാണ്. |

## ആറാം ഭാര്യ

| | | |
|---|---|---|
| പേര് | : | ഹിൻദ് (റ) ഉമ്മുസലമ്മ അൽ മഖ്സൂമി |
| പിതാവ് | : | ഹുദൈഫത്ത്ബ്നു മൂഈറ (അബ്ബു ഉമയ്യ) |
| മാതാവ് | : | അത്തിക്ക ബിൻത് ആമിർ |
| ജനനം | : | മക്ക -ഹിജ്റക്ക് മുമ്പ് 30-ാം |
| വിവാഹം | : | മദീനയിൽ വെച്ച് - ഹിജ്റ 4 |
| വിവാഹമൂല്യം | : | വീട്ടിലെ ഫർണിച്ചർ |
| വിവാഹ കാലം | : | 7 കൊല്ലം |
| വിവാഹ കാരണം | : | പ്രസിദ്ധ മഖ്സൂമി ഗോത്രത്തിലെ വലിയ ധർമ്മിഷ്ഠനാണ്. ഇവരുടെ പിതാവ് സാദു റാക്കിബ് എന്ന പേരിൽ അറിയപ്പെടുന്നു. മുലകുടിയിലൂടെ നബി(സ) യുടെ സഹോദരനായിരുന്നു. ഇവരുടെ ഭർത്താവ് മഖ്സൂമി ഗോത്രവുമായി ഇത് |

| | | |
|---|---|---|
| | | മുഖേന ബന്ധം സ്ഥാപിക്കുവാൻ നബി(സ)ക്ക് സാധിച്ചു. |
| മരണം | : | മദീനയിൽ - ഹിജ്റ 61 ശവ്വാലിൽ വിശ്വാസികളുടെ മാതാക്കളിൽ അവസാനം മരിച്ചത്. |
| മുൻഭർത്താവ് | : | അബുൽസൽമ, എത്യോപ്യ, മദീന എന്നിവിടങ്ങളിലേക്ക് ഒരുമിച്ച് പോയി, ഹിജ്റപോയി, 4 മക്കൾ |
| പ്രത്യേകത | : | എത്യോപ്യയിലേക്ക് ആദ്യം ഹിജ്റ പോയത്. മദീനയിൽ ആദ്യം ടെന്റിൽ പ്രവേശിച്ചത്. സൗന്ദര്യം, അറിവ്, ബുദ്ധി, ഹുദൈബിയയിൽ നബി(സ)കൂടിയാലോചന നടത്തിയത്. |

## ഏഴാം ഭാര്യ

| | | |
|---|---|---|
| പേര് | : | സൈനബ് (റ) |
| പിതാവ് | : | ജഹ്ശ്ബ്നു രിആബ് |
| മാതാവ് | : | ഉമൈമ ബിൻത് അബ്ദുൽ മുത്തലിബ് |
| ജനനം | : | മക്ക - ഹിജ്റക്ക് മുമ്പ് 30-ാം |
| വിവാഹം | : | മദീനയിൽ - ഹിജ്റ 5 |
| വിവാഹമൂല്യം | : | 400 ദിർഹം |
| വിവാഹ കാലം | : | 6 കൊല്ലം |
| വിവാഹ കാരണം | : | വളർത്തുപുത്രൻ മകനല്ല എന്ന സ്ഥാപിക്കുവാൻ, വളർത്തുപുത്രൻ വിവാഹമോചനം ചെയ്ത ശേഷം നബി(സ) വിവാഹം ചെയ്തു. |
| മരണം | : | മദീനയിൽ -ഹിജ്റ 20 |
| മുൻ വിവാഹം | : | സൈദ്ബ്നു ഹാരിസ് |
| പ്രത്യേകത | : | തീർച്ചയായും സൈനബ് വിനയമുള്ളവളും ഭക്തയുമാണ്. തോൽ ഊറക്കിടുകയും നന്നായി തുന്നുകയും ചെയ്യുന്നവരായിരുന്നു. കിട്ടു |

ന്നത് ധർമ്മം ചെയ്തു. അല്ലാഹുവിന്റെ കൽപ്പനപ്രകാരമാണ് വിവാഹം എന്നതിൽ അഭിമാനം കൊണ്ടു. അങ്ങേയറ്റം ഖേദിച്ചു മടങ്ങുന്നവളും ഭക്തയുമായിരുന്നു.

## എട്ടാം ഭാര്യ

| | | |
|---|---|---|
| പേര് | : | ജുവൈരിയ്യ (റ) |
| പിതാവ് | : | ഹാരിസ്ബ്നു അബീളിരാർ |
| ജനനം | : | ഹിജ്റക്ക് മുമ്പ് 16-ാം കൊല്ലം |
| വിവാഹം | : | ഹിജ്റ 5, ബനീമുസ്ത്വലക്ക് യുദ്ധശേഷം |
| വിവാഹമൂല്യം | : | 400 ദിർഹം |
| വിവാഹ കാലം | : | 6 കൊല്ലം |
| വിവാഹകാരണം | : | ബനീമുസ്ത്വലക്കുൽ ഹാരിസിയുടെ മകൾ, യുദ്ധത്തിൽ തടവുകാരാക്കി. റസൂൽ അവർക്ക് രണ്ടവസരം നൽകി ഫൈൻ കൊടുത്തു. സ്വതന്ത്രയാവുക. അല്ലെങ്കിൽ നബി(സ)യെ കല്ല്യാണം ചെയ്യുക. അവൾ വിവാഹം തെരഞ്ഞെടുത്തു. ഇതു കാരണം അവരുടെ കുടുംബങ്ങളെ വിട്ടയച്ചു. |
| മരണം | : | ഹിജ്റ 56 മദീനയിൽ |
| മുൻ വിവാഹം | : | മുസാഫിഅ്ബ്നു സഫ്വാൻ |
| പ്രത്യേകത | : | യുദ്ധ തടവുകാരെ വിഹിതം വെച്ചപ്പോൾ സാബിത്ബ്നു കൈസിനാണ് കിട്ടിയത്. കൈസ് നബി(സ)ക്ക് നൽകി. തുടർന്ന് നബി(സ) വിവാഹം ചെയ്തു. ആയിശ പറഞ്ഞു. ഒരു സ്ത്രീ മുഖേന ഗോത്രത്തിന്റെ ഇത്ര അനുഗ്രഹം കിട്ടിയ മറ്റൊരാളെ എനിക്കറിയില്ല.ഇബാദത്ത്. നോമ്പ് ധാരാളം |

ചെയ്യുന്നവർ.

## ഒമ്പതാം ഭാര്യ

| | | |
|---|---|---|
| പേര് | : | സ്വഫിയ്യ(റ) |
| പിതാവ് | : | ഹുയയ്യയ്ബ്നുഅഖ്ത്വബ് |
| മാതാവ് | : | ബുവത്ത് ബിൻത് |
| ജനനം | : | ഖൈബർ, ഹിജ്റക്ക് മുമ്പ് 10-ം കൊല്ലം |
| വിവാഹം | : | ഖൈബറിൽ നിന്ന് മടങ്ങുമ്പോൾ, ഹിജ്റ 7 |
| വിവാഹമൂല്യം | : | യുദ്ധ (ഖൈബർ) തടവുകാരായിരുന്നു. മോചിപ്പിക്കലാണ് മഹ്റ് |
| വിവാഹ കാലം | : | 4 വർഷം |
| വിവാഹ കാരണം | : | ഇവർക്കും നബി(സ) രണ്ടവസരം നൽകി. മോചനം, അല്ലെങ്കിൽ നബി(സ) യുമായുള്ള വിവാഹം. രണ്ടാമത്തേത് തെരഞ്ഞെടുത്തു. |
| മരണം | : | മദീന - ഹിജ്റ 50 ൽ |
| മുൻ വിവാഹം | : | സലാമബ്ദനു മശ്ക്കും പിന്നീട് കിനാനത്ത്വ്നു റബിഅ് രണ്ട് പേരും ജൂതകവികളായിരുന്നു. |
| പ്രത്യേകത | : | സത്യസന്ധത, വിവേകി, ബുദ്ധിസാമർത്ഥ്യമുള്ളവൾ, നിങ്ങൾക്ക് എങ്ങനെ എന്നെക്കാളും പ്രത്യേകത ഉണ്ടാകും. എന്റെ ഭർത്താവ് മുഹമ്മദ് (സ) പിതാവ് ഹാറൂൺ, പിതൃവ്യൻ മൂസ. ഉസ്മാനുബ്നുഓഫാന്റെ വീട് വളഞ്ഞ സമയത്ത് അവർ ഭക്ഷണം എത്തിച്ചു കൊടുത്തു. |

## പത്താം ഭാര്യ

| | | |
|---|---|---|
| പേര് | : | റംല(റ)(ഉമ്മുഹബീബ) |

| | | |
|---|---|---|
| പിതാവ് | : | അബുസൂഫിയാൻ സ്വഖ്റ്ബ്നു ഹർബ് |
| മാതാവ് | : | സ്വഫിയ്യ ബിൻത് അബീൽ ആസ്വ് |
| ജനനം | : | 30-ാം കൊല്ലം, ഹിജ്‌റക്ക് മുമ്പ് |
| വിവാഹം | : | മദീനയിൽ ഹിജ്‌റ |
| വിവാഹമൂല്യം | : | 400 ദിർഹം |
| വിവാഹ കാലം | : | 4 വർഷം |
| വിവാഹ കാരണം | : | ഇവരുടെ ഭർത്താവ് അബ്സീനിയയിൽ വെച്ച് മരിച്ചു. ഇവരുടെ പിതാവിനോടുള്ള സാമീപ്യം ശക്തമാക്കാനും |
| മരണം | : | ഹിജ്‌റ 44 മദീനയിൽ |
| മുൻവിവാഹം | : | ഉബൈദുല്ലാഹിബ്നു ജഹ്ശ് |
| പ്രത്യേകത | : | അബ്സീസിയയിലേക്ക് ഭർത്താവിന്റെ കൂടെ ഹിജ്‌റപോയി. അദ്ദേഹം അവിടെവെച്ച് ക്രിസ്ത്യാനിയായി. തുടർന്ന് മരിക്കുകയും ചെയ്തു. നജ്ജാശിയാണ് അവർക്കുള്ള മഹർ കൊടുത്തത്.<br>നബി(സ) തന്റെ മകളെ വിവാഹം ചെയ്ത വിവരമറിഞ്ഞപ്പോൾ അബുസൂഫ്യാൻ ഇങ്ങനെ പറഞ്ഞു. മുഹമ്മദ് മൂക്ക് മുറിയാത്ത ഗംഭീരനാണ്. മുഹമ്മദിന്റെ പ്രതാപം നിമിത്തം അദ്ദേഹവും പ്രതാപമുള്ളവനായി തീർന്നു. |

## പതിനൊന്നാം ഭാര്യ

| | | |
|---|---|---|
| പേര് | : | മൈമൂന (പഴയ പേര് ബവത്ത്) |
| പിതാവ് | : | അൽ ഹാരിസ്ബ്നു ഹസ്നുൽ ഹിലാലി |
| മാതാവ് | : | ഹിൻദ് ബിൻത് ഔഫ് |
| ജനനം | : | മക്കയിൽ ഹിജ്‌റക്ക് മുമ്പ് 18-ാം കൊല്ലം |

| | | |
|---|---|---|
| വിവാഹം | : | ഹിജ്റ 7 ൽ, മക്കയുടെ അടുത്ത് സിറഫിൽ വെച്ച് |
| വിവാഹമൂല്യം | : | 400 ദിർഹം (പിത്രവ്യൻ അബ്ബാസ് കൊടുത്തു) |
| വിവാഹ കാലം | : | 5 വർഷം |
| വിവാഹകാരണം | : | നബി(സ) ഉംറക്ക് വന്ന സമയത്ത് ഖുറൈശി പ്രമുഖരെ സദ്യക്ക് ക്ഷണിച്ചു (വലീമത്തിന്) അവരുടെ ഹൃദയത്തിന് ഒരു ചായ്‌വ് ഉണ്ടാവാൻ. |
| മരണം | : | ഹിജ്റ 51 ൽ, മക്കയിൽ |
| മുൻവിവാഹം | : | 1) മസ്ഊദ്ബ്നുഅംറ്<br>2) അബുറഹ്മബ്നു അബ്ദുൽഉസ്സ |
| പ്രത്യേകത | : | ആയിശ(റ) പറഞ്ഞു. തീർച്ചയായും മൈമൂന (റ) അല്ലാഹുവിനോട് ഏറ്റവും ഭക്തി കാണിക്കുന്നവളും കുടുംബബന്ധം ചേർക്കുന്നവളുമായിരുന്നു. (ഹാക്കിം) |

## പന്ത്രണ്ടാം ഭാര്യ

| | | |
|---|---|---|
| പേര് | : | മാരിയ(റ) |
| പിതാവ് | : | ശംഊൻ |
| ജനനം | : | ഈജിപ്തിലെ അസിയൂത്വ |
| വിവാഹം | : | ഹിജ്റ 7 മദീനയിൽ |
| വിവാഹമൂല്യം | : | മുക്കൗക്കിസിന്റെ ദാനം |
| വിവാഹ കാലം | : | 4 വർഷം |
| വിവാഹ കാരണം | : | നബി(സ) കല്യാണം ചെയ്ത ഏക അടിമ. ഇതിൽ നബി(സ)ക്ക് ഇബ്റാഹിം എന്ന കുട്ടി ജനിച്ചു. അടിമകളെ ആദരിക്കുന്നതിനു വേണ്ടി. ഹാത്വിബ്നു അബീബൽത്തഅത്ത് മുഖേന ഇസ്ലാം സ്വീകരിച്ചു. |
| മരണം | : | ഹിജ്റ16, മദീനയിൽ |

| | | |
|---|---|---|
| കുട്ടി | : | ഇബ്രാഹിം |
| വീട് | : | മദീനയുടെ കിഴക്ക് ഭാഗത്ത്, ചൂട് കാലത്ത് നബി(സ)യുടെ വിശ്രമ സ്ഥലം |
| പ്രത്യേകത | : | നബി(സ) പറഞ്ഞു. നിങ്ങൾ ഈജിപ്ത് കീഴടക്കും, അവരോട് (ഖിബ്തി) നന്നായി പെരുമാറുക. അവർ ഉത്തരവാദിത്വം ഉള്ളവരും കുടുംബബന്ധം ഉള്ളവരും ആണ്. |

## ഒന്നാമത്തെ കുട്ടി

| | | |
|---|---|---|
| പേര് | : | സൈനബ് |
| പിതാവ് | : | മുഹമ്മദ്ബ്നു അബ്ദുല്ല |
| മാതാവ് | : | ഖദീജ ബിൻത് ഖുവൈലിദ് |
| ജനനം | : | മക്കയിൽ, ഹിജ്റക്ക് മുമ്പ് 23-ാം കൊല്ലം |
| വിവാഹ സ്ഥലം | : | മക്ക |
| ഭർത്താവ് | : | അബുൽ ആസ്വബ്നു റബീഅ് |
| മക്കൾ | : | (1) അലി (ചെറുപ്പത്തിൽ മരിച്ചു) (2) ഉമാമ ഫാത്തിമയുടെ മരണ ശേഷം അലി(റ) കല്യാണം കഴിച്ചു തുടർന്ന് മുഗീറത്ബ്നു നൗഫൽ ബ്നുൽ ഹാരിസ് കല്യാണംകഴിച്ചു. |
| മരണം | : | മദീനയിൽ, ഹിജ്റ 8ൽ |
| ജീവിതകാലം | : | 31 കൊല്ലം |
| പ്രത്യേകത | : | നബി(സ)പറഞ്ഞു.ഞാൻ കാരണം പരീക്ഷണം നേരിട്ട എന്റെ പെൺമക്കളിൽ ഉത്തമ. നബി(സ) അവളുടെ ഖബറിൽ ഇറങ്ങിയാണ് മറമാടിയത്. ഹിജ്റ 8-ൽ അവരുടെ ഭർത്താവ് മുസ്ലീം ആവുകയും സൈനബിനെ മടക്കിക്കൊടുക്കുകയും ചെയ്തു. |

## രണ്ടാമത്തെ കുട്ടി

| | | |
|---|---|---|
| പേര് | : | അൽ ഖാസിം |
| പിതാവ് | : | മുഹമ്മദ് നബി (സ) |
| മാതാവ് | : | ഖദീജ (റ) |
| ജനനം | : | മക്ക |
| മരണം | : | മക്ക |
| ജീവിതകാലം | : | ഒരു വർഷത്തിനു താഴെ |

## മൂന്നാമത്തെ കുട്ടി

| | | |
|---|---|---|
| പേര് | : | റുഖിയ്യ (റ) |
| പിതാവ് | : | മുഹമ്മദ് നബി (സ) |
| മാതാവ് | : | ഖദീജ (റ) |
| ജനനം | : | മക്ക, ഹിജ്റക്ക് മുമ്പ് 22-ാം കൊല്ലം |
| വിവാഹം | : | രണ്ട് പ്രാവശ്യം. മക്കയിൽവെച്ച് (1) ഉത്ത്ബ ത്ത്ബ്നു അബീലഹബ് (മക്കം ഫത്ത്ഹിന്റെ അന്ന് അദ്ദേഹം വിശ്വസിച്ചു.)(2) ഉസ്മാനുബ്നു ഒഫ്ഫാൻ, അദ്ദേഹത്തോടൊപ്പം എത്യോപ്യയിലേക്ക് ഹിജ്റ പോയി. |
| കുട്ടി | : | ഉസ്മാനുബ്നു ഒഫ്ഫാനുമായുഓള്ള വിവാഹത്തിൽ അബ്ദുള്ള എന്ന കുട്ടി ജനിച്ചു.(ചെറുപ്പത്തിൽ മരിച്ചു) |
| മരണം | : | ഹിജ്റ, രണ്ടാം കൊല്ലം മദീന |
| ജീവിതകാലം | : | 24 കൊല്ലം |
| പ്രത്യേകത | : | നബി(സ) പറഞ്ഞു, ലൂത്ത് നബിക്ക് ശേഷം കുടുംബസമേതം ഹിജ്റക്ക് പോയത് ഉസ്മാനബ്നു ഒഫ്ഫാനായിരുന്നു. |

## നാലാമത്തെ കുട്ടി

| | | |
|---|---|---|
| പേര് | : | ഉമ്മുഖുൽസു (റ) |
| പിതാവ് | : | മുഹമ്മദ് നബി (സ) |
| മാതാവ് | : | ഖദീജ (റ) |
| ജനനം | : | ഹിജ്റക്ക് മുമ്പ് 19-ാം കൊല്ലം, മക്ക |
| വിവാഹം | : | രണ്ട് പ്രാവശ്യം. മക്കയിലും മദീനയിലുംവെച്ച് മദീനയിൽ ഹിജ്റ 3-ാം കൊല്ലം |
| ഭർത്താവ് | : | (1) ഉത്തൈബത്ത്ബ്നു അബീലഹബ് (മുഷ്രിക്കായി മരിച്ചു)<br>(2) ഉസ്മാനുബ്നു ഒഫ്ഫാൻ, റുഖിയയുടെ മരണശേഷം ഇവരെ വിവാഹം ചെയ്തു. ഇരുപ്രകാശത്തിന്റെ ഉടമ എന്ന് ഇതിനാൽ പേര് വന്നു. |
| മരണം | : | ഹിജ്റ, 9-ാം കൊല്ലം മദീന |
| ജീവിതകാലം | : | 28 കൊല്ലം |
| പ്രത്യേകത | : | അല്ലാഹു എന്നോട് കൽപിച്ചു. എനിക്ക് ഏറ്റവും പ്രിയപ്പെട്ട മകളെ ഉസ്മാന്ബ്നു ഒഫ്ഫാൻ കല്യാണം കഴിച്ചുകൊടുക്കാൻ. |

## അഞ്ചാമത്തെ കുട്ടി

| | | |
|---|---|---|
| പേര് | : | ഫാത്തിമ (റ) (സഹ്റാഅ്) |
| പിതാവ് | : | മുഹമ്മദ് നബി (സ) |
| മാതാവ് | : | ഖദീജ (റ) |
| ജനനം | : | ഹിജ്റക്ക് മുമ്പ് 18-ാം കൊല്ലം, മക്ക |
| വിവാഹം | : | മദീന, ഹിജ്റ 2-ാം കൊല്ലം |
| ഭർത്താവ് | : | അലിയ്യുബ്നു അബീത്വാലിബ് |
| മക്കൾ | : | ഹസൻ, ഹുസൈൻ (സ്വർഗ്ഗത്തിൽ യുവാക്കളുടെ നേതാക്കൾ) മുഹ്സിൻ (ചെറുപ്പത്തിലെ മരിച്ചു) ഉമ്മുകുൽ സും, സൈനബ്. |

| | | |
|---|---|---|
| മരണം | : | ഹിജ്റ, 11 റമളാൻ 3 മദീന |
| ജീവിതകാലം | : | 29 കൊല്ലം |
| പ്രത്യേകത | : | ഫാത്തിമ എന്നിൽ നിന്നുള്ള കഷ്ണമാണ്. അവളെ ആരെങ്കിലും കഷ്ടപ്പെടുത്തിയാൽ എന്നെ കഷ്ടപ്പെടുത്തലാണ്. അവൾക്ക് സംശയം ഉള്ളത് എനിക്കും സംശയമാണ്. നബി(സ) പറഞ്ഞു. അല്ലാഹുവേ നീ ഇവർക്ക് ബർക്കത്ത് ചെയ്യണമേ, ഇവരുടെ സന്താനങ്ങളുടെ പേരിലും നീ ബർക്കത്ത് ചെയ്യണമേ. ഫാത്തിമ(റ) സ്വർഗ്ഗത്തിലെ സ്ത്രീകളുടെ നേതാവാകുന്നു. |

## ആറാമത്തെ കുട്ടി

| | | |
|---|---|---|
| പേര് | : | അബ്ദുള്ള (റ) (ത്വയ്യിബ്, ത്വാഹിർ) |
| പിതാവ് | : | മുഹമ്മദ് നബി (സ) |
| മാതാവ് | : | ഖദീജ (റ) |
| ജനനം | : | നുബ്ബുവ്വത്തിന്റെ മുമ്പ് |
| മരണം | : | ചെറുപ്പത്തിലേ മരിച്ചു |
| ജീവിതകാലം | : | ഒരു വർഷത്തിൽ കുറവ് |

## ഏഴാമത്തെ കുട്ടി

| | | |
|---|---|---|
| പേര് | : | ഇബ്റാഹീം (റ) |
| പിതാവ് | : | മുഹമ്മദ് നബി (സ) |
| മാതാവ് | : | മാരിയ ബിൻത് ശംഊൻ |
| മുലകൊടുത്ത മാതാവ് | : | ഉമ്മുസൈഫ് |
| ജനനം | : | മദീന, ഹിജ്റ 10 |
| മരണം | : | ചെറുപ്പത്തിലേ മരിച്ചു |
| ജീവിതകാലം | : | 3 കൊല്ലം, ചെറുപ്പത്തിലേ മരിച്ചു |
| പ്രത്യേകത | : | നബി(സ) പറഞ്ഞു രാത്രിയിൽ എനിക്കൊ രു കുട്ടി ജനിച്ചു. അവന് ഞാൻ പിതാവായ ഇബ്റാഹീം നബിയുടെ പേരിടുകയും ചെയ്തു. |

# ഹസൻ (റ) അബു മുഹമ്മദ്

| | | |
|---|---|---|
| പിതാവ് | : | അലിയ്യുബ്നു അബീത്വാലിബ് |
| മാതാവ് | : | ഫാത്ത്വിമ(റ) |
| ജനനം | : | ഹിജ്റ 3 റമളാൻ 15, 624 എ.ഡി,മദീന |
| വിവാഹം | : | 11 പേർ, സൈദ്, ഹസൻ, കാസിം, അബൂബക്കർ, അബ്ദുള്ള, അംറ്, അബ്ദുറഹ്മാൻ, ഉമർ തുടങ്ങിയവർ |
| മരണം | : | ഹിജ്റ 49, എ.ഡി. 669 മദീന |
| അടയാളം | : | ചുവപ്പ് മുറ്റിയ വെളുപ്പ്, തിങ്ങിയതാടി, വിടർന്ന കണ്ണുകൾ, ലോലമായ കവിൾതടം |
| പ്രത്യേകത | : | ജനങ്ങളിൽ നബി(സ)യോട് സാദൃശ്യം ഉള്ള മനുഷ്യൻ. നബി(സ) പറഞ്ഞു. ദുൻയാവിൽ എന്റെ സുഗന്ധമാണിവൻ. അല്ലാഹു ഇവൻ മുഖേന വലിയ രണ്ട് സംഘത്തെ നന്നാക്കി തീർക്കും. ഹിജ്റ 40 ൽ റമളാൻ മാസം ഖലീഫയായി ചുമതലയേറ്റു. 6 മാസവും 5 ദിവസവും ആയിരുന്നു ഭരണം. പിന്നീട് 41 ൽ മുആവിയയിലേക്ക് ഏൽപിച്ചുകൊടുത്തു. |

# ഹുസൈൻ (അബു അബ്ദുല്ല)

| | | |
|---|---|---|
| പിതാവ് | : | അലിയ്യുബ്നു അബീത്വാലിബ് |
| മാതാവ് | : | ഫാത്ത്വിമ(റ) |
| ജനനം | : | ശഅ്ബാൻ 5 ഹിജ്റ 4, 625 എ.ഡി. |
| ഭാര്യ | : | റിബാബ ബിൻത് ഇംറുൽ ഖൈസ് |
| മക്കൾ | : | അലിയ്യൽ അക്ക്ബർ, അലി സൈനുൽ ആബിദീൻ, അലി അൽ അസ്വഅർ, അബൂബക്കർ, ഉമർ |

| | | |
|---|---|---|
| | | അബ്ദുള്ള, മുഹമ്മദ്, ജഅ്ഫർ |
| മരണം | : | കൂഫക്കടുത്ത് ഖർബലയിൽ, മുഹററം 10, ഹിജ്റ 61. 680 എ.ഡി |
| പ്രത്യേകത | : | വിശാലമായ നെറ്റിത്തടം, തിങ്ങിയ താടി, ഉയർന്ന ചുമലും വിശാലമായ നെഞ്ചും, ഉയർന്ന കൈകാലുകൾ, നല്ല ശബ്ദവും കോതി ഒതുക്കിയ തലമുടിയും, നബി(സ) പറഞ്ഞു. ഹുസൈൻ എന്നിൽ നിന്നും ഞാൻ ഹുസൈനിൽ നിന്നുമാണ്. ഹുസൈനെ ഇഷ്ടപ്പെടുന്നവർ അല്ലാഹുവിനെ ഇഷ്ടപ്പെടുന്നു. സ്വർഗ്ഗാവകാശിയായ ഒരാളെ കാണാൻ ആരെങ്കിലും ഇഷ്ടപ്പെടുന്നുവെങ്കിൽ അവൻ ഹുസൈനെ നോക്കട്ടെ. |

ooo

www.ingramcontent.com/pod-product-compliance
Lightning Source LLC
LaVergne TN
LVHW090332051026
849518LV00005B/1939
*9788188026838*